தேன்மழைச்சாரலாய்

சுயவெளியீடு நாவல்

Nandhini Sugumaran'S Self Publishing

முதற்பதிப்பு : பிப்ரவரி 2022

தேன்மழைச் சாரலாய்

2022

நந்தினி சுகுமாரன்

ISBN 979-888591558-8

பொருளடக்கம்

முன்னுரை

வணக்கம் தோழமைகளே..

தேன்மழைச் சாரலாய்.. வெறும் காதலை மட்டுமே மையப்படுத்தி எழுதிய கதை.

நாயகன் - தேன்மொழியன் (இனியன்)

நாயகி - சாராவதி (சாரல்)

நடுத்தர வர்க்கத்தைச் சேர்ந்த மொழியனின் வாழ்வில் எதிர்பாராத விதமாக இணையும் சாரா.

தமக்கை மற்றும் தங்கையின் குடும்பம், தந்தை, ஒரே ஒரு நண்பன் வருண் எனச் சிறு கூட்டுக்குள் வாழும் நாயகன்.

தனக்குப் பின்னே பிறந்தவனைத் தவிர வேறு எவரையுமே அறியாத நாயகி.

சூழ்நிலையின் காரணமாகச் சாரலை சேயாகத் தன்மடி தாங்கும் மொழியனுக்கும் அவளுக்கும் இடையேயான உணர்வுப் போராட்டமே தேன்மழைச் சாரலாய்.

பொறுப்பை மட்டுமே சுமப்பவனுக்குள் காதல் மலர.. அதை அறியாத பேதையோ மொழியனின் வாழ்வில் இருந்து விலகி கருப்பைப் பகிர்ந்தவனுடன் இடம் பெயர்கிறாள்.

பிரிவின் ஏக்கத்தில் தன்னைத் தொலைப்பவளுக்குக் காலம் புது அரிதாரம் பூசி.. பழயவளையே மீட்டெடுக்க, பெண்மைக்குள் காலம் கடந்து, விலகியவனைப் பற்றி ஒன்றும் அறியாமலேயே காதல் பூக்கிறது.

தொலைத்த அவனும், தொலைந்த அவளும் இணைந்தார்களா என்பதே கதை!

இவள்

நந்தினி சுகுமாரன்.

ஆசிரியரின் பிற நூல்கள்

புத்தகமாய் வெளிவந்தவை :

காத்திருக்கிறேன் மான்விழியே!
கை சேர்ந்த கவிதை!
மயங்குவதேனோ மதுரவனே..!
கனிந்த மனம்
தேனும் தமிழும் (கனிந்த மனம் இரண்டாம் பாகம்) பகுதி 1 & பகுதி 2
வானவில் பூக்கள் (கனிந்த மனம் மூன்றாம் பாகம்)
தேன்மழைச் சாரலாய்!
ரகசியமாய் சுவாசிக்கிறேன் உனையே!
எனதழகே[கா]
தேடல் நீயே மாறனே!
கண்மணியே என் கண்ணம்மா!

அச்சில் :

சகியே [சகாயனே] நின்னடிமை யாகவா?
உயிர் தந்தாயே உறவே
பிழையாய் நான் திருத்தமாய் நீ!
ஈன்றகடன்
பாண்டியம்மை
வீரா

எழுத்தில் :

உயிர்க்கிறேனடா உந்தன் காதலில்
அருவதப்பதுமை

தேன்மழைச் சாரலாய்!

****

அத்தியாயம் 1

பரபரப்பாக இயங்கிக் கொண்டிருந்தது, பன்னாட்டு நிறுவனத்தில் இருக்கும் அந்த உணவு விடுதி. மதிய நேர உணவு இடைவேளை. பணியாளர்கள் அனைவரும், தங்களுக்கான வழக்கமான இடத்தில் அமர்ந்து, வயிற்றை நிரப்பும் வேலையில் ஈடுபட்டு இருந்தனர்.

ஒருவனது கவனம் மட்டும் உணவில் இல்லாது, வேறு எங்கோ ஊர்வலம் சென்றிருந்தது. வலதுகை உணவில் இருக்க, இடதுகையோ இருபத்தொரு நொடிகளுக்கு ஒருமுறை கைப்பேசியைத் தொட்டுப் பார்த்துக் கொண்டிருந்தது. கண்கள் மொத்தமும், 'அவனுக்காக அழைப்பு வருகிறதா?' என, கருமைநிறத்தில் மின்னிய கைப்பேசித் திரையிலேயே நிலைத்திருந்தது.

வயிறானது, 'என்னைக் கொஞ்சம் கவனிக்கக் கூடாதா?' என்று கெஞ்சிக் கொண்டிருக்க, மனமோ, 'ஏன் இன்னும் அழைப்பு வரவில்லை?' என முணுமுணுத்துக் கொண்டிருந்நது.

இரண்டிற்கும் நடுவே சிக்கிய மூளையானது, 'முடியல..' என்று உரைத்துவிட்டு, தன் செயல்திறனைக் குறைத்துக் கொண்டு ஓய்வு நிலைக்குச் செல்லத் தயாரானது.

உள்மனம் மூளையின் வேலையையும் தானே ஏற்று, இடக்கை விரல்களுக்கு உடனடியாகக் கட்டளைப் பிறப்பித்தது. விரல்கள் தன் கடமையைச் செவ்வன்னே செய்து, கைப்பேசியின் தொடுதிரையில் எண்களை அழுத்தி அடுத்த நொடி அழைப்பு விட்டிருந்தது.

இணைப்புக் கிடைத்ததும், "ஏன் ப்பா இன்னைக்கு ஃபோன் பண்ணல?" என்று வினவியவனுக்கு விடையாய்,

"ரூம் கதவு மூடியிருக்கு மொழியா.." எனப் பதிலளித்தார் அவனின் தந்தை சிவநாதன்.

"ஏன், என்னாச்சு?" எனப் பதற்றத்துடன் கேட்டவனுக்கு அவர் பதில் சொல்லும் முன்பே, "மொழியா லன்ச் டைம் முடிஞ்சிருச்சு, இன்னும் டூ மினிட்ஸ்ல நமக்கு மீட்டிங். சீக்கிரம் வந்து சேரு, இல்லையினா அந்தச் சப்பாணி மூஞ்சியில வர்ற ரியாக்ஷனைப் பார்த்துச் சகிக்க முடியாம குமட்டிக்கிட்டு வந்துடும்.." என்ற வருண், வேக எட்டுகளில் தனது பணிமேஜையை நோக்கி ஓடினான்.

"நான் மீட்டிங்கை முடிச்சிட்டு வந்து பேசுறேன் ப்பா.." என்ற மொழியனும், அழைப்பைத் துண்டித்துவிட்டு நண்பனைப் பின்தொடர்ந்தான்.

இரண்டரை மணி நேரக் கலந்தாய்வின் முடிவில், தங்களது திட்ட வரையறைகளைக் குழுவின் தலைவரிடம் (டீம்லீடர்) சமர்ப்பித்து, அதற்கான விளக்க உரைகளையும் அளித்து, "குட்.." என்ற ஒற்றைச் சொல்லைப் பெறுவதற்குள், உண்ட உணவைச் செறித்துவிட்டு வந்திருந்தனர் குழுவின் நான்கு உறுப்பினர்களும்.

கலந்தாய்வு அறையில் இருந்து வெளியே வந்த மறுநொடி, மொழியன் தன் தந்தைக்கு அழைப்பு விடுத்திருந்தான். எதிர்ப்புறம் அவர் சொன்ன செய்தியில், அலுவலகத்தில் அனுமதியைப் பெற்றுக் கொண்டு அடுத்த முப்பத்தாறாவது நிமிடம், இருசக்கர வாகனத்தில் தன் வீட்டை அடைந்திருந்தான் அவன்.

வாயிலிலேயே நின்றிருந்த நாதனிடம், "எங்கப்பா?" என்று கேட்க, மாடியறையைக் கைக் காட்டினார் அவர். இரண்டிரண்டு படிகளாய்த் தாவி ஏறி, ஓட்டமும் நடையுமாய் அறை வாயிலை அடைந்து, அதன் கதவைத் திறந்தான் தேன்மொழியன்.

அறைக்குள் விழிகளைச் சுழலவிட்டவன் எதிர்பார்த்தது, அவனது பார்வைக்குக் கிட்டவில்லை. 'எங்கக் காணோம்?' என்று எண்ணியவாறு, தன் தேடுதல் பணியினைத் துவங்கினான் மொழியன்.

அறைகதவின் பின்புறம், அவனது பணி மேஜையின் அடியில், ஓய்வறையில், திரைச்சீலைக்குப் பின்னால் என்று தேடலைத் தொடர்ந்தவன்.. இறுதியாய்ப் படுக்கையின் அடியில் தன் பார்வையைச் செலுத்தினான்.

அவளைக் கண்டதும் ஆடவனின் தேடல் முடிவிற்கு வந்துவிட.. இறுக்கம் தளர்ந்து சற்றே இயல்பானவன், "சாரல்மா, உள்ள என்னடா செய்றீங்க?" என வினவ, அவனது குரல் சப்தத்தில் திரும்பிய சாராவதி, சுருங்கிய முகத்துடன் மொழியனைப் பார்த்தாள்.

"வெளிய வாங்க.." என அவன் கைநீட்ட, "என்னோட கொலுசைக் காணோம் இனியா.." எனக் கலங்கிய விழிகளுடன் கூறினாள் அவள்.

அவன் சிரித்து, "இங்கதான் இருக்கும், நான் தேடித் தர்றேன். நீ முதல வா.." என அழைக்க, "பிராமிஸ்ஸா.." என்று கேட்டு தன் வலக்கையை நீட்டினாள் சாரல்.

"பிராமிஸ், வா.." என மொழியன் உறுதி தந்ததும், தன் இரட்டை ஜடை பின்னல் தரையை உரச, தவழ்ந்து வெளியே வந்தாள்.

"ஏய்ப் பார்த்து பார்த்து, கட்டில்ல முட்டிக்காத.." என்றவனின் எச்சரிக்கையை ஏற்று, "சரி சரி.." என்று தலையசைத்தவாறே இன்னும் கீழே குனிந்து வெளியே வந்து, எழுந்து நின்றாள்.

கலைந்திருந்த அவளது குழலைச் சரிசெய்த மொழியன், "சாப்பிட்டியா டா?"

"இல்ல இனியா. கொலுசுக் காணாம போகவும், எனக்கு அழுகையா வந்திடுச்சு. நீ வர்றதுக்குள்ள தேடிக் கண்டு பிடிச்சிடலாம்ன்னு நினைச்சேன்.." என்றவளின் குரலில் கலக்கம் தெரிந்தது.

"சரி வா, சாப்பிடலாம்.." என அழைத்தவனிடம், "என்னோட கொலுசு..?" என்று வினா எழுப்பினாள்.

"முதல்ல சாப்பாடு, அப்புறம் கொலுசு!" என்றவனின் சொல்லை ஏற்றுத் தலையசைத்தவள், மொழியனின் சொல் பேச்சுக் கேட்டு உணவை உண்டாள்.

அதன்பின் இருவருமாய்த் தங்களது வேலையைத் துவங்கினர். வீட்டின் ஒவ்வொரு அடியையும் ஆராய்ந்து.. இரண்டு மணி நேரமாய்ப் போராடி, ஒரு வழியாய் கூடத்தில் இருந்த இருக்கைக்கு (சோஃபா) அடியில் சாரலின் கொலுசைக் கண்டறிந்தான் தேன்மொழியன். அது அறுந்து போய் இருந்ததைக் கண்ட சாரல், உடனே அழத் துவங்கி விட்டாள்.

"சண்டே நாம கடைக்குப் போய், உனக்குப் புதுக் கொலுசு வாங்கிட்டு வரலாம்.." என மொழியன் உறுதியளித்த பின்புதான், அவளது அழுகை நின்றது.

"பாரு.. ஒரு பொருளைத் தேடுறேன்ற பேர்ல, வீட்டுல இருக்கப் பொருளை எல்லாம் கலைச்சுப் போட்டு வச்சிருக்க. எல்லாத்தையும் சரியா எடுத்து வை!" என அவன் கூற, "சரி.." என்றவள், வாடிய முகத்துடன் அந்த வேலையைக் கவனித்தாள். மொழியனும் அவளோடு சேர்ந்து வீட்டை ஒதுங்க வைக்கும் பணியில் இறங்கினான்.

நடப்பது எதிலும் தலையிடாமல் சிவநாதன், வேடிக்கை மட்டும் பார்த்துக் கொண்டிருந்தார். 'தன் தந்தை அப்படித்தான்!' என்று அறிந்த மொழியனும், பெரிதாய் அதைக் கண்டு கொள்ளவில்லை.

சாரல், என்னதான் அவன் சொல்வதைக் கேட்டு அமைதியாய் இருந்தாலும், வழக்கமான அவளது புன்னகை தொலைந்து போயிருந்தது.

அவளுக்குக் கொலுசு என்றால் மிகவும் பிடித்தம். அதன் ஓசையைக் கேட்பதற்காகவே, மாடிப்படிகளில் அவ்வப்போது வேகமாய் ஏறி இறங்கி விளையாடுவாள். ஜல்ஜல்லென்ற ஒலி காதை நிறைக்க, அதற்கு ஈடாக அவளது சிரிப்பொலியும் அதோடு போட்டியிட்டுத் தேனிசையாய் சிதறும். நடக்கும் போதெல்லாம் காதில் கேக்கும் கொலுசொலித் தற்போது கேட்காது போக, அவளது புன்னகையும் தொலைந்து போனது.

பால்முகத்தின் வாடல் மொழியனின் மனதையும் தைக்க, அவளைப் பழையபடி மாற்றுவதற்கு என்ன

செய்வதெனச் சிந்திக்கலானான்.

வீட்டைத் தூய்மை செய்து கொண்டிருந்தவளிடம், "சாரல் மா, போதும். மீதியை நான் பார்த்துக்கிறேன். நீ போய்க் கையை வாஷ் பண்ணிட்டு ரெஸ்ட் எடு.." என அவளை அனுப்பி வைத்தான் மொழியன்.

வேலைகளை எல்லாம் துரிதமாய் முடித்தவன், தனது அறைக்குச் சென்று கதவைத் தாழிட்டான்.

கன்னத்தைக் கைகளில் தாங்கியவாறு, படுக்கையில் அமர்ந்திருந்த சாரலைக் கண்டவனுக்குச் சிரிப்பு தான் வந்தது. ஓய்வறைக்குச் சென்று குளித்து உடைமாற்றிக் கொண்டு வந்தவன், நேராய்ச் சாரலின் அருகே சென்று அமர்ந்தான்.

"என்னாச்சு, அதான் கொலுசு வாங்கித் தர்றேன்னு சொல்லிட்டேன்ல? அப்புறம் எதுக்கு மூஞ்சியை இப்படிப் பாவக்கா தின்ன மாதிரி உம்முன்னு வச்சிருக்க?" என்று அவன் கேட்க, "சண்டேக்கு இன்னும் நாலு நாள் இருக்கு இனியா!" எனக் கீழதட்டைப் பிதுக்கியவளைப் பார்த்துச் சிரித்தான் அவன்.

"போ, எனக்கு எவ்வளவு கஷ்டமா இருக்கு தெரியுமா?" என முழங்காலை மடக்கி அதில் முகம் புதைத்துக் கொண்ட, சாரலின் முகத்தை நிமிர்த்தி, கைப்பற்றித் தூக்கி நிற்க வைத்தான்.

"என்ன இனியா?" என்று கேட்டவளின் இடையைப் பற்றித் தூக்கிச் சுற்ற, அடுத்தநொடி கலகலவெனச் சிரிக்கத் துவங்கிவிட்டாள் சாரல்.

ஆறேழு சுற்றுக்குப் பின் அவளை இறக்கி விட்டவனிடம், "அப்பா தலைச் சுத்துது, எவ்வளவு வேகமா சுத்துற நீ!" எனக் கண்கள் சிரிக்கக் கேட்டவளின் முகத்தைப் பார்த்ததும்.. ஆடவனின் மனம் நிறைந்து போக, சாரலின் நெற்றியில் இதழ் பதித்து, அவளது முகத்தில் இருந்த வியர்வையைத் துடைத்து விட்டான்.

"இனியா இன்னொரு தடவைச் சுத்துறியா பிளீஸ்?" எனக் கெஞ்சலாய் கேட்டவளிடம், "நாளைக்குச்

சுத்துறேன்.." எனப் பதிலை தந்து, அவளது ஆசைக்கு அடுத்த நாளின் தேதியைக் குறித்தான்.

சரியெனத் தலையசைத்து, "ஆமா, இன்னைக்கு என்ன நீ சீக்கிரமா வந்திட்ட?" என வினவியவளிடம், "நீ எனக்கு மதியம் ஃபோன் பண்ணல. அப்பா கிட்டக் கேட்டதுக்கு ரூம்ல இருந்து வெளிய வரவே இல்லன்னு சொன்னாரு. அதான் உடனே உன்னைப் பார்க்க வந்திட்டேன்.." எனப் புன்னகையுடன் விடையளித்தான்.

பின், "சரி நீ போய் ரெடியாகு. ஸ்கட் வேண்டாம், சுடிதார் போட்டுக்கோ.." என்று சாரலைத் தயாராகி வரச் சொன்னவன், தந்தையிடம் சொல்லிவிட்டு, அவளின் கைப்பற்றிக் கொண்டு கிளம்பினான்.

வெள்ளி வியாபாரம் செய்யும் கடைக்குச் சாரலை அழைத்துச் சென்றவன், புதிதாக ஒரு ஜோடி கொலுசை வாங்கிப் பரிசளித்தான். இருவரும் கோவில், விடுதியில் இரவு உணவு, என்று அன்றைய மிச்சப் பொழுதைக் கழித்துவிட்டு, மழைச் சாரலில் நனைந்தவாறே வீடு வந்து சேர்ந்தனர்.

அவனது அலுவலக நேரத்தில், அன்றைய நாளில் வீட்டில் என்னவெல்லாம் செய்தாள் எனச் சாரலிடம் கேட்டறிந்த மொழியன், சிலபல கதைகள் கூறி அவளைத் தட்டிக் கொடுத்து உறங்க வைத்தான்.

நண்பன் வருண் அனுப்பியிருந்த மின்னஞ்சலைக் கண்டு.. தனது அலுவலகம் சம்பந்தமான வேலைகளை மொழியன் முடிக்கும் போது, மணி நள்ளிரவு பன்னிரண்டாகி விட்டது.

உடலை முன்னும் பின்னும் அசைத்து, இடை மற்றும் காலில் இருந்த சிறுசிறு வலிகளை விரட்டியவன், சாரலின் அருகே படுத்துக் கொண்டான்.

தூக்கத்தில் அவளது கை ஆடவனின் மீது விழ.. அவளது குழந்தை முகத்தை ரசித்தாவாறே, தன்னோடு அணைத்துக் கொண்டு உறங்கிப் போனான்.

* * *

"நத்தம் நத்தம், இறங்குங்க இறங்குங்க.." என்று ஒரு குரல் எங்கிருந்தோ அவனது செவியில் ஒலிக்க, "தம்பி ஏப்பா தம்பி, நீங்க இறங்க வேண்டிய இடம் வந்திடுச்சு.." எனப் பக்கத்தில் அமர்ந்திருந்த பெரியவர் மொழியனின் தோளில் தட்ட, தூக்கம் கலைந்து விழித்தான்.

வந்த கனவை எண்ணித் தனக்குத்தானே புன்னகைத்துக் கொண்டவனின், விழிகளில் நீர் நிறைந்தது. உடனே அதை உள்ளிழுத்துத் தன்னைச் சரிசெய்து கொண்டவன், பார்வையைச் சுழற்றி இடத்தை உறுதி செய்தான்.

"தேங்க்ஸ் சார்.." எனத் தன்னை எழுப்பியவருக்கு நன்றியைத் தெரிவித்து விட்டு, பேருந்தில் இருந்து இறங்கினான். கண்ட கனவை நினைத்தவாறே, சாரலின் சித்தி வடிவழகியின் வீட்டை நோக்கி நடந்தான்.

'கனவா அது? ஐந்து மாதங்களுக்கு முன்பான அவனது வாழ்க்கையின் ஒரு நாள்!'

என்றென்றும் அழியாத பசுமையான நிகழ்வுகளாய், அவனது நினைவுப் பெட்டகத்தில் பதிந்த போன நாட்கள் அவை. ஆனால் அது கைவிட்டுப் போய் இரண்டு மாதங்கள் கடந்துவிட்டது. தவறவிட்ட தன் வாழ்வைத் தேடி, வந்திருக்கிறான் மொழியன்.

நத்தம், திண்டுக்கல் மாவட்டத்தில் இருக்கும் ஊராட்சி ஒன்றியம். கிராமம் என்ற பெயரில் இருக்கும் வளர்ந்து வரும் நகரம்.

தற்போது மொழியன் இங்கு வந்திருப்பது, இரண்டாவது முறையாக. முதல்முறை தனியாக வந்தவன், திரும்பும் போது சாராவதி மற்றும் சாகித்யனுடன் கிளம்பிச் சென்றான்.

எட்டு மாதங்களுக்குப் பின் மீண்டும் வந்துள்ளான், அவனது சாரலைத் தொலைத்து விட்டு. அவள் இங்காவது இருக்க வேண்டுமே என்ற வேண்டுதலோடு.!

வடிவழகியின் வீடு பூட்டியிருப்பதைக் கண்ட மொழியன், அருகில் இருந்த வீட்டில் விசாரித்தான்.

அங்கிருந்தவர், "வடிவு நூறு நாள் வேலைக்குப் போயிருக்கேப்பா.." எனப் பதிலளித்துவிட்டு அவனை ஆராய்ந்தவாறே, "நீ வடிவோட சொந்தக்காரப் பையன் தான? கூட்டிட்டுப் போனியே அந்தப் பொண்ணும், பையனும் எப்படி இருக்காங்க?" என்று நலன் விசாரிக்க, சாரல் இங்கு வரவில்லை என உணர்ந்து.. தன் வேண்டுதல் நிறைவேறாததை எண்ணி உள்ளுக்குள் கதறினான்.

அதைவிட அந்த வலியை முகத்தில் காட்டாது இருக்கும் அவனது முயற்சிதான் நரக வேதனையைக் கொடுத்தது.

'வேறு எங்குச் சென்றிருப்பாள்?' என மனம் ஒருபுறம் சிந்திக்க.. மறுபுறமோ, 'இவ்வளவு தூரம் வந்துவிட்டு, வடிவழகியைப் பார்க்காமல் செல்வது நன்றாய் இராது!' என மூளை எடுத்துரைத்தது.

"சாரலும், சாகித்யனும் நல்லா இருக்காங்க.." என அவருக்குப் பதிலளித்தவன், "வடிவு அத்தை வேலைப் பார்க்கிற இடம் எங்க இருக்கு?" என்றான்.

அவர் இடத்தைக் கூற, "தேங்க்ஸ்ங்க.." என்றவன், அவ்விடத்தை நோக்கி நடந்தான்.

மொழியனைக் கண்டதுமே அவர் மகிழ்ச்சி, குழப்பம், பதற்றம் எனக் கலவையான உணர்வுகளுடன் பாதி வேலையில் இருந்து வேகமாய் ஓடிவந்த வடிவு, "என்ன தம்பி, இவ்வளவு தொலைவு வந்திருக்கீங்க? பிள்ளைங்க நல்லாயிருக்காங்க தான? என் வீட்டுக்காரரு திரும்பவும் வந்து ஏதாவது பிரச்சனை செஞ்சாரா?" எனத் தவிப்புடன் வினவ, "இல்ல அத்தை, அவர் அன்னைக்கு அப்புறம் வீட்டுக்கு வரவே இல்ல.." என அவருக்கு ஆறுதல் தரும் விதமாய்ப் பதில் உரைத்தான்.

"சரி தம்பி.." என நிம்மதி மூச்சு விட்டவர், "ஒரு நிமிஷம், காண்டிராக்டு காரருக் கிட்டச் சொல்லிட்டு வர்றேன், நாம வீட்டுக்குப் போகலாம்!" என அவர் நகர,

"வேண்டாம் அத்தை. சாகி உங்களை நினைச்சு வருத்தப்பட்டான். அவன் இங்க வந்தா பிரச்சனை ஆகும், அதான் நான் உங்களைப் பார்க்க வந்தேன்! உங்க வீட்டுக்காரர் ஏதாவது கேட்டாரா?"

"அது எப்பவும் அப்படித்தான் தம்பி, எதையாவது சொல்லிக்கிட்டே திரியும். குடிக்கிறதுக்குக் காசைக் கொடுத்தா பேசாம போயிடும். என்னை நினைச்சிச் சங்கடப்படாதிங்க, நான் பார்த்துக்கிறேன். சாகிக்கிட்டச் சொல்லிடுங்க, சாருவையும் பார்த்துக்கோங்க.."

"சரி அத்தை.." என்றவன் நடந்ததைப் பற்றி எதுவும் கூறாமல், ஒருவழியாய் அவரைச் சமாளித்தான்.

"காபியாவது குடிங்கத் தம்பி.." என அவர் அன்பும் எதிர்பார்ப்புமாய் வினவ.. அவரை வருந்த வைக்க விரும்பாதவன், "சரி.." என்றான்.

அருகில் இருந்த கடைக்கு வடிவுடன் சென்ற மொழியன், கோப்பைத் தேநீரை மட்டும் அருந்திவிட்டு.. பேச்சு வாக்கில் சாகித்யனின் நண்பர்களைப் பற்றி விசாரித்து அறிந்து கொண்டு, கிளம்பினான்.

பேருந்து நிறுத்தத்திற்குச் செல்லும் பாதையில் ஆடவனின் கால்கள் அதன் போக்கில் சென்று கொண்டிருந்தது. 'என்னால் இதற்கு மேல் முடியாது, அழுது விடுவேன்..' என்று கதறிய இதயத்திடம், 'ஆண்மகன் அழக்கூடாது..' எனக் கட்டளையிட்டு, தவிக்கும் மனதை நிலைநிறுத்த முயன்றது மூளை.

மொழியன் தனது தற்போதைய நிலையை எண்ணி, பெரிதும் கழிவிறக்கம் கொண்டான். 'இது முட்டாள் தனம், முதலில் சாரலைக் கண்டறிய வேண்டும். சுயபட்சாதாபம் கொள்வது சரியல்ல..' என உள்மனம் கண்டிக்க, ஓரளவு தன்னைத் தானே தேற்றிக் கொண்டான்.

'சாரலை வேறு எங்குச் சென்று தேடுவது?' எனச் சிந்தித்தவனுக்கு.. சாகித்யனின் நினைவு தோன்றி, அவனைக் கொல்லும் அளவிற்கு ஆத்திரம் உண்டானது.

ஆம் சாரல் மொழியனை விட்டுச் செல்வதற்குக் காரணம், சாகித்யன் தான். அவன்தான், சாரலைத் தன்னோடு அழைத்துச் சென்று விட்டான்.

மொழியன் அலுவலகக் கலந்துரையாடல் சம்மந்தமாக, திருவனந்தபுரம் சென்ற சமயத்தில் நடந்த நிகழ்வு இது. தந்தை சிவநாதனிடம் விவரம் கேட்டதற்கு, மொழியனின் தமக்கை பார்கவியைக் கைக் காட்டினார் அவர்.

தனக்கு முன்னே பிறந்தவளைப் பற்றி நன்கு அறிந்திருந்த மொழியன், அதற்கு மேல் எதுவும் கேட்காது அமைதியாக இருந்து விட்டான். அன்றே வீட்டிலிருந்து கிளம்பியவன்.. இன்னும் தந்தை, தமக்கை, தங்கை என எவருடனும் பேசவில்லை. சாரலைத் தேடும் அவனது பயணம், இரண்டு மாதங்களாகத் தொடர்கிறது.

இன்னும் மொழியனுக்குப் புரியாத ஒன்று, 'தான் ஏன் அவளுக்காக இவ்வளவு தூரம் தவிக்கிறோம்?' என்பது தான். அத்தோடு சாரலால் எப்படித் தன்னை விட்டுச் செல்ல முடிந்தது என்ற கேள்வியும் எழுந்தது.

ஒருநாள் இரண்டு நாட்கள் அல்ல, முழுதாய் ஐந்து மாதங்கள் மொழியனும் அவளும் ஒன்றாக இருந்திருக்கின்றனர். இவன் தாயாக, அவள் ஆடவனின் மார்பில் தவழும் சேயாக!

ஆரம்பத் தினங்களில் சாகித்யனைக் கேட்டு அழுதவளை, மொழியன் சமாளிப்பதற்குப் பெரும்பாடுப் பட்டுப் போனான். அவளுக்குப் பிடித்த இனிப்பு வகைகள், பனிக்கூழ் (ஐஸ்கிரீம்) இவற்றை எல்லாம் வாங்கிக் கொடுத்தும் கூட, சாரலைச் சமாதானம் செய்ய இயலவில்லை. பின் அவளைக் கொஞ்சி, கெஞ்சி ஏதோ ஓரளவிற்குச் சரிக்கட்டி வைத்தான்.

இருந்தும் அவ்வப்போது சாகித்யனைக் கேட்டுப் பிடிவாதம் செய்வாள் சாரல். அவளது அழுகையை நிறுத்துவதற்கு மொழியன் கண்டறிந்த வழிதான், சாரலைத் தூக்கிச் சுற்றுவது.

கடந்த கால நினைவுகளில் மனம் உழன்று கொண்டிருக்க, உணவை எடுத்துக் கொள்ளாத உடலும் சோர்ந்தது. தோள் பையில் வைத்திருந்த தண்ணீர் பொத்தலை எடுத்து.. தாகத்தைத் தணித்து வயிற்றை நிரப்பிக்கொண்ட மொழியன், பேருந்து நிலையத்தில் தன் பயணத்தைக் துவக்குவதற்காகக் காத்திருந்தான்.

அத்தியாயம் 2

முகம் மறைத்த தாடியும் கண்ணிமைகளைத் தொடும் அளவிற்கு நீண்டு வளர்ந்த கேசமுமாய், விழிகளின் வெள்ளைப் படலம் செந்நிறமாக மாறியிருக்கத் தலைக்கவிழ்ந்து அமர்ந்திருந்தான் தேன்மொழியன்.

உடல்மொழியில் வேதனைப் படர்ந்து, பார்வையில் வலியின் ரேகைகள் தென்படப் பேசும் திராணியற்று, அவனது இதழ்கள் பூட்டிட்டுக் கொண்டன. கண்களின் ஓரம் இருதுளி நீர் வெளியேறியிருந்தது, நண்பன் வருணிடம் இருந்து இரண்டு அறைகளை வாங்கியிருந்த காரணத்தால்!

மொழியன் குற்ற உணர்ச்சியில் வருணைப் பார்க்க இயலாது தவிக்க, அவனோ தன் கோபத்தையும் ஆதங்கத்தையும் கட்டுப்படுத்த போராடிக் கொண்டிருந்தான்.

கைப்பேசி ஒலியானது அவனது உணர்வுகளைச் சற்றே மட்டுப்படுத்தி, கவனத்தைத் தன்புறம் திருப்பியது. அழைப்பை இணைத்ததும், "ப்பா ப்பா.." என்ற மழலைக் குரல் வருணின் செவியைத் தீண்டிய நொடி.. மொத்தச் சினத்தையும் தொலைத்து, ஓரளவிற்கு இயல்பானான் அவன்.

"அம்முக்குட்டி என்னடா செல்லம்?" என்றவனது கேள்விக்கு, " மணி பத்தாகப் போகுது, எங்க இருக்கீங்க? பாப்பா உங்களைக் கேட்டுக்கிட்டே இருக்கா, சீக்கிரம் வீட்டுக்கு வாங்க.." எனப் பதிலையே கட்டளையாய் அளித்தாள், அவனது மனைவி வசுதா. மொழியனின்

தங்கை. ஆம்.. வருண், மொழியனின் தங்கையைத் திருமணம் செய்திருக்கும், அவர்களது வீட்டு மருமகன்.

"ஒரு முக்கியமான வேலைமா, அதான் லேட்டாயிடுச்சு. உன்கிட்ட முன்னாடியே சொல்லி இருக்கணும், நான் தான் மறந்திட்டேன். இன்னும் ஹாஃப் ஹவர்ல வீட்டுக்கு வந்திடுவேன்.." எனக் கைப்பேசியை அணைத்தவன், 'காரணத்தைச் சொன்னா, உன்னால தாங்கிக்க முடியாது! அதான் சொல்லல, ஸாரி வசு..' என மனதிற்குள்ளேயே அவளிடம் மன்னிப்பு வேண்டிக் கொண்டான்.

தற்பொழுது நிதானத்திற்கு வந்திருந்தவன், எதிரே இருந்த நண்பனிடம், "எழுந்திரி மொழியா, வா வீட்டுக்குப் போகலாம்.." என்று அழைத்தான்.

"இல்ல வருண், நான் வரல.." எனப் போதையில் உளறிய மொழியனைக் கண்டு, மனம் வலித்தது அவனுக்கு.

"உனக்கே, நீ செய்யிறது சரின்னுப் படுதா? ஏன்டா இப்படி எல்லாம் நடந்துக்கிற?" என ஆதங்கத்துடன் கேட்ட நண்பனிடம், "சாரலைச் தொலைச்சிட்டேன் வருண், அவளை எங்கெல்லாம் தேடுனேன்னு தெரியுமா? அவ கிடைக்கவே இல்லடா. என்னால எதைப் பத்தியுமே யோசிக்க முடியல. கண்ணை மூடினாலே அவ முகம்தான்டா ஞாபகம் வருது.!" எனக் கலங்கிய குரலில் சொன்னவனைக் கண்டு, வருணிற்கும் கண்கள் கலங்கியது.

"நீ தொலைக்கலடா, அவதான் உன்னை விட்டுட்டுப் போயிட்டா. நீ வேணும்னு நினைச்சிருந்தா, இருந்திருப்பால்ல? வேண்டாம்ன்னு போனவளுக்காக, நீ ஏன்டா உன் வாழ்க்கையைப் பாழாக்கிக்கிற?"

"உனக்குத் தான் தெரியுமே வருண், அவ குழந்தை டா. என்னையும் சாகியையும் தவிர வெளி உலகம் தெரியாதவ. கொஞ்சம் கூடப் பொறுப்பே இல்லாம, நான்தான் தவற விட்டுட்டேன். அவளோட அன்புக்கு நான் தகுதியே இல்லாதவன். வீட்டை விட்டுப் போறப்ப எவ்வளவு அழுதிருப்பா?" எனப் புலம்பிக் கொண்டிருந்தான்

மொழியன்.

அவனது பேச்சைக் கேட்ட வருணின் நிதானம் கரைந்து, "ஆமாடா நீ பொறுப்பில்லாதவன் தான். அப்படி இருந்திருந்தா, நீ கண்டிப்பா விஷேசத்துக்கு வந்திருப்ப. நான் எத்தனை தடவை உனக்கு ஃபோன் பண்ணினேன், புதுவீட்டுக் கிரகப்பிரவேசத்துக்கு வந்திடுன்னு.

வந்த விருந்தாளிங்க எல்லாம் எங்க உன்னோட மச்சானைக் காணோம்னு கேட்டுக்கேட்டு, வேணும்னே வம்புப் பேசுனாங்க. என்னை விடு, வசுவை நினைச்சுப் பார்த்தியா? தன் கூடப் பிறந்த அக்கா, அண்ணன் ரெண்டு பேருமே, தன்னோட வீட்டு விஷேசத்துக்கு வராம இருந்தா.. அவளுக்கு எப்படி இருக்கும்?"

மொழியன் புரியாமல், "அக்கா வரலையா?" என வினவ, "இல்ல வரல.."

"ஏன்?"

"உன்மேலக் கோபம், அதை வசுக்கிட்டக் காட்டுறாங்க. மாமா மட்டும் தான் ஃபங்ஷனுக்கு வந்தாரு. பாவம் அவராலயும் எதுவும் வாயத் திறந்து பேச முடியல. நான் என் குடும்பத்தைத் தான் கட்டுப்படுத்த முடியும். ஊர்வாயை மூட முடியுமா? வசு வேற அழுதிட்டா!

எங்க என்கிட்டச் சொன்னா வருத்த படுவேனோன்னு, நைட்டெல்லாம் தனியா உட்கார்ந்து அழுதுக்கிட்டு இருந்தா. எதுவும் செய்ய முடியல என்னால! ஸாரிடா, அந்தக் கோபத்துல தான் கொஞ்சமும் யோசிக்காம கையை நீட்டிட்டேன்.."

"நீ ஏன்டா ஸாரி கேட்கிற, தப்பு என்மேல தான். ஸாரிடா மாப்பிள்ள.." என்ற மொழியனின் அருகே அமர்ந்து, அவனது தோளில் கையிட்டுக் கொண்டான் வருண்.

சிலநொடிகள் அமைதியாய்க் கழிந்திருக்க, "ஏன்டா இப்படி இருக்க? நீ வீட்டுக்குப் போய் அஞ்சு மாசம் ஆச்சு. மாமாவைப் பத்தி நினைச்சுப் பார்த்தியா?

முன்னப்பின்னத் தெரியாதவங்களுக்கும் அவரைப் பார்த்தவுடனே ஒரு மரியாதை வரும், அந்தளவுக்கு மனுஷன் கம்பீரமா இருப்பாரு. ஆனா இப்ப ரொம்ப ஒருமாதிரி ஆயிட்டாருடா. அவரோட முகத்தைப் பார்க்கவே முடியல, அவ்வளவு வேதனை!

ஆனா அதை வெளிய காட்டிக்காம இருக்கப் போராடுறாரு. வயசான காலத்துல அவரை ஏன்டா இப்படிக் கஷ்டப்படுத்துற?" என வருண் கேட்டதும் தான், தான் என்ன செய்து கொண்டிருக்கிறோம் என்பதே புரிந்தது மொழியனுக்கு.

"ஸாரிடா வருண், நான் சாரலைப் பத்தி யோசிச்சுக்கிட்டு அப்பாவை நினைக்க மறந்திட்டேன்.." என்று மொழியன் வலியுடன் கூற, "எனக்கு எதுக்குடா உன் ஸாரி, இதை நீ மாமா கிட்டதான் கேட்கணும். சாராவை மறந்திட்டு, அடுத்து என்ன செய்யிறதுன்னு யோசி.."

"ஆறு மாசம் அவளோட இருந்திருக்கேன், என்னால எப்படிடா மறக்க முடியும்?"

"என்னடா முட்டாள் தனமாப் பேசுற? சாராவோட பாதுகாப்புக்காக நம்ம வீட்டுக்குக் கூட்டிட்டு வந்த. பார்கவி அண்ணி அவளைத் தப்பா பேசினதும், அன்னைக்கு இருந்த சூழ்நிலையில எதிர்பார்க்காம அப்படி நடந்திடுச்சு. நீ அவளுக்குச் செஞ்ச உதவியைப் பத்தி யோசிக்காம, அந்த நன்றி உணர்ச்சிக் கொஞ்சம் கூட இல்லாம, சாகித்யன் அவளைக் கூட்டிக்கிட்டுப் போயிட்டான். நீதான் போனவளுக்காக, உன்னை உயிரா நினைக்கிற எங்களைக் கஷ்டப்படுத்துற..!"

"நான் அவளுக்கு அதையெல்லாம் உதவியா செய்யலடா.." என்ற நண்பனைப் புரியாது பார்த்தான் வருண்.

அவனது பார்வையின் பொருளை உணர்ந்த மொழியன், வருத்த முறுவல் ஒன்றை உதிர்த்து, "கவலைப்படாத இனிமேல் இப்படி இருக்க மாட்டேன்.

என்னோட கடமையை, நான் சரியா செய்வேன்.." எனப் பதிலளித்தான்.

ஒரு பெருமூச்சை வெளியிட்ட வருண், "உன்னோட மனசுல என்ன இருக்குனு என்னால புரிஞ்சிக்க முடியுதுடா. ஆனா எதிர்காலம் நமக்கு என்ன வச்சிக்கிட்டுக் காத்திருக்குன்னு தெரியல. எதுவா இருந்தாலும், அதை அப்படியே ஏத்துக்கிற அளவுக்கு மனசைத் தயார்படுத்திக்கோ..!"

சட்டென்று சிரித்து விட்ட மொழியன், "இதைவிடவா பெரிசா வந்திடப் போகுது? நான் பார்த்துக்குறேன், நீ கிளம்பு வருண்.."

"நீயும் வாடா.."

"நாளைக்கு வரேன்.."

"ஏன் இப்ப என்ன, ராகுகாலமா இல்ல எமகண்டமா! என்கூட வந்தா ஆகாதோ! ஹோட்டல் ரூம்ல தனியா என்னடா செய்யப் போற?"

"இவ்வளவு நாளா செஞ்சதைத் தான்.."

"நீ எப்படிடா இதைப் பழகின? மொழியா இந்தக் குடிப்பழக்கம் வேண்டாம் டா, நம்ம வாழ்க்கையையே பறிச்சிடும். நான் சொல்லித்தான் உனக்குத் தெரியணுமா என்ன? பார்கவி அண்ணி இப்படி ஆனதுக்குக் காரணமே, அவங்க ஹஸ்பண்டோட குடிதான்.!" என்ற நண்பனின் சொல்லைக் கேட்ட மொழியன், 'புரிந்தது' என்பது போல் தலையசைத்து அதை ஏற்றுக் கொண்டான்.

அதன்பின் ஆயிரம் அறிவுரைகளை நண்பனின் செவிகளில் புகுத்திவிட்டு.. சிறிது நேரத்தில் வருண் கிளம்பிவிட, தலையைப் பிடித்துக் கொண்டு படுக்கையில் சாய்ந்தான் மொழியன்.

திரும்பிப் படுத்தவனின் கண்களில் மேஜையின் அருகேயிருந்த மதுப் போத்தல் தெரிய, அதன்பால் செல்லத்துடித்த கையையும் மனதையும்.. நண்பனின் சொல்லுக்காகக் கட்டுப்படுத்தி, மறுபுறம் திரும்பிக் கொண்டான்.

* * *

வருண் மற்றும் மொழியனின் நட்பும், உறவும் விசித்திரமானது. இருவரும் ஒரே அலுவலகத்தில் தான் இரண்டு வருடங்களாய் பணிபுரிந்தனர். இயல்பான பேச்சுக் கூட இல்லாமல்.. தேவை என்றால் ஒழிய, ஒருவர் மற்றவரிடம் பேச மாட்டார்கள்.

ஒரே குழுவில் இருந்த இவர்களில் யாருக்கு அடுத்ததாய்ப் பதவிஉயர்வு என்ற போட்டியில், வெளிப்படையாய் அல்லாத ஒரு பனிப்போர் எப்பொழுதும் இருவருக்குள்ளும் நடந்து கொண்டே இருக்கும். நற்குணத்திலும் பிடிவாதத்திலும் ஒருவருக்கொருவர் சளைத்தவரும் இல்லை, விட்டுக் கொடுப்பவர்களும் இல்லை.

மொழியனின் தங்கை வசுதாவிற்கு, தரகரின் மூலம் வந்த வரன்தான் வருண். குடும்பத்தார் அனைவருக்கும் அவனைப் பிடித்துவிட, அவர்களின் திருமணம் இனிதே நடந்தேறியது.

அலுவலகத்தில் முகம் திருப்பிக் கொண்டு சென்ற இருவரும், உறவினர்களாயினர். தமையனுக்கும் கணவனுக்கும் இடையே வசுதா ஒரு பாலமாகச் செயலாற்றினாள் என்றுதான் சொல்ல வேண்டும். அவளை மையப்படுத்தி இருவரும் பேசத் துவங்கினர்.

மாப்பிள்ளை மச்சானாக இருவருக்கும் இடையே தோன்றிய உறவு, நாளடைவில் நெருங்கிய நட்பாக மாற்றம் அடைந்தது. உரிமையுடன் மொழியனைக் கண்டிப்பதும், அவனுக்குத் தேவையான பொழுது.. தானே முன்வந்து உதவிகளைச் செய்வதும், அவன் குழம்பித் தவிக்கும் நேரங்களில் தெளிவை ஏற்படுத்திக் கொடுப்பதும் வருண் மட்டுமே!

அன்று சாரலுக்காக மொழியன் துணிந்து அந்த முடிவை எடுத்த போது, அவனுக்கு ஆதரவாய்ப் பேசித்

தோள் கொடுத்தவனும் இதே வருண் தான்! இன்று அவளை மறந்துவிட்டு, வாழ்க்கையின் அடுத்தக் கட்டத்திற்குச் செல்லுமாறு நண்பனை வழி நடத்துபவனும் அவனே தான்!

* * *

பரிதியவன் தன் துயிலில் இருந்து விடுபட்டுச் சோம்பல் முறித்து.. இரவுப்பொழுது கடந்த பின்பும் வானவனுடன் கவிதைப் படித்துக் கொண்டிருந்த வெண்ணிற தேவதையை வழியனுப்பி வைத்துவிட்டு, தன் பகல் பொழுதின் கடமையைச் செய்யக் கிழக்குத் திசையில் உலா வரத் துவங்கியிருந்தான்.

வசுதா சமையலறையில் வேலையைக் கவனிக்க, வருண் தங்களது ஒன்றரை வயது மகளுக்குப் பாலை ஆற்றிக் குடிக்க வைத்துக் கொண்டிருந்தான்.

சமையல் பணியை முடித்தவள் வெளியே வந்து.. குழந்தையின் பொறுப்பைத் தான் ஏற்றுக் கொண்டு, மகளின் அன்புச் சிறையில் இருந்து கணவனுக்கு விடைக் கொடுத்தாள். பணிக்குச் செல்லத் தயாராகி வந்த வருண், காலை உணவை முடித்துவிட்டுக் கிளம்பிய தருணம், வீட்டிற்குள் நுழைந்தான் மொழியன்.

முடித் திருத்தி, சவரம் செய்த தோற்றத்தில் பழைய நண்பனைக் கண்ட வருண், புன்னகையுடன் அணைத்துக் கொண்டான்.

அடுத்ததாய், "வசு.." எனத் தங்கையின் அருகே செல்ல.. தமையனின் மீது கோபத்தில் இருந்தவள், "செல்லக்குட்டி வா, நாம போய் மம்மம் சாப்பிடலாம்.." என்று மகளைத் தூக்கிக்கொண்டு அங்கிருந்து சென்றாள்.

மொழியன் நண்பனைப் பார்க்க, அவனோ தோளைக் குலுக்கிக் கொண்டு வாயிலின் புறம் சென்றான்.

"எங்கடா போற, என்னை வீட்டுக்கு வரச் சொல்லீட்டு..?" என வருணின் கைப்பற்றி நிறுத்த, "ஆஃபிஸ்க்குடா"

"அப்புறம் போகலாம், வா வந்து வசுவைச் சமாதானம் பண்ணு!"

"அண்ணன் தங்கச்சிக்கு நடுவுல நான் வரல, என்னை ஆளை விடு.." என அவன் நழுவ முயல, "மாப்பிள்ள மாப்பிள்ள பிளீஸ்டா.."

"செய்யிறதெல்லாம் நீ, பலிகடா மட்டும் நானா? நல்ல மச்சான்டா நீ!"

"எனக்கு வேற யாருடா இருக்கா?"

"ஆஹான், இதை ஒண்ணு சொல்லீடுடா. வா.. வந்து தொலை, ஆயிரம் இருந்தாலும் மச்சானாப் போயிட்ட! செஞ்சுதான ஆகணும்.." என அலுத்தவாறே உரைத்தாலும், மொழியனின் சொல்லையும், வேண்டுகோளையும் வருண் என்றைக்குமே நிராகரித்ததில்லை.

"வசு மா, பாப்பாவை என்கிட்டக் கொடு. நான் ஊட்டி விடுறேன்.." எனச் சமையலறைக்கு வந்தவனை முறைத்தவள், "ஆஃபிஸ் போகலையா நீங்க..?"

"ச்ச என்ன நீ? எவ்வளவு நாள் கழிச்சு உன் அண்ணன் காரன் வந்திருக்கான். வந்தவனை ஒழுங்காக் கவனிக்க வேண்டாமா...?"

"அதுக்கு.?"

"அதான் இன்னைக்கு லீவு.." என இழுத்தவனை இடைமறித்து, "வர வேண்டிய நேரத்துல வந்தாதான் யாருக்குமே மதிப்பு! நீங்க ஆஃபிஸ் கிளம்புங்க.." என்றவள், குழந்தைக்கான உணவை எடுத்துச் செல்ல, "அப்ப நான் கிளம்பவா வசு? நான் செஞ்சது தப்புதான். அதுக்குத் தண்டனை இதுதான்னா, பரவாயில்ல ஏத்துக்கிறேன். இனிமேல் உன் வீட்டுக்கு வரல.." என்ற தமையனின் சொற்களில் அவளின் கண்களில் நீர் நிறைய, "லூசாடா நீ, என்ன பேச்சு இது?" எனக் கடிந்தான்

வருண்.

கணவனிடம் குழந்தையையும் உணவையும் கொடுத்தவள் அறைக்குள் சென்று விட, "நேத்து மாதிரி இன்னொரு அறை வேணுமா உனக்கு? ஒழுங்காப் போய் அவளைச் சமாதானம் பண்ணு!" என மிரட்டியவனின் சொற்கள் செவியை எட்ட அவசரமாய் வெளியே வந்தாள் வசு.

இருவரும் அவள்புறம் திரும்ப, "அண்ணனை அடிச்சீங்களா நீங்க?" என வினவ, வருண் மனைவியிடம் அகப்பட்ட திருடனாய் மாற.. இம்முறை மொழியன் மாப்பிள்ளையைக் காப்பாற்றும் மச்சினன் ஆனான்.

"அதெல்லாம் ஒண்ணும் இல்ல வசுமா.." என அவன் சமாதானம் கூற.. அவள் நம்பாமல் பார்க்க, ஒரு மணி நேரத்திற்கும் மேல் போராடி நண்பர்கள் இருவரும் இணைந்து பேசி, அவளைப் பழைய நிலைக்குக் கொண்டு வந்தனர்.

பின் தங்கையின் வற்புறுத்தலின் பெயரில் காலை உணவை அங்கேயே முடித்துக் கொண்ட மொழியன், குழந்தையுடன் சிறிது நேரம் விளையாடிவிட்டுக் கிளம்பினான். தான் தங்கியிருந்த விடுதிக்கு வந்தவன், அங்கிருந்த உடைமைகளை எடுத்துக் கொண்டு, தன் வீட்டை நோக்கிச் சென்றான்.

என்னதான்.. தன் சொல்லை ஏற்று, உடனே சாரலைத் தேடுவதை விட்டுவிட்டு வந்த நண்பனை எண்ணி மகிழ்ந்தாலும், அவனது பழைய பொலிவு தொலைந்து கண்களில் ஒருவித வலி இருப்பதைக் கண்டு வருண் மனதிற்குள் பெரும் வருத்தம் கொண்டான். தங்களுடன் இருந்த சிறிது நேரத்திலேயே அவனின் மனநிலையைப் பற்றி, கணவன் மனைவி இருவரும் உணர்ந்து கொண்டனர்.

உறவுகளுக்காக மனதில் இருப்பதை வெளியே காட்டிக்கொள்ளா வண்ணம் புன்னகை அரிதாரம் பூசிக் கொண்டிருக்கிறான் என்பதையும், இனி அவனது

எதிர்காலம் என்னவாக இருக்கும் என்றெண்ணியும் கவலைப் படர்ந்தது இருவருக்கும்.

நாட்கள் நகர்வில் கடந்த காலத்தை மறந்து, மீண்டும் பழைய மொழியனாய் மாறி விடுவான் எனத் தன்னையே சமாதானம் செய்து கொண்டான் வருண். தன் தமையனை நினைத்து வருந்திய மனைவியிடமும், இதையே சொல்லி அவளையும் சமாதானம் செய்தான்.

* * *

முழுதாக ஐந்து மாதங்களுக்குப் பின் வீட்டிற்கு வருகிறான் மொழியன். இடைப்பட்ட இந்தக் காலத்தில் வருணைத் தவிர, தன் குடும்பத்தைச் சேர்ந்த மற்ற எவரையும் அவன் பார்க்கவும் இல்லை, பேசவும் இல்லை.

தந்தையை எப்படி எதிர்கொள்வது என்ற சிந்தனையுடனே, வீட்டின் சுற்றுச் சுவற்றில் இருந்த இரும்பினால் செய்யப்பட்ட வாயிற்கதவில் கை வைத்தான். வழக்கமாக மூடியிருக்கும் கதவு, இன்று திறந்திருப்பதைக் கண்டு குழப்பத்துடன் நுழைந்தவனின், செவியில் கேட்டப் பேச்சுக் குரலில் அதிர்ந்தான்.

அடுத்த நொடியே தன் கால்களை எட்டு வைத்து அவன் உள்ளே சென்ற நொடி, உள்ளே இருந்த அவனது தந்தை சிவநாதனை வீட்டிலிருந்து வெளியேற்ற முயன்று கொண்டிருந்தான் கந்துவட்டிக்காரன்.

அவனைத் தடுத்து, தந்தையைத் தன்னருகே நிறுத்திக் கொண்ட மொழியன், "என்னங்க இது, ஏன் இப்படி நடந்துக்கிறீங்க? அவரோட வயசுக்காவது மரியாதைக் கொடுக்க வேண்டாமா? கொஞ்சமாவது மனசாட்சியோட நியாயமா இருக்கப் பாருங்க.."

கந்துவட்டிக் காரன் சிரித்து, "அப்ப நீ முதல்ல நியாயமா நடந்துக்கணும்யா, வட்டிக் கட்டி மூணுமாசம் ஆச்சு. மாசா மாசம் வட்டிக் கரெக்ட்டா வந்திடணும்னு சொல்லித்தான, உனக்குக் காசு கொடுத்தேன்? நீ எனக்கு

வட்டிக் கட்டல, அதான் இவ்வளவு தூரம் வர வேண்டியதாப் போச்சு.

நாலு தடவை ஒழுங்கா ரூபாயைக் கொடுத்துடுன்னு வாயால உங்கப்பன் கிட்டச் சொல்லிப் பார்த்தேன், அவன் கேட்கல. உன்னையும் காணோம், நான் வேறென்ன செய்றது? எனக்கு என்காசு வேணும்.

வட்டியைக் கொடுத்துட்டு, அப்பனும் மகனும் வீட்டுக்குள்ள காலெடுத்து வைங்க. அதுவரைக்கும் இது என்னோட வீடு. ரோட்டுல நின்னாத்தான் உங்களுக்குப் புத்தி வரும்.." என்றவன் தன்னுடன் வந்த வேலையாளிடம் வீட்டைப் பூட்டுமாறு கட்டளையிட்டான்.

தன்னை ஈன்றவருக்கு இவ்வளவு பெரிய அவமரியாதையைத் தேடித் தந்துவிட்டோமே எனத் தன்னையே நொந்து கொண்டான் மொழியன்.

அவசரமாய் அருகில் இருக்கும் தன்னியக்க வங்கி இயந்திரத்திற்குச் (ஏடிஎம்) சென்றவன், பற்று அட்டையின் மூலம் பணம் எடுக்க.. அது இரண்டு மாத வட்டிக்குத் தான் போதுமானதாய் இருந்தது.

வட்டிக்காரன் முழுப் பணத்தையும் கொடுத்தால் மட்டுமே வீட்டிற்குள் நுழைய விடுவான் என்பதால், வேறுவழியின்றி வருணிற்கு அழைப்பு விடுத்தான். நடந்ததை அவனிடம் பகிர்ந்து உதவிக் கேட்க, அடுத்த அரை மணிநேர இடைவெளியில் பணத்துடன் வந்து சேர்ந்தான் அவன்.

வட்டிப் பணத்தை மட்டும் கொடுத்த மொழியன், விரைவிலேயே மொத்தக் கடனையும் அடைத்து விடுவதாய்க் கூற, "உன்னை நம்ப முடியாது, இப்ப அஞ்சு மாசம் தலைமறைவு ஆனமாதிரி திரும்பப் போயிட்டேனா என்ன செய்யிறது? இத்தனை மாசத்துலப் பணம் கொடுத்திடுறேன், அப்படிக் கொடுக்கலைனா வீட்டைக் காலிப் பண்ணிக்கிறேன்னு எனக்கு எழுதிக் கொடு!" என்றவனை மூன்று ஆண்களும் அதிர்ச்சியுடன் பார்த்தனர்.

"என்ன சார் இது, அநியாயமா இருக்கு?" என வருண் நண்பனுக்காகப் பேச, "அப்ப நீ அவனுக்காக ஜாமின் கையெழுத்துப் போடுறியா?" என்று வினவினான் வட்டிக்காரன்.

செல்வாக்கும், அதிகாரத் துணையும் இருப்பவர்களிடம் பேசி வெற்றிக்கொள்ள இயலாது என உணர்ந்து, தோழனின் கடனுக்காகத் தான் பொறுப்பேற்றுக் கொண்டான் வருண்.

'பெண் கொடுத்த மருமகனிடம் கையேந்தும் நிலைக்கு வந்துவிட்டோமே..' எனச் சிவநாதன் மனதிற்குள் ஒடுங்கிப்போக, மொழியனோ.. 'தன் குடும்பத்தினரை இப்படிச் சிக்கலான நிலையில் நிறுத்தி விட்டோமே..' என்றெண்ணிக் கலங்கினான்.

வட்டிக்காரன் கிளம்பிவிட, "ஸாரிடா மாப்பிள்ள, என்னால உனக்கு மேல மேலக் கஷ்டம்.." என வருந்திய நண்பனிடம், "ப்ச்ச் இதெல்லாம் பெரிய விஷயமா என்ன? அதைவிடு, வாங்க முதல்ல உள்ளப் போகலாம்.." என்ற வருண், சிவநாதனைக் கைப்பற்றி அழைத்துச் சென்றான்.

இவ்வளவு நடந்தும் சிவநாதன் மகனின் புறம் திரும்பவும் இல்லை, சினத்தில் கூட ஒரு சொல் உதிர்க்கவில்லை. தந்தையின் இந்தப் பாராமுகம் அவனின் மனதை மேலும் வதைக்க, அடுத்து என்ன செய்வது என்று புரியாது நின்றிருந்தான் மொழியன்.

அத்தியாயம் 3

தலைக்கவிழ்ந்து கூடத்தில் இருந்த இருக்கையில் அமர்ந்திருந்த சிவநாதனின் அருகே சென்ற மொழியன், தரையில் அமர்ந்து அவரது முழங்காலின் மீது தன்கைகளை வைத்தான். இருவரையும் கவனித்துக் கொண்டிருந்த வருண், பார்வையாலேயே நண்பனிடம் செய்திப் பரிமாறிவிட்டு வெளியே சென்றான்.

"ஸாரி ப்பா, உங்க மனசுல எவ்வளவு வேதனை இருக்கும்னு எனக்குப் புரியுது. உங்களைப் பத்தி யோசிக்காம, எனக்கு என்னோட வலிதான் பெருசுன்னு நான் பாட்டுக்குப் போயிட்டேன். என்னை மன்னிச்சிருங்க ப்பா, ஒருதடவை என்னைப் பாருங்கப்பா, என்னை இப்படித் தள்ளி வைக்காதீங்கப்பா, என்னாலத் தாங்கிக்க முடியல.." என்றவாறு தந்தையின் மடியில் தலைசாய்த்துக் கண்ணீர் உகுத்தவனைக் கண்டு, பெற்ற மனம் தவித்தது.

மகனது தலையை வருடிவிட்டு, "நான் உன்னைத் தள்ளி வைக்கல மொழியா, நீதான் எங்களை எல்லாம் ஒதுக்கீட்ட...!" என்ற நாதனின் குரலில் தோய்ந்திருந்த வலியினை, மொழியனால் நன்றாகவே உணர முடிந்தது. பதில் பேசும் திராணியற்று இருந்த மகனிடம், பேசத் துவங்கினார் சிவநாதன்.

"சாரா உன்னோட வாழ்க்கையில வந்தது எதிர்பாராதது மொழியா. சாகித்யன் அவளோட பொறுப்பை ஏத்துக்கிட்டு, தன்கூடக் கூட்டிட்டுப் போயிட்டான். என்னால அந்தச் சூழ்நிலையில யாருக்காகவும் பேச முடியல. அவனும் ஒண்ணும் தெரியாதவன் இல்ல, சாராவை நல்லபடியா பார்த்துக்குவான்.

ஒருவேளை சாரா இங்க இருந்திருந்தா, அந்த அறியாப் பொண்ணு இன்னும் காயப்பட்டிருப்பா. அதுக்காக நான் உன் அக்கா பார்கவி செஞ்சது சரின்னு சொல்ல மாட்டேன். அவ பண்ணதும் தப்புதான், அதுக்குப் பதிலா நீ நடந்துக்கிட்டதும் தப்புதான்!

இது உன் வீடு. பெத்தவன் நான், கூடப் பிறந்தவங்கன்னு இருக்கும் போது.. உன்னோட பொறுப்புகளை உதறித் தள்ளிட்டு, யாரும் வேணாம்னு வெட்டிக்கிட்டுப் போறது கோழைத்தனம் மொழியா. நான் என்பையனைக் கோழையா வளர்க்கல! எந்தப் பிரச்சனையையும் சமாளிக்கவும், கடந்து வரவும் பழகிக்கணும்! வலியை மறக்கிறதுக்காகப் போதையைத் தேடிப் போற அளவுக்கு, நீ பலகீனமானவனா?" என

வினவியத் தந்தையை அதிர்வுடன் பார்த்தான் மொழியன்.

"அப்பா அது.. அது.. உங்களுக்கு எப்படி?" என்று அவன் திணற, "நேத்து நைட்டே சின்ன மாப்பிள்ள உன்னைப் பார்த்ததையும், பேசினதையும் ஃபோன் பண்ணிச் சொல்லிட்டாரு மொழியா.." என்றதும், கவலைப் படிந்த முகத்துடன் அமைதியானான் அவன்.

மகனின் மனநிலையை உணர்ந்த தந்தையானவர், "உன்னோட கடமைகளை சரியா செஞ்சிட்டு, உனக்குத் தோணுறதைச் செய். அப்ப உன்னைக் கேள்விக் கேட்கவோ, உன் விஷயத்துலத் தலையிடவோ மத்தவங்களுக்கு உரிமை இருக்காது. நான் சொல்லுறது புரியுதா?" என்ற தந்தையிடம், 'புரிகிறது' என்பது போல் கண்களில் நீரோடு தலையசைத்தான் மொழியன்.

சில நிமிடங்கள் அமைதியில் கழிய, வருண் இருவருக்குமான உணவுப் பையோடு வீட்டிற்குள் நுழைந்தான். உண்ண மறுத்த, மாமனாரையும் மச்சினனையும் வற்புறுத்தி அவர்களது வயிற்றை நிரப்பி விட்டவன்.. சிறிதுநேரம் உடன் இருந்து, சிரித்துப் பேசி இருவரையும் ஓரளவுக்கு இயல்பு நிலைக்கு மாற்றிவிட்டுக் கிளம்பிச் சென்றான்.

கதிரவன் நிலமகளுக்கான தன் பகல்நேரச் சேவையை முடித்துக்கொண்டு கிளம்பத் தயாரான சமயம்.. தேநீரைப் பருகியபடித் தொலைக்காட்சியின் செய்திகளில் கண்களைப் பதித்திருந்தான் மொழியன். மகனின் அருகே வந்த சிவநாதன் அவனிடம் ஒரு நோட்டை நீட்ட, என்னவென்று புரியாமல் தந்தையைப் பார்த்தான்.

"என்னப்பா இது?" என்று வினவியவனிடம், "இந்த அஞ்சு மாசத்தோட வரவு செலவுக் கணக்கு.."

"அதை எதுக்குப்பா என்கிட்டக் கொடுக்குறீங்க?" என்றவனிடம், "நம்ம வீட்டோட நிலைமையை நீயும் தெரிஞ்சிக்கணும் மொழியா, அதுக்குத்தான்..!" என்ற சிவநாதன், இரத்தக் கொதிப்பிற்கான தனது

மாத்திரைகளைப் போட்டுக் கொண்டு அவரது அறை நோக்கி நடந்தார்.

செல்லும் அவரையே கேள்வியாய்ப் பார்த்திருந்த மொழியன், அதற்கான விடையைத் தன்கையில் இருந்த நோட்டில் தேடத் துவங்கினான். முழுவதுமாய்ப் பார்த்து முடித்தவனுக்கு, தற்போது இருக்கும் வீட்டைத்தவிரக் கையில் மிச்சமாய் ஒருபைசா கூட இல்லை என்பது புரிந்தது.

வீட்டிற்காக வாங்கிய வங்கிக் கடனும் ஏழெட்டு மாதங்களாய்க் கட்டப்படாமல் இருந்தது. 'அடுத்து என்ன, எப்படி?' என்ற கேள்வி எழ, பெருமளவில் திகைத்தான் அவன்.

* * *

கண்முன்னே அசைந்தாடும் அலைகளின் நளினத்தில் தன் பார்வையை, ஒருவித எதிர்பார்ப்புடன் பதித்திருந்தாள் சாராவதி. கடற்கரை மணலைத் தொட்டவாறு நீண்டிருந்த தன் பாவாடையைச் சற்றே தூக்கிப் பிடித்து, தன் கால்களை நீரில் நனைத்திட ஏதுவாய் நின்று கொண்டாள்.

சற்றே சீற்றத்துடன் வந்த ஒரு பெரும்அலை அவளது முழங்கால் வரை தீண்டி, சில நீர்த்திவலைகளைப் பூமகளின் முகத்திலும் முத்துக்களாய்ச் சிதறிவிட்டுச் சென்றது. அதன் சில்லென்றத் தீண்டலில் மலர்த்தேகம் சிலிர்த்து நரம்புகளினூடே உணர்வுகள் உயிர்த்தெழுந்து நின்றது.

அனிச்சையாய்ப் பெண்மகளின் அதரங்கள் புன்னகையால் விரிய, அடுத்த நொடி பிறைநிலவுப் பற்கள் தன்னை வெளிப்படுத்திக்கொண்டு.. அவளுக்குள் இருந்த இறுக்கத்தைத் தொலைத்துச் சிரிப்பலையைச் சிதறவிட்டது பாவையின் இதழ்களில்.

மலர்ந்த முகமாய் இருந்த சாரலைக் கண்டச் சாகித்யனின் விழிகளில் நீர்நிறைந்து 'வழிந்திடவா?' எனக்

கேட்டுக் கொண்டிருந்தது. சூழலையும் இடத்தையும் உணர்ந்து, சட்டையின் கைப்பகுதியால் கண்களைத் துடைத்துக் கொண்டவன், மூச்சையும் உள்ளிழுத்து வெளியேறத் துடிக்கும் கண்ணீருக்குத் தடை விதித்தான்.

"சாகி இங்க பாரேன். தண்ணி எவ்வளவு சில்லுன்னு இருக்குத் தெரியுமா? நீயும் வா.." எனச் சாரல் அவனைக் கைநீட்டி அழைக்க, "சாரா போதும் விளையாடினது, வா வீட்டுக்குப் போகலாம்.." என்றான்.

உடனே முகம் வாடியவள், "இன்னும் கொஞ்ச நேரம்டா, சாகி.." என்று கண்களால் இறைஞ்ச, "டைம் ஆச்சு சாரா, பாரு இருட்ட ஆரம்பிச்சிடுச்சு. இப்பக் கிளம்பினாத்தான், மெதுவா வீட்டுக்கு நடந்து போக சரியா இருக்கும்.."

"சாகி ப்ளீஸ்டா, இதுவே இனியனா இருந்தா சரின்னு சொல்லுவான் தெரியுமா?" எனக் கீழுதட்டைப் பிதுக்கி அழத் தயாரானவளைக் கண்டு, அவனுக்கும் மனம் வலித்தது.

"சரி சரி அழாத, என் சாரா குட் கேர்ள் தான? குட் கேர்ள்ஸ் அழமாட்டாங்க. சோ நீயும்.." என அவன் பேசி முடிக்கும் முன்னே, "சாராவும் குட் கேர்ள், அழமாட்டா.." எனக் கூறியவள், "ஆனா கொஞ்சமே கொஞ்ச நேரம், தண்ணீல விளையாடிட்டு வரவா?" என்று கேட்டவளைக் கண்டு புன்னகைத்தவன், 'சரி..' எனத் தலையசைத்து விட்டு, மீண்டும் மணற்பரப்பில் அமர்ந்து சாராவைக் கவனிக்கத் துவங்கினான்.

சாகியும் அவளும் தனியே வந்து, ஐந்து மாதங்கள் ஆகிவிட்டது. ஆனால் இன்றளவும் மொழியனையும், அவனிடம் இருந்து அவளுக்குக் கிடைக்கும் சலுகைகளையும் மறக்காது.. ஒவ்வொன்றையும் சாகித்யனுடன் ஒப்பிட்டுக் கொண்டு இருக்கிறாள்.

சாராவைப் பற்றி நன்கு அறிந்தவன் தான் சாகி. இருந்தும் அவன் விலகியிருந்த ஆறுமாத காலத்தில், வெறும் அன்பினால் மட்டும்.. அவளது குழந்தை

மனதிற்குள், மொழியன் சிம்மாசனமிட்டு அமர்ந்து விடுவான் என்று எதிர்பார்க்க வில்லை.

ஒருபுறம் மொழியனின் மேல் நாளுக்கு நாள் மரியாதை அதிகரித்தாலும், மற்றொரு புறம் சாராவுடனான தனது வருங்கால நாட்கள் எப்படி அமையுமோ என்ற பயமும் எழுந்தது ஆடவனுக்குள்.

நேரம் மெல்ல நகரத் துவங்க, கருநிறக் காரிகை இரவு போர்வையைப் போர்த்தத் தயாரானாள். சாகித்யன் சாராவை அழைக்க, அவள் இன்னும் சிறிது நேரம் அவகாசம் கேட்க.. 'முடியாது!' எனப் பெண்மகளின் ஆசைக்குத் தடைவிதித்து, "வா.." என்று தளிர் கரங்களைப் பற்றிக்கொண்டு கிளம்பத் தயாரானான்.

விசாகப்பட்டினம் ராமகிருஷ்ணா கடற்கரையில் இருந்தனர் இருவரும். மலர்ந்திருந்த முகம் சுருங்கி, புன்னகையைத் தொலைத்த அதரங்கள் இறுக்கமாய்ப் பூட்டிட்டுக் கொள்ள.. சாகித்யனின் பிடியில் அடங்கி, அவனைப் பின்தொடர்ந்து கொண்டிருந்தாள் சாராவதி.

சிலநொடிகள் கூட அமைதியாய் இருக்க இயலாதவள், தற்போது ஐந்து நிமிடங்களுக்கு மேலும் இதழ்களைப் பிரிக்காமல் இருக்க.. திரும்பி அவளைக் கேள்வியாய்ப் பார்த்தான் சாகித்யன்.

அவளது முகத்தை வைத்தே அகத்தை உணர்ந்தவன், "என்ன கோபமா, என் மேல?" என்று வினவ, "இல்லையே!" என வேகமாய்த் தலையாட்டினாள் சாரா.

அவளது செயலிலேயே, பெண்மகளின் சினத்தைப் புரிந்து கொண்டவன், "மாங்கா சாப்பிடுறியா சாரா?" என்று வினவினான். ஒருநொடிக் கண்கள் மின்னப் பார்த்தவள் மறுநொடியே, "எனக்கு ஒண்ணும் வேணாம்!" என முகத்தை வேறுபுறம் திருப்பிக் கொண்டாள்.

அவளைக் கண்டு சிரித்தவன், கடற்கரையில் தள்ளுவண்டியில் விற்பனைச் செய்து கொண்டிருந்த கடைக்காரரிடம், "அண்ணய்யா மாம்டிகா இவ்வண்டி (அண்ணா மாங்கா குடுங்க).." எனக் கூறிவிட்டு, "என்த

ரூபாயி? (எவ்வளவு ரூபா?)" என விசாரித்து அதற்கான பணத்தையும் கொடுத்து, வாங்கிக் கொண்டான்.

அதைச் சாராவிடம் நீட்ட, அவளோ மறுத்துத் தலையசைத்து வேறுபுறம் திரும்பி நின்று கொண்டாள்.

"அப்பச் சாராக்கு வேண்டாமா, நானே சாப்பிட்டுக்கவா?" என்று சாகித்யன் ஒருதுண்டை எடுத்துக் கடிக்க, அதைப் பார்த்துச் சாராவின் நாவில் சுவை ஊறியது. 'வேண்டாம் என்று கூறிவிட்டு, இப்போது எப்படிக் கேட்பது?' என்று அவளது குழந்தை உள்ளம் தவிக்க, இயலாமையில் விழிகளில் நீர் நிறைந்து விட்டது.

அவளைக் கவனித்துக் கொண்டிருந்த சாகித்யன், "லூசு எதுக்கு இப்படி அழுகிற? நான் சும்மா தான் விளையாடினேன். இது உனக்காக வாங்கினது தான், இந்தாப் பிடி.." என அவளிடம் நீட்ட.. அடுத்த நொடியே சினம் தொலைத்து, "நிஜமாவா? எனக்காகவா வாங்கின?" என்று நம்பாத பார்வையுடன் வினவினாள்.

"நிஜமா தான், உனக்காகத் தான்.." எனப் பதிலளித்தவன், இங்கேயே சாப்பிடுறியா, இல்ல வீட்டுக்குப் போனதுக்கு அப்புறம் சாப்பிட்டுக்கிறியா?" என்று வினவ.. இரண்டு நொடிகள் சிந்தித்தவள், "வீட்டுக்குப் போகலாம் சாகி. பேசுறப்ப காத்துக்கு மண்ணெல்லாம் வாய்க்குள்ள போகுது. அப்புறம் மிளகாத்தூள் போட்ட மாங்காவைச் சாப்பிட முடியாது, மண்ணு தூவின மாங்காவைத் தான் சாப்பிடணும்.." என்று அவள் கூறியதைக் கேட்டுச் சிரித்தவன், சாராவுடன் மெதுவாக நடக்கத் துவங்கினான்.

கடைக்காரரிடம் ஒரு நெகிழிப்பையைப் பெற்று, தனக்கு விருப்பமான உணவுப் பொருளை அதில் போட்டு, அதற்குப் பாதுகாப்புச் செய்து, வைத்துக் கொண்டாள் அவள்.

கடற்கரைச் சாலையைக் கடந்து மறுபுறம் இருக்கும் அடுக்குமாடிக் குடியிருப்புப் பகுதிக்குள் நுழைந்தனர் இருவரும். தங்களது வீட்டை அடைந்ததும்.. சாரா மாங்காயை ருசிப் பார்ப்பதில் இறங்கி விட, சாகி

இரவுக்கான உணவைத் தயாரிக்கச் சென்றான்.

* * *

'அடுத்தது என்ன?' என்ற கேள்விக்கு விடைத் தேடும் சிந்தனையில் இருந்தான் தேன்மொழியன்.

அவனது குடும்பம் சொல்லிக் கொள்ளும் அளவிற்கு ஒன்றும் வசதிப் படைத்தது அல்ல. குடும்பத் தலைவனின் மாத வருமானத்தில்.. சிக்கனமாகச் செலவுகளைச் செய்து, முடிந்த அளவுச் சேமிக்க நினைக்கும் நடுத்தர வர்க்கம் தான். அவர்களின் மிகப்பெரிய கனவு சொந்தவீடு.

வீட்டின் மூத்தப்பெண் தமக்கை பார்கவிக்குத் திருமணம் முடிந்த தருணம், தந்தைக்குத் தோள் கொடுக்கும் தோழனாய் வளர்ந்து நின்றான் மொழியன். நான்கு ஆண்டுகளில் குடும்பம் ஓரளவு நல்ல நிலைக்கு வந்தது. இரு ஆண்மகன்களின் வருமானம் சொந்தவீட்டின் கனவிற்குத் தூண்டுகோலாய் மாற, மொழியன் வங்கியில் வீட்டுக் கடனிற்கு ஏற்பாடு செய்தான்.

மொழியனின் தாயார் கனகவள்ளியின் நகைகளை இளைய மகள் வசுதாவிற்கு என்று வைத்துவிட்டு.. மற்ற சேமிப்புகளை ஒன்று திரட்டி, புதுமனைக்கு அடித்தளம் இட்டனர். கட்டிடம் பாதி முடிந்த நிலையில் வசுதாவிற்கு மணமாலைக் கைக்கூடி வர, கையில் இருந்த பணத்தில் அவளது திருமணத்தை முடித்தனர்.

சில மாதங்களில் கனகவள்ளிக்கு எதிர்பாரா விதமாய் மாரடைப்பு ஏற்பட்டுவிட, அதுவரை குடும்பத்தில் இருந்த அமைதி பறிபோனது.

இரு பெண்களுக்கும் திருமணம் முடிந்துவிட்ட நிலையில்.. தன் மனைவியைக் கவனித்துக் கொள்வதற்காக, சிவநாதன் விருப்ப ஓய்வு பெற்றுக்கொண்டார். அவருக்குக் கிடைத்த வருங்கால வைப்புநிதியில் (பிஎஃப்) கனகவள்ளியின் மருத்துவச் செலவுப் போக, மீதியைச் சேமிப்பாக வைத்துக்

கொண்டனர் மொழியனும் நாதனும்.

வீட்டுக் கட்டுமானத்திற்கான இதரச் செலவுகளுக்காக வாங்கியது தான், அந்தக் கந்துவட்டிக்காரனிடம் இருந்து பெற்ற பணம். வீடு நல்முறையில் கட்டி முடிக்கப்பட, சொந்த வீட்டிற்குள் அடியெடுத்து வைத்தனர் சிவநாதனின் குடும்பத்தினர்.

அடுத்த ஓராண்டின் முடிவில் கனகவள்ளி காலமாகிவிட, தந்தையும் மகனும் தனித்து விடப்பட்டனர். மகனைத் திருமணம் செய்து கொள்ளும்படி சிவநாதன் கேட்க, அவனோ கடனை முழுவதுமாக அடைத்த பின்புதான் திருமணம் எனக் கூறிவிட்டான்.

இதற்கிடையில் பார்கவியின் கணவனிடத்தில் பல மாற்றங்கள் ஏற்படத் துவங்கியது. ஆரம்ப நாட்களில் அளவோடு இருந்த அவரின் குடிப்பழக்கம் நாளுக்கு நாள் அதிகரித்தது. எப்பொழுதும் மதுவின் போதையிலேயே திளைத்து, அதற்கு அடிமையாகிப் போனார்.

குடி, குடியைக் கெடுக்கும் என்று தெரிந்தும் அதனிடம் தஞ்சம் கொள்பவர்களை என்னதான் செய்வது? தனக்குக் குடும்பம் என்ற ஒன்று இருக்கிறது என்பதையே, மதுவின் துணையினால் பல குடிமகன்கள் மறந்து விடுகின்றனர். பார்கவியின் கணவரும் அதில் ஒருவராக மாறிப் போனார்.

வருமானம் என்று எதுவும் இல்லாமல் போனது. குடும்பத்தினரின் வயிற்றைக் கவனிக்கும் பணியே பெரும் போராட்டமாய் மாறிப் போக, பெற்ற மகளின் எதிர்காலம் கேள்விக்குறியாய்க் கண்ணெதிரே தோன்றி அச்சுறுத்தியது பார்கவிக்கு. கணவனானவன், தந்தையாகவும் தன் கடமையை மறந்துவிட.. வேறு வழியின்றித் தம்பியை எதிர்பார்க்கும் நிலைக்குத் தள்ளப்பட்டார்.

'நீங்கள் பார்த்துத் திருமணம் செய்து வைத்த மாப்பிள்ளை சரியில்லை..' எனப் பிறந்தகத்திற்கு தினம்தினம் வந்து குற்றப் பத்திரிக்கை வாசிக்க.. அவரது வீட்டுத் தேவையையும் மொழியனே கவனிக்க வேண்டியதாயிற்று.

நாதன் வீட்டைக் கவனித்துக் கொள்ள, இளையவன் மொத்தக் குடும்பப் பொறுப்புக்களையும் ஏற்றான். அவனது வருமானத்தில் வீட்டுச் செலவு, வங்கிக்கடன் மற்றும் வெளியே வாங்கிய கடனிற்கு மாதா மாதம் வட்டி, தமக்கை மற்றும் தங்கைக்கான உடன் பிறந்தவனாய் செய்முறை, சிறிதளவு சேமிப்பு என எந்தவிதத் தொய்வும் இன்றி நாட்கள் நகர்ந்தன.

தெளிந்த நீரோடையாய் இருந்த மொழியனது வாழ்வில், காட்டாற்று வெள்ளமாய் வந்து சேர்ந்தவள் தான் சாராவதி. அந்தப் பெரும் வெள்ளத்தில் தடுமாறாமல் தன்னை நிலைநிறுத்திக் கொண்டவன், அவளையும் சேர்த்து நிதானத்திற்கு இழுத்து வந்து தன்னோடு இணைத்துக் கொண்டான்.

ஆரம்ப நாட்களில் பயம் கொள்ளும் குழந்தையாய், அவனது குடும்பத்தினரைக் கண்டு சாகித்யனின் பின்னால் ஒளிந்து கொண்டவள், நாட்கள் நகர்வில் மெல்லத் தன் கூட்டிற்குள் இருந்து வெளிவரத் துவங்கினாள்.

சாகித்யன் கிளம்பிச் சென்றதும் பெண்மகளின் தேடலும் தேவையும், அவளது இனியன் மட்டுமே என்றானான். அவளுக்கு மட்டுமின்றி, அவனுக்கும் அப்படித்தான். சூழ்நிலையின் காரணமாய் ஆடவனது குடும்பத்தில் இணைந்தவள், அவனது மொத்தமும் அவளாகவே மாறிப் போனாள்.

சாராவதி என்பவளின் அடையாளம், மொழியனின் சாரலாய்ப் புத்துயிர் பெற்றது. அவனது தாய் கனகவள்ளியின் உயிர்த்தோழி யமுனாவின் மகள் தான் சாரா.

அவள் மொழியனின் வீட்டிற்கு வந்தபின், அவனது வாழ்வியலின் பாதை புதுமையாய் மாறியது. அவளோடு சேர்த்துச் சாகித்யனின் பொறுப்பையும் மொழியனே ஏற்றுக் கொண்டான்.

இருவருக்குமான தேவைகளுக்குச் சற்றே அதிகப்படியாய், பணம் செலவழிக்க வேண்டி இருந்தது.

கடனிற்குச் சில மாதங்கள் வட்டிப் பணத்தைக் கட்டாமல் நிறுத்தி வைத்து, அதில் சாரல் மற்றும் சாகி இருவரின் செலவையும் ஈடுகட்டினான் மொழியன்.

பணநெருக்கடி ஏற்பட, தமக்கை பார்கவி கேட்கும் அளவிற்குப் பணத்தைத் தரமுடியாது போனது மொழியனால். அவர் கேட்பதில், எழுபது சதவிகிதம் அளவிற்கே பணம் கொடுத்தான். அங்கே துவங்கியது பிரச்சனை!

கையாளாகாதக் கணவனை நம்பி எந்த உபயோகமும் இல்லை என்ற முடிவிற்கு வந்திருந்த பார்கவி, தம்பியின் மூலம் தன்மகளுக்கு ஒரு நல்வாழ்வை ஏற்படுத்திக் கொடுக்க எண்ணியிருந்தார். ஆனால் மொழியனின் நடவடிக்கைகளில் தெரிந்த மாற்றமும், அவன் சாரல் மற்றும் சாகித்யத்யனுக்குக் கொடுத்த முக்கியத்துவமும் அவரைச் சற்றே பயம் கொள்ள வைத்தது.

அழையா விருந்தாளியாய் வந்த சாரல், பிறந்த வீட்டில் தனது உரிமையைப் பறித்துக் கொண்டதாய் நினைத்தார் பார்கவி. அத்தோடு வயதிற்குரிய வளர்ச்சி இல்லாது, பத்து வயது குழந்தை போல் நடந்து கொள்ளும் அவளின் இயல்பும் அவருக்கு, அவளிடம் ஒருவித அழற்சியைக் (அழற்சி = வெறுப்பு, பொறாமை, கடுப்பு) கொடுத்தது.

அதன் வெளிப்பாடாக.. பார்க்கும் சமயங்களில் எல்லாம் பார்கவி அவளைச் சொற்களால் காயப்படுத்த.. அதன் முழுமையான பொருள் புரியாவிடினும், அவர் தன்னைத்தான் திட்டுகிறார் என்று மட்டும் புரிந்து கொள்வாள் சாரல்.

வெளியுலகமும், மனிதர்களின் தேவைக்கேற்றாற் போல் நிறம் மாறிக்கொள்ளும் குணத்தையும் அறியாத பேதை, பார்கவியின் சொற்களுக்குக் காயப்படும் தன் மனதை எவ்வாறு வெளிப்படுத்துவது என்று தெரியாமல் தவிப்பாள். சில நேரங்களில் அடம்பிடித்து அழுவதும், உணவை மறுப்பதும், மௌனவிரதம் காப்பதுமாக அவளது உணர்வுகள் வெளிப்படும்.

அவ்வப்போது வாடிப்போகும் மலர் முகத்தைக் கண்டு மொழியன் அவளிடம் காரணம் விசாரிக்கும் தருணங்களில் மட்டும், பார்கவியின் குத்தல் பேச்சுக்களின் பொருளைக் கூட அறியாது அவனிடம் ஒப்புவிப்பாள். அதன் உள் அர்த்தத்தைப் புரிந்து கொண்டாலும், தமக்கையிடம் விசாரித்தால் உறவுகளுக்கு இடையே விரிசல் ஏற்படும் என்றெண்ணி.. சாராவின் மனதிற்குப் பிடித்ததைச் செய்து, அவளது கவனத்தைத் திசைத் திருப்பி விடுவான் மொழியன்.

தன் பெண்ணைப் பற்றி அறிந்த சிவநாதனும், அவளிடம் பேசி எந்த உபயோகமும் இல்லை என்று அமைதியாக இருந்து கொள்வார். வசுதாவிற்கும் தமையனின் செயல்களில் பிடித்தம் இல்லாது போக, அதனால் நடப்பதைக் கண்டும் காணாது இருக்க, மொழியனைத் தவிர வேறு எவருடனும் சாராவால் இயல்பாகப் பழக முடியவில்லை.

அவள் அவளாகவே இருப்பது மொழியனிடமும் சாகித்யனிடமும் மட்டுமே! மற்றவர்கள் முன்னிலையில் அவள் எப்பொழுதுமே மௌனப் பதுமை தான்! அதனால் பார்கவியின் பேச்சிற்கு, பெரிதாக எந்தவித எதிர்வினையும் காட்டாது அமைதியாக இருந்து கொள்வாள்.

சாகித்யன் சாரலை விட்டுச் சென்ற பின்.. அவளுக்கு மொழியனின் வீடு, உறவுகள், அவனது தொடுகை, அணைப்பு, விளையாட்டு, இருவருக்கும் இடையேயான மென்மையான உணர்வுகள், அவனுடனான நிமிடங்கள் அனைத்தும் பழகிப்போனது. பார்கவியின் நடத்தை உட்பட! அதை அவள் இயல்பாகக் கடக்கவும் பழகிவிட்டாள். பழகிவிட்டாள் என்பதை விட மொழியன் அவளுக்குப் பழக்கிவிட்டான் அந்த ஆறு திங்களில் (மாதத்தில்).

இருவரது இந்த நடவடிக்கை, பார்கவிக்கு மேலும் அழற்சியைத் தந்தது. தன்தம்பி பழைய படி தனக்கு உதவ வேண்டும் எனில், 'சாரலை வீட்டை விட்டு வெளியேற்றுவது ஒன்றே வழி!' என முடிவுக்கு வந்தார்

அவர். தந்தை சிவநாதன், தங்கை வசுதா இருவரிடமும் பேசிப்பார்க்க, அவர்களோ மொழியனது விருப்பத்திற்கு எதிராக நடந்து கொள்ள மாட்டோம் என்று உறுதியாகக் கூறிவிட்டனர்.

தகுந்த சந்தர்ப்பத்திற்காகக் காத்திருந்த பார்கவிக்கு.. அதற்கான வாய்ப்பு அமைய, சாரலைச் சாகித்யனுடன் வீட்டை விட்டு வெளியேற்றி தான் நினைத்ததைச் சாதித்து விட்டார்.

இதோ ஐந்து மாத காலம் ஓடிவிட்டது. நடந்தவைகளை நினைத்து வலியுடன் கூடிய ஆழ்ந்த மூச்சை எடுத்துக் கொண்ட மொழியன், அடுத்து என்ன செய்வது எனச் சிந்திக்கலானான். நண்பன் வருணிற்கு அழைப்பு விடுத்தவன், அவனிடம் உதவிக் கேட்க.. மனைவியின் தமையனுக்காகச் செய்து தருவதாக வாக்களித்தான் அவன்.

அத்தியாயம் 4

வீட்டிற்குள் நுழைந்த மொழியனின் கால்கள், "மாமா.." என்ற அழைப்பில் தடைபடக் குரல் வந்த திசையில் திரும்பினான். தமக்கை மகளைக் கண்டு வியப்புடன் புன்னகைத்தவன், எப்ப வந்த ஸ்ருதி மா, எப்படி இருக்க?"

"நான் நல்லா இருக்கேன் மாமா, நீங்க எங்கப் போனீங்க? இவ்வளவு நாளா!"

சற்றே தயங்கியவன், "வேலை விஷயமா வெளியூர் போயிருந்தேன் மா.." எனச் சமாளிக்க, "ஏன் மாமா பொய்ச் சொல்றீங்க? எனக்கு எல்லாம் தெரியும்!" என்றாள்.

"ப்ச்ச் ஒண்ணும் இல்லடா, அம்மா எங்க?" என்று அவளது கவனத்தைத் திசைத்திருப்ப முயல, "நான் மட்டும் தான் மாமா வந்தேன். உங்களைப் பார்க்கிறதுக்காக.."

"ஏன்டா, ஃபீஸ் கட்ட எதுவும் பணம் வேணுமா?"

"ஏன் மாமா, நாங்க வந்தாலே பணத் தேவைக்குத்தான்னு முடிவு செஞ்சிட்டீங்களா?"

"சேச்சே அதெல்லாம் இல்லடா, ஏன் இப்படிப் பேசுற நீ?"

"ஸாரி மாமா.." எனக் கண் கலங்கியவளின் தலையை வருடியவன், "ஏய் இப்ப எதுக்கு அழுகுற?"

"உங்களை ரொம்பக் கஷ்டப்படுத்துறோம்ல?"

"எனக்கென்ன கஷ்டம்? நான் உனக்குச் செய்யாம வேற யாருக்குச் செய்யப் போறேன். சரி ஒரு வழியா டென்த் முடிச்சிட்ட. அடுத்து என்ன குரூப் எடுக்கப் போற?"

"அக்கவுண்ட்ஸ் தான் மாமா.."

"ஏன்டா நல்ல மார்க்ஸ் தான நீ? பயாலஜி இல்லைனா கம்ப்யூட்டர் சயின்ஸ் எடுக்க வேண்டியது தான?"

"இல்ல மாமா, எனக்கு அதுல இன்ட்ரஸ்ட் இல்ல.."

மெலிதாய் புன்னகைத்தவன், "சரி விடு, உனக்குப் பிடிச்சதைப் படி.."

அவனையே பார்த்திருந்தவள், "உங்களுக்கு எங்க மேலக் கோபம் இல்லையா?"

"எதுக்கு?"

"சாரா அக்கா போனதுக்கு அம்மா தானக் காரணம்? நீங்க என்கிட்டப் பேச மாட்டீங்கன்னு நினைச்சேன் மாமா.." என்றவளின் குரல் தழுதழுக்க, "ஹேய் ஸ்ருதிமா நீ என்னடா பண்ண? உன்கிட்ட நான் பேசாம இருக்கிறதுக்கு! ஏதோ நடந்திடுச்சு விடு, சாப்பிட்டியா நீ?"

"இல்ல, தாத்தா பிரியாணி வாங்கிட்டு வரேன்னு கடைக்குப் போயிருக்காரு.."

"சரி உட்காரு, நான் போய் ஃப்ரெஸ் ஆகிட்டு வந்திடுறேன்.."

"ஒரு நிமிஷம் மாமா.." என்றவள், அவனிடம் ஒரு பையை நீட்டினாள். அவன் கேள்வியாய்ப் பார்க்க, "போன தடவை வீட்டுக்கு வந்திருந்தப்ப, சாரல் அக்கா போட்டுக்கிறதுக்கு அவங்க டிரஸ் கொடுத்தாங்க இல்ல. அதுதான் இது!"

மெலிதாய்ப் புன்னகைத்தவன், "இவ்வளவு நாளா என்ன பண்ண?" என வினவ, "இவ்வளவு நாளா நீங்களும் அக்காவும் இங்க இல்லையே மாமா. அதுனால நானும் வரல.." என்றவளைக் கனிவுடன் பார்த்தவன், "அம்மாக்கிட்டச் சொல்லிட்டுத் தான வந்த?" என வினவினான்.

அவள் புன்னகையுடன் 'ஆம்' எனத் தலையசைக்க, "வந்திட்டியா மொழியா?" என்றவாறே வீட்டிற்குள் நுழைந்தார் சிவநாதன்.

"எந்தக் கடைக்குப்பா போனீங்க? இவ்வளவு நேரம்?" என்றிட, "நேரமாச்சுல இங்க பக்கத்துல இருக்கக் கடையில எல்லாம் தீர்ந்து போச்சுபா, அதான் பஸ் ஸ்டாண்டுக் கிட்டப் போயிட்டு வர்றேன்.."

"ஏன் தாத்தா அவ்வளவு தூரம் இந்த வெயில்ல அலையிறீங்க?" என ஸ்ருதி வருத்தம் கொள்ள, "எவ்வளவு நாள் கழிச்சு வீட்டுக்கு வந்திருக்க. உனக்குப் பிடிச்சதை வாங்கித்தர வேண்டாமா?" என்று அவர் பதிலையே கேள்வியாய் உரைக்க, "ஆமா இப்படியே இருங்க, அதான் எங்கம்மா உங்களை அந்தப் பேச்சுப் பேசுறாங்க!" என்றாள் அவள்.

அதைக்கேட்டு இருவரும் சிரிக்க, "சரி சரி வாங்க, மூணு பேரும் சேர்ந்தே சாப்பிடலாம். தாத்தா நீங்க உட்காருங்க, நான் தட்டு எடுத்திட்டு வர்றேன். மாமா சீக்கிரம், டிரஸ் மாத்தீட்டு வாங்க. இல்லைனா உங்களோடதையும் சேர்த்து நானே சாப்பிட்டுடுவேன்!" என்று அவள் பொய்யாய் மிரட்ட, "வாலு!" என்றவன் சிறுமியின் தலையில் லேசாய்த் தட்டிவிட்டுச் சென்றான்.

சாரலின் உடையை எடுத்து அதற்கான இடத்தில் வைப்பதற்காக அலமாரியின் கதவைத் திறக்க, ஆறுமாதக் காலமாய் உள்ளே அடைந்திருந்த உடைகள் விடுதலைக் கிடைத்ததைப் போல் மொத்தமாய்ச் சரிந்து அவனது காலடியில் விழுந்தன. ஒவ்வொன்றாய் எடுத்து அடுக்கியவனின் கையில், இறுதியாய் அவளுக்கு மிகப்

பிடித்தமான பச்சை வர்ண பாவாடைச் சட்டை இருந்தது.

அந்த உடையை மொழியன் தான் சாரலுக்கு வாங்கிக் கொடுத்திருந்தான். கடைத் தெருவிற்கு அவளுடன் போன போது, "இனியா இந்தப் பூப் போட்ட ஸ்கட் நல்லாயிருக்குல?" என்று கண்கள் மின்ன வினவியவளைக் கண்டு, மனம் உந்த உடனே அதை வாங்கிவிட்டான். உடையை மெதுவாய் வருடியவனுக்கு, அதை அவள் உடுத்திய பின் நடந்த நிகழ்வுகளும் நினைவிற்கு வந்தன.

* * *

அன்று ஞாயிற்றுக் கிழமை என்பதால் வழக்கமான நேரத்தை விடச் சற்றுத் தாமதமாகவே கண்விழித்தான் மொழியன். சாரல் துயிலில் தன்னைத் தொலைத்திருக்க அவளுக்கு இடையூறு செய்யாது தன் காலைக் கடன்களை முடித்துக் கொண்டவன் அறையிலிருந்து வெளியேறினான்.

சிவநாதன் உணவுத் தயாரிக்கும் பணியில் இருக்க, தந்தைக்கு உதவியவன் வேலைகளை முடித்துவிட்டு அவளுக்காகத் தேநீரை எடுத்துக் கொண்டு அறைக்குத் திரும்பினான்.

படுக்கையில் இருந்து இறங்க முயன்ற சாரா அவனைக் கண்டதும் அவசர அவசரமாய் மூடுதிரையை எடுத்துத் தன்மேல் போர்த்திக் கொள்ள, "சாரல் மா, நீ முழிச்சிட்டதை நான் பார்த்திட்டேன். என்ன விளையாட்டு இது, எழுந்திரி. உனக்கு டீ கொண்டு வந்திருக்கேன், போ பிரஸ் பண்ணிட்டு வா.." என அவன் உரைக்க, "இன்னும் கொஞ்சம் நேரம் படுத்துக்கிறேனே..?" என்று இரைஞ்சினாள் அவள்.

"ஏன் இன்னும் தூக்கம் வருதா? பரவாயில்ல எழுந்திரு, சாப்பிட்டுப் படுக்கலாம்!" என அவளருகே வர, "இல்ல வேணாம்.." எனத் தனது முகத்தையும் மூடுதிரைக்குள் ஒளித்துக் கொண்டாள்.

அவன் அருகே வந்து, "என்னாச்சுடா?" எனத் துணியை விலக்கி அவளின் நெற்றியைத் தொட்டுப் பார்க்க.. வேகமாய் எழுந்து நகர்ந்தவள், "ஏன் என் பக்கத்துல வர்ற, வராத. நான் ரெடியாகி வர்றேன், நீ கீழ போ இனியா..!" என்று கட்டளையாய் மொழிந்தாள்.

அவளது பேச்சிலும் நடவடிக்கையிலும் மாற்றத்தை உணர்ந்தவன், "சாரல் எழுந்திரி முதல்ல.!" எனக் கண்டிப்புடன் உரைக்க, அவளோ மருண்டப் பார்வைப் பார்த்தாள்.

ஏதோ நடந்திருக்கிறது எனத் தோன்ற, அவள் போர்த்தியிருந்த துணியைப் பற்றி இழுத்தான்.

மறுப்பாய்த் தலையசைத்து, "இனியா வேண்டாம்..!" என்றவளின் விழிகளில் மெலிதாய் ஈரம் படர, அதற்கான காரணத்தை அவளின் உடையிலும் படுக்கையிலும் இருந்த செந்நிறம் மௌனமாய் உரைத்தது.

உவர்நீரானது கன்னத்தில் வழிய, "இனியா ப்ளீஸ் அடிச்சிறாத, நானே எல்லாத்தையும் துவைச்சிடுறேன்!" என்று உரைத்தவளைக் கண்டு மனம் வலித்தது அவனுக்கு.

தமக்கைத் தங்கையுடன் பிறந்தவனுக்கு, பெண்களின் உடல் ரீதியான மாற்றங்களைப் பற்றிய விபரமும், அதற்கான வலியும் புரிந்திருக்க, "இங்க வா.." என அழைத்தான்.

"இல்ல.." எனத் திணறியவளின் அருகே சென்று வழிந்த கண்ணீரைத் துடைத்து விட்டவன், "நான் ஏன் உன்னை அடிக்கப் போறேன்? எதுக்குடா இப்படிப் பயப்படுற?"

"சித்தி என்னை ஒரு தடவை அடிச்சிட்டாங்க, அதான்!"

"ஏன் அடிச்சாங்க?"

"இதே மாதிரி டிரஸ் எல்லாம் ரெட் கலர்ல ஆகிடுச்சு. நான் அப்படியே வெளியப் போயிப் பக்கத்துல இருந்த பசங்களோட விளையாடிட்டு இருந்தேன். அதைப் பார்த்துட்டு ஏன் வெளிய வந்த, இனிமே வரக்கூடாதுன்னு

சொல்லி என்னை வீட்டுக்குக் கூட்டிட்டுப் போனாங்க. நான் வரமாட்டேன்னு சொன்னேன், அப்புறம் அடிச்சிட்டாங்க.."

"ஹோ.." என்றவன், வடிவழகியால் சாரலுக்குச் சொல்லிப் புரிய வைக்க முடியாததால்.. அடித்து அவளுக்குள் பயத்தை ஏற்படுத்திப் பதிய வைக்க முயன்றிருக்கிறார் என உணர்ந்து கொண்டான்.

அவன், "ரொம்ப அடிச்சாங்களா?"

"இல்ல ஒருஅடி தான். ஆனா பயமா இருந்திச்சு, அழுகை வந்திடுச்சு.."

"சரி விடு, அது.. நீ உடனே அவங்கக் கூப்பிட்டதும் வீட்டுக்குப் போயிருந்தா அடிச்சிருக்க மாட்டாங்க. நீ போகலேல அதான் அடிச்சிட்டாங்க. வடிவு அத்தை உனக்குச் சோறு எல்லாம் ஊட்டி விட்டிருக்காங்க தான, அவங்க நல்லவங்கடா. நான் சொல்லுறது புரியுதா?" என அவள் ஏற்றுக் கொள்ளும் விதமாய் உரைத்தவன், "நீ போய், குளி.." எனச் சாராவை அனுப்பி வைத்தான்.

இரண்டடி நடந்தவள் திரும்பிப் பார்க்க, அவன் படுக்கை விரிப்பை எடுத்துக் கொண்டிருப்பதைக் கண்டு அவசரமாய் அவனருகே சென்றாள் சாரா.

"ஏய் என்ன?" என்றவனின் கையில் இருந்த துணியினை வாங்கியவள், "இதெல்லாம் நீ ஏன் செய்யிற இனியா. நானே செஞ்சிக்கிறேன்.." எனக் கூற, "ஏன் யார் செஞ்சா என்ன?"

"இல்ல சித்தி சொல்லியிருக்காங்க, இந்தமாதிரி ஆச்சுன்னா நானேதான் எல்லாத்தையும் கிளீன் பண்ணனும்னு.."

"அது அங்க இருக்கும் போது சரி, இப்ப நான் பார்த்துக்கிறேன் நீ போ.."

அவள் அசையாமல் நிற்க, "என்னடா?" என்று ஆடவன் வினவ, தயக்கத்துடன் ஏறிட்டாள்.

"என்னாச்சு, ஏன் இப்படி நிக்கிற?"

"புது டிரஸ் இனியா.." என்றவளின் குரல் கலக்கத்துடன் வெளிவந்தது.

மெலிதாய்ப் புன்னகைத்தவன், "பரவாயில்ல, கிளீன் பண்ணா சரியாகிடும். இல்லைன்னாலும் வேற வாங்கிக்கலாம்!"

"ம்ப்ச்ச் நான் தான் நீ வாங்கித் தந்ததை அழுக்காக்கிட்டேன்!"

"நீ ஒண்ணும் பண்ணல, அதுவா நடந்திடுச்சு. இதுக்குத்தான் இவ்வளவு வருத்தமா? நேரமாகுது பாரு சீக்கிரம், நேரத்துக்குச் சாப்பிடலேனா வயிறு வலிக்கும்.." என அவளைக் குளியலறைக்குள் அழைத்துச் சென்றான்.

"நீ கிளீன் எதுவும் பண்ணாத, நான் பார்த்துக்கிறேன்!" என்றுவிட்டு வெளியே வந்தவன், இடைப்பட்ட நேரத்தில் அவளுக்குத் தேவையானதை வெளியே சென்று வாங்கி வந்தான்.

வலியின் காரணமாய் உண்ண மறுத்துப் படுக்கையிலேயே இருந்தவளை, கொஞ்சிக் கெஞ்சி வயிற்றை நிரப்பி விட்டவன், குழந்தையான குமரியின் ஈரக்குழலைத் துவட்டிவிட்டு, பின்னலிட்டு, கதைகள் சொல்லி உறங்க வைத்தான்.

'தங்கையின் இல்லத்திற்குச் சென்று வரலாம்..' எனத் திட்டமிட்டிருந்தவன், சாரலுக்காக அதை மாற்றிக் கொண்டு அன்று முழுவதும் அவளுடனே இருந்து கொண்டான்.

கண்கள் கலங்கி இருந்தது மொழியனுக்கு, அன்றைய தினத்தின் நினைவில். 'சாகித்யன் தனி ஒருவனாய் அவளை எப்படிச் சமாளிக்கிறானோ?' என்ற கவலையும் பயமும் தோன்றியது.

"மாமா எவ்வளவு நேரம், சீக்கிரம் வாங்க.." என்ற ஸ்ருதியின் குரலில் தன்னிலைப் பெற்றவன், முகத்தைத் தூய்மை செய்து கொண்டு கீழிறங்கிச் சென்றான்.

* * *

"என்னங்க இது?" என்று படுக்கை அறை முழுவதும் காகிதங்களைப் பரப்பி வைத்திருந்த கணவனிடம் வினவினாள் வசுதா.

"புதுப் பிஸினஸ் சம்மந்தமான பேப்பர்ஸ் வசுமா. மொழியனே எவ்வளவு வேலை தான் பார்ப்பான். அதான் நானும் ஏதாவது ஹெல் பண்ணலாம்னு!" என்ற வருணையே பார்த்திருந்த மனையாளின் செய்கையைக் கண்டு சிரித்தவன், "என்ன மேடம், சைட் அடிக்கிறீங்களா?" என வினவ, முகம் சிவந்து புன்னகைத்தாள்.

"ஏய் என்னதிது? இப்படி எல்லாம் பண்ணாதமா! ஏகப்பட்ட வேலை இருக்கு, அப்புறம் என்னோட மூட் சேஞ்ச் ஆச்சுன்னா ஒருவேலையையும் முடிக்க முடியாது!" என அவன் ஒற்றைக் கண்சிமிட்டிக் கூற, எழுந்து சென்று கணவனைப் பின்னிருந்து அணைத்துக் கொண்டாள் வசு.

அவளின் கைப்பற்றி இழுத்துத் தனக்கு முன்புறம் கொண்டு வந்தவன், "என்ன?" என்று பார்வையில் தேடலுடன் வினவ, "தேங்க்ஸ்ங்க!"

புரியாது புன்னகைத்தவன், "எதுக்கு?"

"அண்ணனுக்காக எவ்வளவு தூரம் செய்யிறீங்க? எவ்வளவு நெருக்கமான உறவா இருந்தாலும், இந்த அளவுக்கு யாரும் செய்ய மாட்டாங்க.." எனக் குரல் கமறக் கூறியவளின் நெற்றியில் முட்டிச் சிரித்தவன், "மொழியனை மாதிரியும் யாரும் இருக்க மாட்டாங்க வசுமா.." என்றான்.

அவள் புரியாது பார்க்க, "அவன் எனக்கு மச்சினன் மட்டும் இல்ல, ஒரு ஃப்ரண்டும் கூட. ஆஃபிஸ்ல நாங்க ரெண்டு பேரும் முன்னாடி, ஒண்ணா ஒர்க் பண்ணுறப்ப முறைச்சிக்கிட்டே தான் திரிவோம். அதுக்குன்னு எங்களுக்குள்ள சண்டைன்னு நினைச்சுக்காத! ஆனா ஏதோ ஒண்ணு, காரணமில்லாத விலகல்ன்னு வச்சிக்கோயேன்.

நம்மக் கல்யாண ஏற்பாடு நடந்தப்ப, அவன் நினைச்சிருந்தா என்னை வேண்டாம்னு சொல்லியிருக்கலாம்! ஆனா நான் அவன்கிட்ட நடந்துக்கிற முறையைத் தள்ளி வச்சிட்டு.. என்னோட குணம் எப்படி? நல்லவனா, உன்னை நல்லாப் பார்த்துப்பேனான்னு மட்டும் தான் யோசிச்சான்.

நம்மக் கல்யாணத்துக்கு முன்னாடி, என்கிட்ட வந்து தனியா பேசுனான். நிஜமாவே எனக்கு உன்னைப் பிடிச்சிருக்கானு கேட்டான். என் தங்கச்சி ரொம்ப அமைதி, சத்தமா பேசினா கூடத் தாங்கிக்க மாட்டா. அவளைக் கஷ்டப்படாம பார்த்துப்பீங்களா? என்மேல எதுவும் கோபம் இருக்கா, அதுக்காக அவளைக் கஷ்டப்படுத்த மாட்டீங்களே! என்னோட குடும்பச் சூழ்நிலை இதுதான், எங்களால இவ்வளவு தான் செய்ய முடியும்! அப்படின்னு நிறைய விஷயங்களைப் பகிர்ந்துக்கிட்டான்.

உண்மையைச் சொல்லணும்னா, அவன் அப்படிக் கேட்டதுக்காகவே.. எனக்கு உன்னை ரொம்பப் பிடிச்சது!" என வருண் சிரிக்க, "அப்ப என்னை, எனக்காக உங்களுக்குப் பிடிக்கலையா?" என்று முகம் சுருங்கக் கேட்டாள் அவள்.

"உன்னைப் பிடிச்சதுனால தான, உன் அண்ணன் எனக்கு ஃப்ரண்ட் ஆனான்.." என மனைவியின் மூக்கைப் பிடித்து ஆட்ட, "ஆஆ.. விடுங்க வலிக்குது..!" எனக் கணவனது கையைப் பிரித்து விட்டாள் வசு.

"நிஜமாவே வலிக்கிதா என்ன?"

"ஆமா.. அப்புறம் நான் என்ன பொய்யா சொல்லுறேன்!" என முகம் திருப்பி உரைத்தவளின் கழுத்தில் முகம் புதைத்தவன், "ஸாரி.." என்றிட, "இது வருத்தப்பட்டு ஸாரி கேட்கிற மாதிரி தெரியலையே?" என்றவளின் குரல் கணவனது தீண்டலில் மெலிந்து ஒலித்தது.

"நீ வலிக்கிதுன்னு பொய்ச் சொன்னதுக்கு, வேற எப்படி ஸாரி கேட்கிறது?" என அவன் கிசுகிசுப்பாய் வினவ,

"வேலை இருக்குன்னு சொன்னீங்களே?"

"இருக்குதான்.." என இழுத்தவனின் கைவிரல்கள் மனைவியின் தேகத்தினில் உரிமையுடன் எல்லை மீற, "அச்சோ, குழந்தை ஹால்ல விளையாடிட்டு இருந்தா, என்ன பண்ணுறான்னு தெரியலையே..?" என்றவாறு அவனிடமிருந்து விலக.. வருணும் தன் உணர்வுகளில் இருந்து விடுபட்டு, "ப்ச்ச் என்ன வசு, இவ்வளவு நேரமா குழந்தையைக் கவனிக்காம..?" என வினவியவனின் சொற்கள், அவளின் ஓரக்கண் பார்வையில் பாதியிலேயே தடைபட்டது.

சற்று நேரத்திற்கு முன் தந்தையிடம் மகளைக் கொடுத்துவிட்டு வந்தது அவனுக்கு நினைவு வர, "ஏய் வசு, ஏமாத்திட்டாப் போற?" என மனைவியைப் பிடிக்க முயல, அவளோ கணவனுக்கு அழகுக் காட்டிவிட்டு ஓடினாள்.

* * *

"சாரா டைம் ஆச்சுப் பாரு, சீக்கிரம் தூங்கு!" எனச் சாகித்யன் கூற, "இன்னும் கொஞ்சம் நேரம்டா ப்ளீஸ்.." என அவன் வாங்கித் தந்திருந்த ஓவியப் புத்தகத்தில் இருந்த படங்களுக்கு வண்ணம் தீட்டிக் கொண்டிருந்தாள் சாராவதி.

அருகே வந்து அவளது தோளில் லேசாய்த் தட்டியவன், "என்ன செய்யிற?"

"கலர் பண்ணுறேன்டா.."

அவன் அதைப் பறித்துப் பக்கங்களைப் புரட்டிப் பார்த்துவிட்டு, "ஏய் என்னதிது? நேத்து தான் புக் வாங்கிக் கொடுத்தேன். அதுக்குள்ள முக்கால்வாசிப் பக்கத்தை முடிச்சிட்ட?"

"ப்ச்ச் என்ன செய்யிறது சாகி, நீ வேலைக்குப் போறப்ப என்னை வீட்டுல வச்சுப் பூட்டிட்டுப் போயிடுற. இந்த டிவி எல்லாம் பார்க்கப் பிடிக்கல. அதான்!" என்று அவள்

சிரிக்க, "ஸாரி சாரா.." என்றான் அவன்.

புரியாது பார்த்தவள், "எதுக்குடா ஸாரி, ஏதாவது தப்புப் பண்ணாதான் ஸாரி சொல்லணும்னு இனியா சொல்லியிருக்கான். நீ என்ன தப்புப் பண்ண?"

"உன்னை வீட்டுக்குள்ள பூட்டிட்டுப் போறேன்ல..?"

"அதுவா...?" என்று அவள் இழுக்க, "நமக்கு இங்க யாரையும் தெரியாதுல சாரா மா. நீ தனியா இருக்கும் போது யாராவது திருட வந்துட்டாங்கன்னா, உன்னை அடிச்சிட்டா என்ன செய்யிறது. அதுனால தான், உனக்கு ரொம்பக் கஷ்டமா இருக்கா?"

மெலிதாய்ப் புன்னகைத்து, "இனியா ஏற்கனவே என்கிட்டச் சொல்லியிருக்கான். எப்பவும் வீட்டுலப் பத்திரமா இருக்கணும். தனியா எங்கேயும் போகக்கூடாது, தெரியாத யார்கிட்டையும் பேசக்கூடாது. எது வேணும்னாலும் என்கிட்டக் கேளு. நானும் சாகியும் சொல்லுறதைக் கேட்டுச் சமத்துப் பொண்ணா இருக்கணும்ன்னு! அதுனால பரவாயில்ல.." என அவள் வெள்ளை மனதுடன் உரைக்க, கனிவுடன் பார்த்துக் கொண்டிருந்தான் சாகித்யன்.

எப்போதும் மொழியனை நினைத்தவுடனே மனதிற்குள் பிரமிப்புத் தோன்றுவதைப் போல் இன்றும் தோன்ற.. ஒருவித எதிர்பார்ப்புடன், "இனியா யாரு சாரா..?" என்றான் அவன்.

குழப்பத்துடன் அவனைப் பார்த்தவள், "இனியா.." எனச் சில நொடிகள் சிந்தித்து, "இனியா.. இனியா தான்!" என்று சிரித்தாள்.

வேதனையும் இயலாமையும் ஒன்றாய் அவனது உள்ளத்தில் பரவ.. அதை வெளியே காட்டிக் கொள்ளாமல், "சரி போதும், எடுத்து வச்சிட்டுப் படு. காலையில சீக்கிரம் எழுந்திரிக்கணும்!"

"ஏன் சாகி, ஊருக்கு எங்கேயும் போறோமா? இனியாவைப் பார்க்கவா?" என ஆவலுடன் கேட்டவளின் சொற்களில் அவனது கண்களில் நீர்நிறைய, மானசீகமாய்

மொழியனிடமும் சாராவிடமும் மன்னிப்புக் கேட்டுக் கொண்டவன், "ஊருக்குப் போகல, ஹாஸ்பிடல் போகப் போறோம்.."

"ஏன் உனக்குக் காய்ச்சலா?" என அவனது நெற்றியைத் தொட்டுப் பார்த்தவள், "உடம்பு சூடா இல்லையே?" என வினவ, "எனக்கில்ல சாரா உனக்குத்தான்!"

"எனக்கு என்ன, காய்ச்சல் சளி எதுவும் இல்ல. என்னைக் கூட்டிட்டுப் போய் ஊசிப் போட போறியா நீ?"

வறுத்த முறுவலுடன் தலையசைத்து மறுத்தவன், "இல்ல, போனவாரம் வயிறு வலிக்கிதுன்னு சொன்னேல!"

"ஆனா இப்பச் சரியாகிடுச்சே.."

"திரும்பவும் வலி வந்தா என்ன செய்யிறது? அதான் இப்பவே டாக்டரைப் பார்த்திடலாம். நீயும் இனிமேல் தனியா இருக்க வேண்டாம். ஹாஸ்பிடல்ல ஒரு நர்ஸ் எப்பவும் உன்கூட இருப்பாங்க. உன்னை நல்லாப் பார்த்துப்பாங்க.."

"அப்ப நீ..?" என அவள் சற்றே பதற்றத்துடன் வினவ, "நான் தினமும் உன்னைப் பார்க்க வருவேன்! நீ குட் கேர்ளா, டாக்டர் நர்ஸ் சொல்லுறது எல்லாம் கேட்டு நடந்துக்கிட்டா சீக்கிரமே உன்னோட வயிறுவலி சரியாகிடும்! என்ன ஓகேவா?" என்று வினவ, என்னவென்று எதுவும் புரியாமல்.. எப்போதும் போல் சாகித்யனின் சொல்லுக்குத் தலையசைத்தாள் சாரா.

சிறிதுநேரம் அவளிடம் பேசிக் கதைகள் சொல்லி உறங்க வைத்தவன், மறுநாளைக்குத் தேவையான பொருட்களைத் தயார் செய்து வைத்துவிட்டு, தானும் தூக்கத்தைத் தழுவினான்.

அத்தியாயம் 5

இரண்டு வருடங்களுக்குப் பின்..

கதவுத் தட்டும் சப்தம் கேட்டு அறை வாயிலுக்கு விரைந்தான் மொழியன். மகனின் முகத்தைக் கண்டதும் சிவநாதன் ஆராய்ச்சிப் பார்வையுடன், "எப்ப வந்த மொழியா?"

"இப்பதான் ப்பா, ஒரு மணி நேரம் இருக்கும்.." என அவன் பதிலளிக்க, அவரது பார்வை மொழியனைத் தாண்டி அறைக்குள் சென்றது.

தந்தையின் செயலைக் கண்டு புன்னகைத்தவன்.. சற்றே நகர்ந்து வழிவிட்டு, "உள்ள வாங்கப்பா.." என்றான்.

இடது பக்கச் சுவற்றில் அவனும் சாராவும் இணைந்து எடுத்துக் கொண்ட புகைப்படம் இருந்தது. படுக்கையின் மீது அவனது உடைமைகள், பயணப் பையில் தயாராக இருந்தன. மகனை வலியுடன் ஏறிட்டவர், "ஒருவாரம் கழிச்சு இன்னைக்குத் தான் வீட்டுக்கு வந்திருக்க, அதுக்குள்ள எங்கக் கிளம்பீட்ட?"

"ஆந்திராக்கு ப்பா, ஒரு முக்கியமான மீட்டிங். முதல்ல வருண் போறதா தான் இருந்தது. வசு நேத்துக் கால் பண்ணப்ப, ஹாஸ்பிடல் போகணும்னு சொன்னா. அதான் அவனுக்குப் பதிலா, நான் கிளம்புறேன்.."

"ஹாஸ்பிடலுக்கா? ஏன், வசுக்கு என்னாச்சு?" எனப் பதற்றத்துடன் வினவிய தன் தந்தையைப் பார்த்துப் புன்னகைத்தவன், "ப்பா ஏதாவது பிரச்சனை வந்தா தான் ஹாஸ்பிடல் போகணுமா என்ன? நல்ல விஷயத்துக்கும் போகலாம்!" என்றவனைப் பார்த்து மெலிதாய்ப் புன்னகைத்தவர், "நீ எப்ப, நல்ல விஷயம் சொல்லப் போற மொழியா?"

"ஏன் ப்பா, இந்த ரெண்டு வருஷமா நல்ல விஷயமா தான நடந்திக்கிட்டு இருக்கு!" அதற்கு மேல் மகனிடம் பேச முடியாது என்றெண்ணி அவர் அமைதிக் காக்க, சிவநாதனின் கையைப் பற்றி நகர்த்திப் படுக்கையில் அமர வைத்த மொழியன், அருகேயிருந்த நாற்காலியை இழுத்து அவரின் எதிர்ப்புறமாய்ப் போட்டு அமர்ந்து கொண்டான்.

"என்னப்பா விஷயம், ஏன் கொஞ்ச நாளா ஒருமாதிரி டல்லா இருக்கீங்க?" என்று கேட்ட மகனைக் கண்டு வறுத்த முறுவல் ஒன்றை உதிர்த்த நாதன், "நீ என்னையெல்லாம் கவனிக்கிறியா என்ன?"

பதில் புன்னகையை உதிர்த்த மொழியன், "இது என்னோட கடமை ப்பா, எப்படிக் கவனிக்காம இருப்பேன்?"

"அப்புறம் ஏன் இத்தனை நாளா என்கிட்டக் கேட்கல?"

"என்ன விஷயம்னு தெரியும். அதுக்கான பதில் என்கிட்ட இல்ல, அதான் அமைதியா இருந்தேன்.."

"இப்பப் பதில் கிடைச்சுடுச்சா மொழியா?" என ஆர்வத்துடன் கேட்டவருக்கு, 'இல்லை' என மறுத்துத் தலையசைத்தான் அவன். மகனைப் புரியாது பார்த்தவர், "அப்புறம் எதுக்கு என்கிட்ட இப்பப் பேசுற?"

"உங்க கேள்வியே தப்புன்னு புரிய வைக்கத்தான்.." என்றவனைப் பார்த்த நாதன் கலங்கிய குரலில், "மொழியா அப்பாவோட ஆசைடா, நீயும் கல்யாணம் பண்ணிக்கிட்டுச் சந்தோஷமா இருக்கணும்.."

"ஏற்கனவே இருக்கிற உறவுக்கு, நீங்க புதுசா உருவம் கொடுக்கப் பார்க்கிறீங்க ப்பா. நான் அதை ஏத்துப்பேன்னு நினைக்கிறீங்களா?" என்ற மொழியனின் கேள்விக்கு, மறுமொழிப் பேச இயலாது, அவர் அமைதிக் காக்க, "நல்லதாவே நடக்கும், நீங்க எதை நினைச்சும் வருத்தப்படாதீங்க.." என்று மொழியன் ஆருடம் சொல்ல, "அந்த நல்லது, உனக்கு நடந்தா போதும்!" எனப் பதிலுரைத்த தந்தையைப் பார்த்துச் சிரித்தான்.

மகனின் தோளில் தட்டிக் கொடுத்தவர், "வேலை மட்டுமே முக்கியம் இல்ல, உடம்பையும் அப்பப்ப கவனிச்சிக்கணும் மொழியா. நீ எப்ப வீட்டுக்கு வர்ற, எப்பப் போற, என்ன சாப்பிடுற எதுவுமே தெரிய மாட்டிது. இப்பக்கூட உன்னோட பைக் வெளிய நிக்கிறதைப் பார்த்துதான், வீட்டுக்கு வந்ததையே தெரிஞ்சிக்கிட்டேன்.."

"ஸாரி ப்பா, என்னால உங்ககூட டைம் ஸ்பென் பண்ண முடியல. உங்களுக்கே தெரியும், நம்மக் குடும்பச் சூழ்நிலை. இப்பத் தவறவிட்டா, திரும்பவும் பழைய நிலைமைக்கே போயிடுவோம். அப்புறம் மீண்டு வர்றது ரொம்பக் கஷ்டம் ப்பா.." என்று அவன் கூறியதை ஆமோதித்தவர், "சுவர் இருந்தா தான் சித்திரம் வரைய முடியும் மொழியா.."

"எனக்குப் புரியுதுப்பா.." என்று தலையசைத்துப் புன்னகைத்தான் அவன்.

"சரி, ரெடியாகி கீழ வா. டிபன் பண்ணி வச்சிருக்கேன், சாப்பிட்டுப் போ.." என்ற நாதன் மகனின் அறையில் இருந்து வெளியேற, தன் பயணத்திற்கான பொருட்களை எடுத்து வைப்பதில் கவனமானான் மொழியன்.

கிட்டத்தட்ட ஓராண்டிற்குப் பின் தந்தையும் மகனுமாய் இணைந்து உணவை உண்டனர். இடையில் நாதன் தங்களது நிறுவனத்தின் செயல்பாடுகளைப் பற்றி விசாரிக்க, அதன் விவரங்களைப் பகிர்ந்து கொண்டான் மொழியன்.

திடீரென்று வாயிலில் கேட்டச் சப்தத்தில், இருவரது கவனமும் அங்குத் திரும்பியது. பார்கவி தான், தான் வந்த மூவுருளி வாகன ஓட்டுனரிடம் பணத்திற்காகச் சண்டையிட்டுக் கொண்டிருந்தார்.

தந்தையும் மொழியனும் ஒருவரை ஒருவர் பார்த்துப் புன்னகையாலேயே செய்தியைப் பரிமாறிக் கொண்டு, காது கேளாதது போல் இருந்து கொண்டனர்.

"சரி போய்த் தொலை, இந்தா எழுபது ரூபா. உன்கிட்டச் சண்டைப் போட்டுக்கிட்டு இருந்தா, என் தம்பிக்கிட்டப் பேச முடியாம போயிடும்.." என வசைபாடிக் கொண்டே, நூறு ரூபாய்க் கேட்ட வாகன ஓட்டுனரிடம் எழுபது ரூபாயைக் கொடுத்துவிட்டு, சுற்றுச்சுவற்றின் இரும்புக் கதவைத் திறந்தார் பார்கவி.

மூருவுருளி வாகனத்தின் (ஆட்டோ) உரிமையாளன் சில நல்வார்த்தைகளை உதிர்த்துக் கொண்டே செல்வது, உள்ளேயிருந்த இருவருக்கும் கேட்டது.

வீட்டினுள் நுழைந்ததும், தம்பியைக் கண்டவர் நேராகச் சாப்பாட்டு மேஜையில் வந்து அமர, வீட்டின் உரிமையாளர்களாய் மொழியனும் நாதனும் பார்கவியை வரவேற்றனர்.

"நம்ம வீட்டுக்கு வர்றதுக்குப் போய், என்னை வாங்க வாங்கனு கூப்பிட்டுக் கிட்டு இருக்கீங்க? அடச் சும்மா இருங்கப்பா.." எனத் தந்தையிடம் கூறியவர் தம்பியிடம் திரும்பி, "எங்க ஊருக்குக் கிளம்பீடுவியோ, பார்க்க முடியாதோன்னு ஆஃபிஸ்ல இருந்து ஆட்டோவைப் பிடிச்சு வேக வேகமா வந்தேன் மொழியா.." என்றவரை ஆழ்ந்து பார்த்தான் அவன்.

"ஆஃபிஸ்ல இருந்தா?" என வினவிய தம்பியின் குரலில் இருந்த மாற்றத்தை உணர்ந்த பார்கவி, "உன்னைத்தான் வீட்டுல பார்க்கவே முடியலையே, அதான் ஆஃபிஸ்க்கு போனேன்.." என அவசரமாய்த் தன் செயலுக்கான சமாதானத்தைச் சொன்னவர்.. பின், "அங்க போனதுக்கு அப்புறம் தான் தெரிஞ்சது, நீ இன்னைக்கு வெளியூர் போறேனு. அதான் உடனே இங்க வந்திட்டேன்.."

"அப்படி என்ன அவசரம் க்கா?"

"இந்தா மொழியா, இதைப் பாரு.." எனப் புகைப்படத்தை நீட்டினார் பார்கவி.

வலதுகை உணவில் இருக்க, இடதுகையால் அதை வாங்கியவன் சாப்பாட்டு மேஜையின் ஓரமாய் வைத்தான்.

"என்னப்பா அதைப் பார்க்கச் சொன்னா, தூக்கி ஓரமா வச்சிட்ட?"

"என்னது அது?"

"பொண்ணு ஃபோட்டோ மொழியா. நீ பார்த்துச் சரின்னு சொல்லிட்டா, சட்டுபுட்டுனு பேசி முடிச்சிடலாம். அடுத்த முகூர்த்தத்துலயே கல்யாணத்தையும் வச்சிக்கலாம்.."

சின்னதாய்ப் புன்னகைத்த மொழியன், உணவை முடித்திருந்தான். கையைக் கழுவி, அருகேயிருந்த

துவாலையில் துடைத்துக் கொண்டவன், "உன் பொண்ணு லேப்டாப் கேட்டிருந்தா அக்கா. இந்தா.." என்று தன் அலுவலகப் பையில் இருந்து புத்தம்புது மடிக்கணினியை எடுத்துத் தமக்கையிடம் கொடுத்தான்.

"நான் ஆந்திரா போறேன், திரும்பி வர ரெண்டு நாள் ஆகும். நாளைக்கு ஸ்ருதிக்குப் பிறந்தநாள், நான் கிஃப்டா கொடுத்தேனு சொல்லிடுக்கா.." என்றவன், சட்டைப் பையில் இருந்த பணத்தையும் எடுத்துக் கொடுத்து, "வீட்டுச் செலவுக்கு வச்சிக்கோ. பத்தலைன்னா, அப்பாக்கிட்டக் கேட்டு வாங்கிக்கோ.." எனக் கூறிவிட்டுத் தந்தையின் புறம் திரும்பியவன், "நான் போயிட்டு வர்றேன்ப்பா.." என விடைபெற்றுக் கிளம்பினான்.

"மொழியா, பொண்ணு ஃபோட்டோவைப் பார்க்காமலேயே போற.." என்று குரல் கொடுத்த மகளைத் தடுத்து, "வெளியப் போகிறப்ப கூப்பிடாத.." எனக் கூறிய சிவநாதனின் குரலில் கண்டிப்புத் தெரிந்தது.

அதனை அறிந்தாலும் அலட்சியம் செய்த பார்கவி, "நீங்க ஏன் ப்பா இப்படி இருக்கீங்க? அவனுக்குக் காலா காலத்துல ஒரு கல்யாணம் பண்ணி வைக்கணும்னு நினைப்பு இருக்கா உங்களுக்கு? இப்பவே முப்பது வயசாகிடுச்சு, அரைக்கிழவன் ஆனதுக்கு அப்புறம் கல்யாணம் பண்ணலாம்னு இருக்கீங்களா?" என வினவிய மகளை வெறுமையாய்ப் பார்த்த சிவநாதன், "கல்யாண விஷயம் முழுக்க முழுக்க மொழியனோட விருப்பம் தான். நான் அதுல தலையிட மாட்டேன்!" என உறுதியாகக் கூறினார்.

"என்னப்பா இப்படிப் பொறுப்பே இல்லாம பதில் சொல்லுறீங்க? அவன் அப்படித் தான் பேசுவான். நாம தான அவனுக்கு எடுத்துச் சொல்லிப் புரிய வைக்கணும்!"

"சரி நீ சாப்பிடு மா, மத்ததை அப்புறம் பேசலாம்.." எனத் தற்காலிகமாக மகளின் வாய்க்குப் பூட்டுப் போட்டார் சிவநாதன்.

* * *

தனது கணினி வகுப்பு முடிந்து, வீட்டிற்குச் செல்லத் தயாரானாள் சாரா. வழக்கமாகச் சாகித்யனின் வரவிற்காகக் காத்திருக்கும் இடத்தில் நின்றிருந்தவளை, சற்றுத் தள்ளி நின்று பார்த்துக் கொண்டிருந்தான் ஸ்ரீனு. சாரா வகுப்பில் சேர்ந்த முதல் நாளில் இருந்தே, அவளைக் கவனித்து வருகிறான். அவள் பயிலும் கணினி மையத்தில் மேலாளராகப் பணிபுரிபவன் தான் ஸ்ரீனு.

சாரா குடியிருக்கும் பகுதியில் ஓராண்டிற்கு முன்பாகத் துவங்கப்பட்ட, சிறிய அளவிலான சற்றே பிரபலமான கணினி மையம் அது. அங்கு இணையும் மாணவர்களுக்குப் பயிற்சி அளிக்க ஆறு நபர்கள் பணிபுரிய, அவர்களை வழிநடத்தும் பொறுப்பு ஸ்ரீனுவின் உடையது. மாணவர்களுக்கும் அவனுக்கும் நேரடித் தொடர்பு ஏதும் இல்லாததால், ஸ்ரீனுவைப் பற்றி எவரும் அறிந்திருக்க வில்லை. அதில் சாராவும் ஒருவள்.

கடந்த இரு வாரங்களாய், தன்னை யாரோ பின்தொடர்வது போல் உணர்ந்தாள் சாரா. சாகித்யன் இரண்டு வருடங்களாய் அளித்து வந்த சிகிச்சையின் பயனாய், தற்போது பழைய சாராவாக மாறியிருந்தாள் அவள்.

கடந்த கால நிகழ்வுகள் முற்றிலுமாய் மறந்து போயிருக்க, அதன் தேடுதலில் தன்னைத்தானே குழப்பிக் கொண்டிருந்தவளின் கவனத்தைத் திசைத் திருப்பும் பொருட்டே, இந்தக் கணினி வகுப்பில் இணைத்துவிட்டான் சாகி.

இரண்டரை மாதக் காலமாய்ப் போராடி, கடந்த சில தினங்களாகத் தான் தன்னைச் சுற்றி நடப்பதையும் கவனித்து, அதற்கு ஏற்றாற் போல் தன்னையே மாற்றிக் கொண்டு இயல்பாக இருக்கிறாள். அதனால் தானோ என்னவோ.. இத்தனை நாட்களாய் அல்லாது, சில தினங்களாய் மட்டும், பெண்மையின் உள்ளுணர்வு தன்

இயல்பான செயல்களைத் துவங்கியிருந்தது.

சுற்றும் முற்றும் விழிகளைச் சுழற்றியவளின் பார்வையில் ஸ்ரீனு பட, மனதில் எச்சரிக்கை மணி அடித்தது. கண்டும் காணாதது போல் சாரா இருந்து கொள்ள, ஸ்ரீனுவும் அவனது வழக்கமான பணியினைச் செவ்வன்னே செய்து கொண்டிருந்தான்.

நிமிடங்கள் கடக்கப் பெண்மகளின் கண்கள், அனிச்சையாய் அவ்வப்போது அவன் புறம் சென்று வந்தது. அவன் சற்றும் நகராது அதே இடத்திலேயே நிற்க, புதிதாய் ஒருவிதப் பயம் தொற்றிக் கொண்டது சாராவிற்குள்.

'ஆமா யாரு இவன், எதுக்கு இப்படி நம்மளையே பார்த்துக்கிட்டு இருக்கான்? ஏதாவது வம்புப் பண்ணுவானோ? சேச்சே பொது இடம் நிறையப் பேரு இருக்காங்க, அப்படி எதுவும் பண்ண மாட்டான். ஆளும் அப்படிப் பட்டவனா தெரியல..' எனத் தனக்குத் தானே கூறிக் கொள்ள, அவளது மனசாட்சியோ, 'எப்படிப் பட்டவனா தெரியல? உனக்குப் பசங்களைப் பத்தி ரொம்பத் தெரியுமோ? பெருசா ஆராய்ச்சிப் பண்ண போயிட்ட?'

'ஆமால, எனக்குத்தான் சாகிய தவிர, வேற யாரையும் தெரியாதே. கம்ப்யூட்டர் சென்டர்ல கூட எந்தப் பையன் கூடவும் பேசுனது இல்ல. ஒருவேளை பார்க்க டீசண்டா இருந்து, ரவுடிப்பையன் மாதிரி நடந்துக்கிட்டா, என்ன பண்ணுறது? ஐயோ, கைகால் எல்லாம் நடுங்குதே?' எனத் தன் இடக்கையைத் திருப்பி, கைக்கடிகாரத்தில் மணியைப் பார்த்தவள், "இந்தச் சாகி வர்றதுக்கு, இன்னும் நேரம் இருக்கே? அதுக்குள்ள அவன் ஏதாவது பிரச்சனைப் பண்ணிடுவானோ? பேசாம நடந்து வீட்டுக்குப் போயிடலாமா?

இல்ல வேணாம், சாகி வந்து திட்டுவான். அச்சோ என்ன பண்ணுறது?' என அவள் தன் உணர்ச்சிகளுக்குள் சிக்கியிருக்க, பெண்மகளின் முகத்தில் தோன்றும் கலவையான உணர்வுகளை விசித்திரமாய்ப் பார்த்துக்

கொண்டிருந்தான் ஸ்ரீனு.

இதுநாள் வரை இருந்தது போல் அல்லாது, சாரா ஏதோ ஒருவிதப் பதற்றத்தில் இருப்பது போல் தோன்ற, புரியாத பார்வையுடன் அவளை நோக்கிச் சென்றான். ஸ்ரீனு வருவதைக் கண்டதும், அனிச்சையாய் ஓரமாய் ஒதுங்கி நின்றாள் சாரா.

"ஏமாய்ந்தி, ஏதையினா பிராப்ளமா? (என்னாச்சு, எதாவது பிராப்ளமா?)" என வினவியவனை, திருதிருவென விழித்துப் பார்த்தாள்.

சாகித்யனும் அவளும் விசாகப்பட்டினம் வந்து இரண்டு ஆண்டுகள் கடந்து விட்டப் பின்பும், இன்னுமே சாராவிற்குத் தெலுங்கில் பேசத் தெரியாது. மற்றவர்கள் பேசுவதைப் புரிந்து கொள்ள முயல்வது கூட, அவளது நினைவுத் திரும்பிவிட்ட இந்த மூன்று மாதங்களாகத் தான்.

ஸ்ரீனு அவளிடம் கேட்டது புரிந்தாலும், பதில் அளிக்கத்தான் தெரியவில்லை. இன்னும் அவளுக்கு மொழிப் பிரச்சனைத் தீராதிருக்க, இதுவரை பெண்மகளின் ஆங்கிலப் புலமை ஓரளவுக்குக் கைக் கொடுத்து வருகிறது.

ஆனால் இன்று அவன் கேட்டதற்கு, அவளுள் உதித்த முதல் வினா, 'யாருடா நீ, எவ்வளவு தைரியமா வந்து பேசுற? அப்ப நல்லவன் தானா?' உடனே அவளது மனசாட்சி, 'தானா வந்து பேசுனா, நல்லவன் ஆகிடுவானா? அப்புறம் எதுக்கு, இவ்வளவு நேரமா உன்னையே உத்து உத்துப் பார்க்கணும்? நேராவே வந்து பேசியிருக்கலாமே!' என்று கேட்க, 'ஆமால..' எனச் சிந்தனையுடன் அதற்குப் பதிலளித்து விட்டு, வெளியே, "ஹூ ஆர் யூ?" என்றாள்.

அவளை விசித்திரமாய்ப் பார்த்தவன், "சாரா, யூ டோண்ட் நோ மீ? (உனக்கு என்னைத் தெரியலையா)" என வினவியவனை விழிகள் தெறித்துவிடும் அளவிற்கு முறைத்தவள், "அதான் யார் நீனு முதல்லயே கேட்டாச்சுல? அப்புறம் என்ன என்னைத் தெரியலையான்னு ஒரு கேள்வி.

இவன் என்ன பிரதமரா பிரசிடன்ட்டா பார்த்ததும் தெரியிறதுக்கு? ஆமா இவனுக்குப் எப்படி என்னோட பேர் தெரியும்?" என வாய்க்குள் முணுமுணுத்தவளை, மெல்லிய அதிர்வுடன் பார்த்தவன், பின் சட்டென்று சிரித்து விட்டான். அவனுக்குத் தான் அவளின் முணுமுணுப்புக் கேட்டு விட்டதே!

ஸ்ரீனுவின் செயலில் பெண்மகளுக்குள் சற்றே சினம் துளிர்க்க, "எதுக்குடா இப்பச் சிரிக்கிற?"

"மீரு தமுழா?"

"அட நாசமா போனவனே, அது தமிழ்டா.." என்றதும்.. அவன் முறைத்து, "எனக்குத் தமுழ் புரியும், கொஞ்சமாப் பேசுவேன்.."

"கொஞ்சமாத் தான பேசுவ, முழுசாத் தெரியாதுல அப்புறம் என்ன?"

"மீரு பேசிறது நேனு அர்த்தம் சேசுக்குண்டானு. சோ கொச்சம் மரியாதகா மாட்லாடண்டி (நீங்க பேசுறதை நான் புரிஞ்சிக்குவேன். அதுனால கொஞ்சம் மரியாதையாப் பேசுங்க)."

"ஸப்பா முடியல, ஏதாவது ஒரு லாங்வேஜ்ல பேசுடா. ரெண்டையும் இப்படிக் கலந்துக்கட்டி அடிக்கிற? ஆமா, நீ யாரு முதல்ல?"

அவளைப் பொய்யாய் முறைத்தவன், "நேனு ஸ்ரீனு, மீரு வித்யா நேர்ச்சுக்குன்ன கம்ப்யூட்டர் சென்டர் மேனேஜரண்டி.." திருதிருவென விழித்தவள், பின் முகம் சுருங்க, "ஸாரி, எனக்கு நீங்க யாருன்னு தெரியல. அதான் அப்படிப் பேசிட்டேன்.."

"இட்ஸ் ஓகே.."

"ஏன் என்னை ஃபாலோ பண்ணுறீங்க?"

"நூவண்டே நாக்கு இஷ்டம்.." என்றவனின் பதிலில் சாரா திகைத்துப் பார்க்க, மெலிதாய்ப் புன்னகைத்தவன், "காரணம் தெலியது, கானி நேனு நின்னு சூசின க்ஷனமே படிப்போயானு.."

(காரணம் தெரியல. பட் உன்னைப் பார்த்தது நிமிஷமே நேசிக்க ஆரம்பிச்சிட்டேன்..)

வலிந்த முறுவல் ஒன்றை உதிர்த்த சாரா, "ஸாரி மிஸ்டர் ஸ்ரீனு, எனக்கு உங்களைப் பார்த்ததும் அப்படி எதுவும் தோணுல. உங்களோட பேசின இந்தக் கொஞ்ச நேரத்துல, ஒரு மரியாதை வந்திருக்கு. இதுக்கு அப்புறம் நீங்க நடந்துக்குற விதம், அந்த மரியாதையைக் குறைக்காம இருக்கணும்னு விருப்பப்படுறேன்.." என்றவள், சாகித்யனுக்காகக் காத்திராது, வீட்டை நோக்கி நடக்கத் துவங்கினாள்.

செல்லும் அவளையே பார்த்துக் கொண்டிருந்த ஸ்ரீனுயின் கைப்பேசி ஒலி, அவனை நிகழ்வுக்கு மீட்டு வந்தது. நண்பன் வருணின் பெயர் திரையில் தெரிய, தொடர்பை இணைத்துச் செவிப்புலனுக்கு வேலைக் கொடுத்தான்.

"செப்பு வருண்.." என்றவனுக்குப் பதிலாய், "ஸ்ரீ என்னோட மச்சான், ப்ராஜெக்ட் விஷயமா வைசாக் வர்றான். அவனுக்கு இதுதான் ஃபர்ஸ்ட் டைம். உன்னோட அட்ரஸ் எல்லாம் கொடுத்திருக்கேன். நீ கொஞ்சம் கூட இருந்து அவனுக்கு ஹெல் பண்ணா, நல்லாருக்கும்.."

"ஓகே ரா, நேனு சூசுக்குண்டானு.." என்ற ஸ்ரீ கைப்பேசியை அணைத்து விட்டு, சற்றுத் தள்ளி நிறுத்தியிருந்த தன் இருசக்கர வாகனத்தை இயக்கி, இல்லத்திற்குக் கிளம்பினான்.

* * *

விசாகப்பட்டினம் செல்வதற்காக, சென்னை விமான நிலையத்திற்கு வந்திருந்தான் மொழியன். தனது சம்பிரதாயங்கள் (ஃபார்மாலிட்டிஸ்) அனைத்தையும் முடித்துவிட்டு விமானத்திற்காகக் காத்திருக்க, அவனது கைப்பேசி அலறியது.

புன்னகையுடன் தொடர்பை இணைத்தவன், "என்ன வருண் டாக்டரைப் பார்த்துட்டீங்களா?"

"பார்த்தாச்சு மச்சான். கங்கிராட்ஸ் டா, ரெண்டாவது தடவையா மாமாவாகப் போற.."

"என்ன வருண் அக்கா பொண்ணை மறந்திட்டியா? மூணாவது தடவைனு சொல்லு!" என மொழியன் சிரித்ததும், வருணும் அந்தச் சிரிப்பில் இணைந்து கொண்டான்.

சில நொடிகளுக்குப் பின், "ஓகே மொழியா, ஹேப்பி ஜெர்னி. பிஸினஸ் டீலைப் பக்காவா முடிச்சிட்டு வா, ஆல் தி பெஸ்ட்.."

"அதெல்லாம் நான் பார்த்துக்கிறேன். நீ வசுவைக் கவனிச்சிக்கோ.."

"சரி சரி, என்னோட ஃப்ரண்ட் ஸ்ரீனுவோட நம்பரைச் செண்ட் பண்ணுறேன். சேவ் பண்ணிக்கோ. உன்னைப் பிக்கப் பண்ண ஏர்போர்ட்டுக்கு வந்திடுவான்.."

"எதுக்கு வருண் இதெல்லாம், நான் பார்த்துக்க மாட்டேனா?"

"டேய் நான் வைசாக் போறப்ப எல்லாம் அவனோட தான் தங்குவேன். நல்லவன்டா, என்ன ஹெல்ப் கேட்டாலும் பண்ணுவான்.."

"என்னடா போற இடத்துல எல்லாம் ஒருத்தரைப் பிடிச்சிக்குவ போல..?"

"ஊருக்கு ஒருத்தரைத் தெரிஞ்சு வச்சுக்கிறதுல ஒண்ணும் தப்பில்லயே? நமக்கு நல்லதுதான? உதவிக்காக இல்லைன்னாலும் நல்ல ஃப்ரண்ட்ஸிப் கிடைக்கும் பாரு..!"

"சரிதான்.." எனச் சிரித்தவனிடம், "அப்புறம் மச்சான் சொல்லு, உனக்கு எந்தக் கலர்ல கார் வேணும்?"

"ஏது காரா, என்ன திடீர்னு?"

"இப்ப ஓரளவுக்கு நம்மப் பிஸினஸ் டெவலப் ஆகிடுச்சுடா, இனிமேலும் நாம மத்த டீலர்ஸை மீட் பண்ணப் போகிறப்ப டூ வீலர்ல போறது அவ்வளவு சரிவராது. அதான் சொல்லுறேன்!"

"ஆனா இப்பக் கையில அவ்வளவா பணம் இல்லடா. இன்னும் கொஞ்ச நாள் போகட்டுமே..!"

"அதான் கடன் எல்லாம் அடைச்சிட்டியே? ஈ எம் ஐ ல பணத்தைக் கட்டிக்கலாம். நான் வண்டியைப் பார்த்து வைக்கிறேன். நீ வந்ததும் போய் எடுத்துக்கலாம்.." எனக்கூற, "சரி மாப்பிள்ள, நீ யோசிச்சு தான் முடிவெடுப்ப. பார்த்துக்கலாம்..!" என்றவனிடம், "ஏன்டா இப்படி என்னை அநியாயத்துக்கு நம்புற? கம்பெனிய வேற என் பொறுப்புல விட்டுட்டுப் போற, நான் ஏமாத்திட்டா என்ன செய்வ?"

"அந்தக் கம்பெனி ஆரம்பிக்கப் பிள்ளையார் சுழிப் போட்டவனே நீதான். என்னை விட அதுல உனக்குத்தான் உரிமை அதிகம். அப்படியே ஏமாத்தினாலும் ஒண்ணும் பிரச்சனை இல்ல, யாருக்குப் போகப் போகுது? எல்லாம் என் தங்கச்சிக்குத்தான?"

"சரிதான், நல்ல தெளிவுடா நீ! எல்லாத்தையும் உன் தங்கச்சிக்குக் கொடுத்திட்டா நீ என்ன செய்வ?"

"இதுல என்ன இருக்கு? டிகிரி சர்டிபிகேட்டைத் தூசித்தட்டி, வேலைக்கு அப்ளிகேஷன் போட வேண்டியது தான்.." என இயல்பாய் உரைக்க, "என்னடா இப்படிப் பட்டுன்னு சொல்லிட்ட?" என வருண் சிரிப்புடன் வினவ, "வேற என்ன செய்யிறது? என்னால உன்கூடச் சண்டை எல்லாம் போட முடியாது!" என்று இவனும் சிரித்தான்.

நண்பனுக்குத் தன்மேல் இருக்கும் நம்பிக்கையையும், உடன் பிறந்த பெண்களின் மேல் இருக்கும் அன்பையும் கண்டு நெகிழ்ந்தவன், "சரிடா மொழியா, பார்த்துப் போயிட்டு வா.. என விடைக் கொடுக்க, "ஓகே மாப்பிள்ள, பாய்.." என்று தொடர்பை நிறுத்தி விட்டுத் திரும்பிய மொழியன், பக்கவாட்டில் கண்ணாடித் தடுப்பின் வழியே தெரிந்த விமான ஓடுதளத்தில் தன் கண்களைப் படரவிட்டான்.

அத்தியாயம் 6

வெகுநேரமாய் ஏதோ சிந்தனையில் லயித்திருந்த சாராவை விசித்திரமாய்ப் பார்த்தான் சாகித்யன். வழக்கமாகக் கணினி வகுப்பு முடிந்து அவன்தான், சாராவை அழைத்து வருவான். ஆனால் அன்று அவளாகவே வந்திருந்தாள். பணி முடிந்து சாகி வந்தபின்பும் கூட, அவள் இயல்புக்கு மாறவில்லை.

என்ன காரணமாக இருக்கும் என்று யோசித்தவன், அவளிடமே கேட்டுவிட முடிவெடுத்துப் பேச்சைத் துவங்கினான்.

"சாரா, ஏய் சாரா.."

"என்னடா?" என்றவளைப் பொய்யாய் முறைத்தவன், "எந்தக் கோட்டையைப் பிடிக்கப் பலமான யோசனையில இருக்கீங்க மேடம்?"

"ம்ம் கோல்கொண்டா கோட்டைய வாங்குறதுக்குத் தான்.."

"அதை விற்கிறதா சொன்னாங்களா என்ன?"

"விற்கலைன்னாலும் நாம ஆட்டையைப் போடுவோம். எனக்காகச் செய்ய மாட்டியா என்ன?"

"என்னை உள்ளத்தள்ளப் பிளான் போடுற மாதிரி தெரியுதே?" என்றவனைப் பார்த்து சிரித்தவள், "தோசை சுடவா சாகி, சாப்பிடுறியா?" எனக் கேட்டுக் கொண்டே சமையலறை நோக்கிச் சென்றாள் சாரா.

"இல்ல, கொஞ்ச நேரம் கழிச்சு சாப்பிடுறேன். முதல்ல நீ வந்து உட்காரு.." என அவளின் கைப்பற்றி இழுத்து தன் எதிரே அமர வைத்தான் சாகி.

"என்னடா?" என்று புரியாத பார்வையுடன் கேட்டவளை ஆழ்ந்து நோக்கியவன், "என்ன விஷயம் சாரா?"

"எது என்ன?"

"எப்பவும் நாம ரெண்டு பேரும், சேர்ந்து தான் வீட்டுக்கு வருவோம். ஆனா இன்னைக்கு நீ தனியாவே

வந்திருக்க. அதுவும் இல்லாம உன் முகமே சரியில்ல, ரொம்ப நேரமா எதையோ போட்டு மனசுல குழப்பிக்கிட்டு இருக்க. என்னன்னு சொல்லு!"

ஓர் ஆழ்ந்த மூச்சை எடுத்துக் கொண்டவள், ஸ்ரீனுவைப் பற்றியும் அவனுடன் பேசியதையும் சாகித்யனிடம் பகிர்ந்து கொண்டாள். அதைக் கேட்டவனுக்குச் சற்றே அதிர்ச்சி தான்.

ஏனோ மொழியனுக்குத் துரோகம் செய்து கொண்டிருப்பது போல் தோன்றியது. ஆனால் சாராவிடம் நடந்த நிகழ்வுகளைப் பகிர்ந்து கொள்ளும் தைரியமும் சாகித்யனுக்கு இல்லை.

தன்னைச் சற்றே நிதானித்துக் கொண்டவன், "நீ என்ன நினைக்கிற சாரா?" என்று அவளிடம் கேட்க, "இதுல நான் நினைக்க என்ன இருக்கு?"

"உனக்கு ஸ்ரீனுவ.." அடுத்து எப்படிக் கேட்பது என்று தெரியாது அவன் பாதியிலேயே நிறுத்த, சாகித்யனின் தலைவருடிப் புன்னகைத்தாள் சாரா.

"என்னடா, புதுசா என்கிட்ட தயங்குற?" எனக் கேட்டவளுக்கு விடையாய், "இப்படியே கடைசி வரைக்கும் இருக்க முடியாதுல? கல்யாணம்னு ஒண்ணு எல்லாரோட லைஃப்லையும் வரும் தான?" என்று உரைத்தவன், மனதிற்குள்ளேயே மொழியனிடம் மன்னிப்பு வேண்டிக் கொண்டான்.

"நீ சொல்லுறது சரிதான் சாகி, கல்யாணம்னு ஒண்ணு நடக்கும் தான். ஆனா துணையா வரப் போறவன் என்னோட மனசுக்குப் பிடிச்சவனா இருக்கணும்ல?"

"ம்ம், ஏன் ஸ்ரீனுவை உனக்குப் பிடிக்கலையா?"

"பிடிக்கலைனு இல்ல, ஆனா மனசுக்கு சரின்னு தோணல.."

"என்ன சொல்லுற சாரா, எனக்குப் புரியல.."

"எனக்குமே புரியல சாகி, ரொம்பவே நெருக்கமான ஒண்ணைத் தொலைச்சிட்ட மாதிரி தோணுது. ஸ்ரீனு என்கிட்ட, எனக்கு உன்னைப் பிடிச்சிருக்குனு சொன்னப்ப,

மனசுக்குள்ள ஏதோ ஒரு வலி. தொலைச்சதைத் தேடணும்னு ஒரு உணர்வு. ஆனா அது எதுன்னு தான் தெரியல.

மனசு எதுக்கோ ஏங்குது, எதையோ எதிர்பார்க்குது. எங்க, கடைசி வரைக்கும் எனக்குக் கிடைக்காமையே போயிடுமோனு பயமாவும் இருக்கு. அழுக வர்ற மாதிரி இருக்கு சாகி, ஆனா அழ முடியல. பழசை எல்லாம் மறந்திட்டு, நான் படுற பாடு இருக்கே? ரொம்ப அவஸ்தையா இருக்குடா.." என்றவளின் விழிகளில் நீர் நிறைந்து நிற்க, கலங்கிய கண்களுடன் அவளை அணைத்துக் கொண்டான் சாகித்யன்.

'ஸாரி சாரா! உன் மனசு எதை யாரைத் தேடுதுனு தெரிஞ்சிருந்தும், அதுக்குப் பதிலோ சமாதானமோ எதுவும் சொல்ல முடியாத நிலைமையில இருக்கேன். ஒருவேளை இப்ப மொழியனோட வாழ்க்கை மாறியிருந்தா, உன்கிட்ட அவரைப் பத்திச் சொல்லுறதுல எந்தப் பிரயோஜனமும் இல்ல.

இப்ப நீ அனுபவிக்கிற கஷ்டத்தை விட, உண்மைத் தெரிஞ்சா அதிகமா அனுபவிப்ப. வேணாம் சாரா, உனக்கு என்னைக்குமே மொழியனைப் பத்தித் தெரிய வேணாம். அவருக்கும் உன்னைப் பத்தித் தெரியாமலயே போகட்டும்! அதுக்காகத்தான் இவ்வளவு தூரமா உன்னைக் கூட்டிட்டு வந்தேன்!

உன்னோட நல்லதுக்காகத்தான் இதெல்லாம் பண்ணுறேன் சாரா. அவரும் நல்லாயிருக்கணும். நீ கடந்து வந்த, இந்த மூன்றரை வருஷமும் உன்னோட வாழ்க்கையிலயும் நினைவுகள்லயும் இல்லாமலயே போகட்டும்..!' என்று மனதிற்குள்ளேயே எண்ணி, இருதுளிக் கண்ணீரின் மூலம் அதற்குப் பூட்டிட்டு வைத்தான்.

இருவருமே அன்றைய இரவு உணவை மறந்து, உணர்வுகளுடன் போராடி கழித்துக் கொண்டிருந்தனர். வெளியே, வாய் மொழியாய் பேசவில்லை எனினும்

மனமானது இன்னதென்று புரியா சுழலிற்குள் சிக்கி மீண்டுவர முடியா வண்ணம் திணறியது. இருவரின் அமைதியையும் இரவானது தன்வசமாய் மாற்றிக் கொள்ள, உள்மனம் ஓயாத எண்ண அலைகளினால் பெரும் சப்தத்துடன் சலசலத்துக் கொண்டிருந்தது.

* * *

பளிங்கு மேனியினள் கரிய தேசத்தில், தன் வெண்ணொளியைப் பரப்பி ஆதிக்கம் செலுத்த.. இரவு தேவன் அவளுக்குத் துணை நின்று, விண்மீன் வீரர்களை அணிவகுத்து நிலவு தேவதையின் படையைத் தயார் செய்து கொண்டிருந்தான். நிமிடங்களின் நகர்வில் தன் கடமையைச் செய்வதற்கென மறுநாளையப் பொழுதைத் தன்வசம் வைத்துக் கொண்டு, ஒவ்வொருவருக்கும் விதவிதமான அதிர்ச்சிகளைப் பரிசளிக்கக் காத்திருந்திருந்தான், கிழக்குத் திசையில் எழும் விடியலின் நாயகன்.

மொழியன் விசாகப்பட்டினத்தின் மண்ணில் கால்வைத்த மறுகணமே, அவனின் எதிரே வந்து நின்றான் ஸ்ரீனு. வருணின் நண்பர்கள் இருவரும் தங்களை ஒருவருக்கொருவர் அறிமுகம் செய்து கொள்ள, ஸ்ரீனு மொழியனைத் தன் இல்லத்திற்கு அழைத்துச் சென்றான்.

அவனது பெற்றோர்கள் சொந்த ஊரில் இருக்க, ஸ்ரீனு மட்டும் வேலையின் காரணமாகத் தனியே வீடு எடுத்துத் தங்கியிருந்தான். தனியாய் இருந்தவனுக்கு இருநாளையத் துணையாய் மொழியன் வந்து சேர, தங்களது இளம்வயது நாட்களையும், வருண் உடனான நட்பினையும் பகிர்ந்து கொண்டனர். புதியதாய் பூத்த நட்புடன் இருவரும் இணைந்தே சமையல் மற்றும் வீட்டின் மற்ற வேலைகளையும் கவனித்தனர்.

மொழியன் கலந்தாய்விற்காகச் செல்ல வேண்டிய நிறுவனம் இருக்கும் பகுதியினைப் பற்றி விசாரிக்க,

விவரங்களைத் தெரிவித்தான் ஸ்ரீனு. அவன் வாடகை வண்டியின் மூலம் கிளம்பிச் செல்ல.. இவன் தன் கணினி மையத்தை நோக்கிச் சென்றான்.

மையத்திற்குள் நுழையும் போது, மனதில் புதுவிதமான எதிர்பார்ப்பு, ஒரு படபடப்பு ஸ்ரீனுவிற்கு. சாராவிடம் முதல்நாள் தனது விருப்பத்தைத் தெரிவித்த பின்பு, அவளை எப்படி எதிர்கொள்வது என்ற தயக்கம் உருவாகியிருந்தது.

சாரா தன் மனதை தெளிவாகத் தெரிவித்துவிட்ட பின்பும், 'அவள் தன்னுடைய உணர்வுகளைப் புரிந்து கொள்ள மாட்டாளா?' என்ற ஏக்கம் உள்ளத்தில் படர்வதை, அவனால் தடுக்க முடியவில்லை.

உள்ளே நுழைந்ததும் கண்கள் சாராவைத் தேட, மனம் அவளைக் காணாது தடதடக்க.. மூளையோ, 'மாலை நேரத்தில் தான் அவளது வகுப்பு நேரம்!' என இடித்துரைத்தது. தனது ஆர்வ மேலீட்டை எண்ணி, தன்னைத்தானே மனதிற்குள் கொட்டிக் கொண்ட ஸ்ரீனு, தன் வேலையில் கவனத்தைச் செலுத்தினான். பிற்பகலில் சாரா தனது வழக்கமான நேரத்திற்கு வந்த பின்பு தான், நிதானத்திற்கே வந்தான் ஆடவன்.

தன் அறையில் இருந்த கண்ணாடித் தடுப்பின் வழியே அவன் சாராவையே பார்த்திருக்க, ஆடவனது பார்வை உணர்ந்தும் தன் கண்களை அவன் இருக்கும் பக்கமே திருப்பாமல் உறுதியுடன் அமர்ந்திருந்தாள் அவள். அவனது பார்வை வீச்சு அசௌகர்யத்தைக் கொடுத்து, சாராவின் கவனத்தை வகுப்பில் பதியவிடாமல் செய்ய.. அதற்கு மேல் அங்கு இருக்க இயலாது, 'உடல்நிலை சரியில்லை..' எனப் பயிற்சியாளரிடம் கூறிவிட்டு வீட்டிற்குக் கிளம்பினாள்.

பெண்மகளின் நடவடிக்கை ஸ்ரீனுவிற்குப் பதற்றத்தைக் கொடுக்க, அவளிடம் பேச எண்ணித் தன் அறையில் இருந்து வெளியேறி சாராவைப் பின் தொடர்ந்தான். சட்டைப் பையில் இருந்த கைப்பேசியின் ஒலி, ஸ்ரீனுவின்

மன ஓட்டத்திற்குத் தடையிட்டு நிதானத்திற்கு இழுத்து வந்தது.

திரையில் மொழியனின் பெயரைக் கண்டவன், சாராவை ஓரக்கண்ணால் பார்த்தவாறே.. நண்பனிடம் பேச்சைத் துவக்கினான். கலந்தாய்வு முடிந்து இல்லத்திற்குத் திரும்பிய மொழியன்.. வீடு பூட்டி இருப்பதைக் கண்டு அதன் திறவுகோலைப் பற்றிக் கேட்பதற்காக, ஸ்ரீனுவிற்கு அழைப்பு விடுத்திருந்தான்.

"ஹலோ மொழியா.."

"ஸ்ரீனு நீங்க எங்க இருக்கீங்க?"

"நேனு கம்ப்யூட்டர் சென்டர்ல உன்னானு!"

"வீட்டுக்கு வர்றதுக்கு டைம் ஆகுமா?"

"ஏமி மொழியா, எனி பிராப்ளம்?"

"நான் வீட்டுக்கு வந்திட்டேன் ஸ்ரீனு, கீ வேணுமே எனக்கு!"

"ஸாரி மொழியா, கீ நா தெக்கற உண்டி. மீரு..." என்றவனை இடைமறித்த மொழியன், "ஸாரி என்ன சொல்லுறீங்க, எனக்குப் புரியல.."

"ஸாரி, ஐ ஹேவ் தி கீ. இஃப் யூ ஹேவ் நோ ப்ராப்ளம் ப்ளீஸ் கம் அண்ட் கெட் இட்?"

(Sorry, I have the key. If u have no problem please come and get it)

"நோ ப்ராப்ளம் ஐ வில் பீ தேர். அட்ரஸ்?"

(No problem I'll be there. Address please?)

"வெய்ட், ஐ வில் ஷேர் தி லொகேஷன்!"

(Wait, I'll share the location)

"சரி ஸ்ரீனு, வந்திடுறேன்.." எனக் கைப்பேசியைத் துண்டித்த மொழியன், நண்பன் பகிர்ந்த முகவரியை நோக்கிப் பயணமானான்.

பேசி முடித்த ஸ்ரீனு கண்களைச் சுழற்றி அவளை அறிந்து அருகே சென்றான்.

"சாரா, ஒக்க நிமிஷம்.." என்றிட.. அவனது குரலுக்குச் செவி சாய்த்து நின்று திரும்பியவள், "சார் நீங்க

நடந்துக்கிறது சரி இல்ல. எனக்கு உங்க மேல எந்தவித எண்ணமும் வரல, ப்ளீஸ் புரிஞ்சிக்கோங்க.."

"நேனு மிம்மல்னி டிஸ்டர்ப் சேஸ்துனானா சாரா?" என வலியுடன் கேட்டவனுக்கு மறுப்பாய் தலையசைத்தவள், "இல்ல ஶ்ரீனு, அந்த மாதிரி எதுவும் இல்ல. பட் நீங்க இப்படி நடந்துக்கிறது, என்னை அன்கம்ஃபர்டபுள்ளா ஃபீல் பண்ண வைக்குது.."

"ஸாரி சாரா, நா.." அடுத்துப் பேச முயன்றவனைத் தடுத்து, "ஏன்னு தெரியல, எனக்கு உங்க மேல எந்த ஃபீலிங்ஸ்ஸும் வரல. இப்ப மட்டும் இல்ல, எப்பவுமே வராது.." என உறுதியாய் கூறியவளை அவன் புரியாமல் பார்த்தான்.

இன்னதென்று வரையறுத்துக் கூற முடியாத கலவையான உணர்வுகள் அவளது முகத்தில் தோன்ற, வறுத்த முறுவல் ஒன்றை உதிர்த்தவள், "உங்களுக்கு என்னைப் பத்தி எதுவுமே தெரியாம, எப்படி இந்த லவ்? என்னால அதைப் புரிஞ்சிக்கவும் முடியல, ஏத்துக்கவும் முடியல. ஏன்னா எனக்கே என்னைப் பத்தி முழுசா தெரியாது.

உங்களோட அன்பையும் காதலையும் ஏத்துக்கிற மனநிலையில நான் இல்ல. உங்க வருங்கால உறவுக்காக அதைச் சேர்த்து வைங்க. அர்த்தம் இல்லாத உணர்வுகளுக்காக அதை வீணாக்கிடாதீங்க. ஸாரி ஶ்ரீனு.." என்று சாரா, அவனிடம் தனது மன எண்ணங்களைக் கூறிக் கொண்டிருந்தாள்.

முதல் நாளினைப் போல் சாராவை வீட்டிற்குத் தனியே செல்லவிடக் கூடாது என்றெண்ணி, வழக்கமான நேரத்தை விடச் சற்று முன்னமே அன்று வந்திருந்தான் சாகித்யன். வழியில் ஶ்ரீனுவும் அவளும் பேசிக் கொண்டிருப்பதைப் பார்த்து, அவர்களை நோக்கிச் சென்றவனின் கால்கள், "சாகி.." என்ற அவனது குரலில் சட்டென்று நின்று கொண்டன.

தயக்கமும் பதற்றமுமாய்க் குரல் வந்த திசையில் திரும்பினான். கனல் பார்வையுடன் அங்கே நின்றிருந்த மொழியனைக் கண்டதும், அவனது முகம் அதிர்ச்சியில் வெளிறிப் போக, அடுத்த நொடி தன்னைச் சுதாரித்துக் கொண்டு சாராவைப் பார்த்தான்.

சாகித்யனின் பார்வைச் சென்ற திசையில் மொழியனின் கண்களும் பயணிக்க, ஸ்ரீனு மட்டுமே அவனது கண்களுக்குத் தெரிந்தான். சாராவிற்கும் அவனுக்கும் நடுவே சாகி இருந்ததால், அவளை மொழியனால் பாரக்க முடியவில்லை.

தன்னை நோக்கி வந்தவனைக் கண்டதும் அவனது இதழ்கள் தானாய் பிரிந்து, "அத்தான்.." என்று உதிர்க்க, அடுத்த நொடி அழுத்தமாய் அவனது கன்னத்தில் ஆடவனின் வலதுகையின் ஐந்து விரல்களும் பதிந்திருந்தன.

ஸ்ரீனு, சாரா இருவரின் கவனமும் சாகித்யனின் புறம் திரும்ப, "எங்கடா என் சாரல்?" என்று அவனது சட்டையைப் பற்றி வினவினான் மொழியன்.

ஸ்ரீனு ஒன்றும் புரியாது அவர்களை நோக்கி வர.. தன் உடன்பிறந்தவனை ஒருவன் அறைந்ததைப் பார்த்த சாரா, சினத்தின் உச்சியில் மொழியனை நோக்கி விரைந்தாள்.

"ஏம்மாய்ந்தி மொழியா?" என ஸ்ரீனு கேட்டுக் கொண்டிருக்கும் போதே, சாகித்யனிடம் இருந்து மொழியனைப் பிரித்துத் தள்ளிவிட்டாள்.

தடுமாறியவன் தன்னை நிலைநிறுத்திக் கொண்டு அவளைப் பார்க்க, "யாருடா நீ, எதுக்குடா என் தம்பியை அடிச்ச?" எனக் குரலில் அனல்பறக்கக் கேட்டவளைக் கண்டு திடுக்கிட்டான். அவளது தோற்றத்திலும், வினவிய வினாவிலும் பெரும் அதிர்ச்சிக்கு ஆளானான் மொழியன்.

பாவாடைச் சட்டை அணிந்து, இரட்டை ஜடை பின்னலிட்டு, கள்ளமில்லா குழந்தை முகத்துடன், எப்போதும் நிரந்தர முறுவலை இதழ்களில் ஒட்டிக் கொண்டு இருக்கும் அவனது சாரலாக, இன்று இல்லை

அவள்!

நேர்த்தியாய் புடவை உடுத்தி, இரட்டை பின்னல் ஒன்றாய் எண்ணிக்கையைக் குறைத்துக் கொண்டிருக்க, கூர் பார்வையுடன் எதிரில் நிற்பவரை துளைத்து, புன்னகைக்க மாட்டேன் என இறுக்கமான இதழ்களுடன் கண்முன்னே முழுமையான சாராவதியாக நின்றிருந்தாள்!

மொழியன் அறிந்ததெல்லாம் அவனின் சாரலை மட்டும் தான். இதுநாள் வரை சாராவதியைப் பற்றி.. அவன் அறிந்திருக்கவும் இல்லை, அறிய முயற்சிக்கவும் இல்லை. அவனுக்குச் சாரல் மட்டுமே போதுமானவளாய் இருக்க, சாராவதியைப் பற்றி அவன் எண்ணிக் கூடப் பார்த்ததில்லை.

மொழியன் அவளைக் கண்டு அதிர்ச்சியுடன் நிற்க, சாகித்யன் தன் தமக்கையை இழுத்து ஓரமாய் நிறுத்திவிட்டு, "சாரா என்ன வேலை பண்ணியிருக்க?" என்று வினவி கொண்டே மொழியனின் அருகே சென்றான்.

"அத்தான் ஸாரி அத்தான். சாராக்கு எதுவும்.." எனப் பேசத் துவங்கியவனை, பார்வையில் கண்டிப்பைக் காட்டி அமைதியாக்கினான் மொழியன்.

"நான் கேட்கிறதுக்கு மட்டும் பதில் சொல்லு!" என்றவன், "ஏன் சாரலை வீட்டை விட்டு கூட்டிட்டு வந்த?"

சாகி பதில் சொல்லாமல் அமைதி காக்க, "அப்ப என்மேல உனக்கு நம்பிக்கை இல்ல, அப்படித்தான?"

"அத்தான் அப்படி எல்லாம் இல்ல.." எனக் கலங்கிய குரலில் கூறியவனைப் பார்வையாலேயே எரித்தான் மொழியன். அவன் உடனே பட்டென்று வாயை மூடிக்கொள்ள, சாராவும் ஸ்ரீனுவும் அங்கு நடப்பதைப் புரியாமல் பார்த்துக் கொண்டிருந்தனர்.

"நான் முதல்ல கேட்டக் கேள்விக்கு, நீ இன்னும் பதில் சொல்லலையே சாகி?" எனத் தன் கேள்வியிலேயே மொழியன் நிற்க, "உங்களுக்குப் பாரமா இருக்க

வேண்டாம்னு சாராவைக் கூட்டிட்டு வந்துட்டேன் அத்தான்.."

"ஓஹோ, இது என்கூட வீட்டுக்கு வர்றப்ப உனக்குத் தோணலையா?"

அவன் தவறு செய்துவிட்டவன் போல் தலைகுனிந்து நின்று அமைதி காக்க, "சொல்லு சாகி!" எனத் தன் குரலை உச்சத்திற்கு உயர்த்தி வினவினான் மொழியன்.

"எங்களால உங்க வாழ்க்கை வீணாப் போச்சுனு.." என்று அவன் தயக்கத்துடன் நிறுத்த, "அப்படினு நான் சொன்னனா சாகி?" என அழுத்தமாய் வினவினான் மொழியன்.

"பார்கவி அண்ணிதான்.." என வாயைத் திறந்தவன், 'அவனது தமக்கையைப் பற்றி, அவனிடமே எப்படிக் குறை கூறுவது?' என்று பட்டென்று தான் சொல்ல வந்ததை நிறுத்திக் கொண்டான்.

அவன் முழுமையாய் சொல்லாவிடினும், தன் தந்தை மற்றும் தங்கை வசுவின் மூலம் நடந்ததை ஏற்கனவே அறிந்திருந்தான் மொழியன். அதனால் அதைப்பற்றி மேலும் எந்த வினாவும் எழுப்பாது, "உங்களைக் கூட்டிட்டு வந்தது நான்தான சாகி? அப்ப நீ வெளியப் போக முடிவெடுத்தனா, என்கிட்ட சொல்லிட்டுத்தான போகணும்?"

அவன் வாயைத் திறக்காது மௌனம் காக்க, "சரி அதை விடு, உனக்கு என்னோட நிழல்ல இருக்கப் பிடிக்கல. அதுனால தனியா வந்துட்ட ஓகே, ஆனா சாரலை ஏன் கூட்டிட்ட வந்த?"

"அத்தான் அது.. அது.. அவ என்னோட அக்கா. அவளை எப்படி அங்க நான் தனியா விட்டுட்டு வர முடியும்?"

"உன் அக்காவைக் கூட்டிட்டு போக உனக்கு உரிமை இருக்கு சாகி, ஆனா என்னுடைய மனைவியை எனக்குத் தெரியாம இவ்வளவு தூரம் கூட்டிட்டு வந்து, இத்தனை நாளா என்கிட்ட இருந்து பிரிச்சு வைக்கிற அதிகாரத்தையும் உரிமையையும் உனக்கு யார் குடுத்தது?"

என்றவனின் கேள்வியில் சாகித்யன் கண்கள் கலங்கி நிற்க, சாராவும் ஸ்ரீனுவும் அதிர்வின் உச்சத்தை அடைந்தனர்.

மொழியனின் கண்கள் சாராவின் கழுத்தில் பதிய, அவளுக்கு உள்ளுக்குள் குளிர் பரவியது. அவன் கட்டிய தாலிச்சரடு இல்லாத வெற்றுக்கழுத்து. மொழியனின் வீட்டிற்கு வந்த அன்றுதான் அவ்வாறு இருந்தாள். மறுநாளே அவனது கையால் குங்குமமும் மஞ்சள் கயிறும் பெற்று, மொழியனின் சாரலாக மாறிப் போனாள்.

ஆனால் இன்று, மூன்று வருடத்திற்கு முன் அவன் முதன்முதலில் கண்ட, அதே சாராவதியாக நின்றிருந்தாள். அதே குழப்பம் நிறைந்த முகத்துடனும், அந்நியப் பார்வையுடனும்!

"நான் உனக்குச் செஞ்சதுக்கு, நீ எனக்கு ரொம்ப நல்ல கிஃப்ட் கொடுத்துட்ட சாகி. என் சாரலை நான் தொலைச்சிட்டேன். அவளோட சேர்ந்தே என்னோட சந்தோஷமும் வாழ்க்கையும் போச்சு..!" என்றவனின் சொல் சாகித்யனுக்கானது என்றாலும், ஆடவனின் பார்வை சாராவிடமே நிலைத்திருந்தது. கண்களுக்குள் நீர்நிறைந்து வெளியேறத் துடிக்க, அதை உள்ளிழுத்துக் கொண்டு, தான் வந்த வாடகை ஊர்தியை நோக்கிச் சென்றான் மொழியன்.

ஸ்ரீனுவிற்கு முழுமையாய் தெரியாவிடினும் சாகித்யனும் நண்பனும் பேசியதை வைத்து, ஓரளவிற்குப் புரிந்து கொண்டான். 'இனி இங்கிருப்பது சரியில்லை..' என்றெண்ணி, மொழியனிடம் பேசுவதற்காக அவனைப் பின்தொடர்ந்து சென்றான்.

சாகித்யன் அதே இடத்தில் அசையாமல் இருக்க, இதில் சாராவின் நிலைதான் பரிதாபமாய் மாறிப்போனது. மொழியனின் பார்வை அவளது கழுத்தினில் பதிந்த போதே, அனிச்சையாய் அவளது கை உயர்ந்து தன் கழுத்தினை வருடிக் கொண்டது.

உடலில் ஒருவித நடுக்கம் பரவி, மனதிற்குள் பெரும் சுனாமி உருவெடுத்து அவளது உணர்வுகளைச் சுழற்றி அடித்தது. அவன் உதிர்த்த ஒவ்வொரு சொல்லும்,

பெண்மகளின் செவிக்குள் மீண்டும் மீண்டும் ஒலித்து, அவளின் உயிரை அணுஅணுவாய் வதைத்தது. சற்றுமுன் ஆடவனின் முகத்தில் கண்ட கலக்கம், அவளுள்ளும் எதிரொலித்து, கருவிழிகள் உவர்நீரில் மிதந்து நின்றன.

செல்லும் அவனையே பார்த்திருந்த சாராவின் விழிபடலத்தில் நீர் நிறைந்து அவளது பார்வையை மறைக்க, இடத்தையும் சூழலையும் உணர்ந்து கண்களைத் துடைத்துத் தன்னைத் திடப்படுத்திக் கொண்டாள்.

சற்றுத்தள்ளி உடலும் மனமும் தளர்ந்து, அடிபட்ட முகத்துடன் நின்றிருந்த சாகித்யனைக் கண்டவள், அவனருகே சென்று, "வாடா வீட்டுக்கு போகலாம்.." என அவனது கையைப் பற்றிக் கொண்டு நடக்கத் துவங்கினாள்.

அத்தியாயம் 7

எத்தனை முறைக் கேட்டும் பதிலேதும் சொல்லாது, இறுக்கமாய் அமர்ந்திருந்த சாகித்யனின் மேல் கட்டுக்கடங்கா சினம் துளிர்த்தது சாராவிற்கு. வீட்டிற்கு வந்து இரண்டு மணி நேரத்திற்கும் மேலாகக் கடந்துவிட்டது.

உள்ளே வந்து அமர்ந்தவன் தான், இன்னுமே தன் நிலையில் சிறிதுக் கூட மாற்றம் இல்லாது அப்படியே தான் அமர்ந்திருக்கிறான். சாராவிற்குச் சேர்த்து வைத்திருந்த பொறுமை மொத்தமும் கரைந்து விட, "டேய் இப்ப நீ வாயைத் திறந்து பேசுறியா, இல்ல.. நான் அவன்கிட்டயே போய்க் கேட்டுக்கவா?"

திடுக்கிட்டுத் தமக்கையைப் பார்த்தவன், "நீ லூசு மாதிரி அப்படி எதுவும் பண்ணித் தொலைச்சிராத!" என்றவனின் குரல் அவள் பார்த்த பார்வையில் தேய்ந்து அடங்கியது.

நொடி இடைவெளியில் அவனது இதழ்களில் மெலிதான முறுவல் தோன்ற, "என்னடா?"

"என்கிட்ட கேட்கிற மாதிரி அவர்கிட்ட உன்னால கேட்க முடியாது சாரா!"

"ஏன்..?"

"ஏன்னா, அத்தான் கிட்ட இந்தமாதிரி கேள்வி எல்லாம் கேட்க உனக்கு வாய் வராது. அவர் எது சொன்னாலும் சரி சரின்னு தலைய ஆட்டிடுவ..!"

அவள் புரியாமல் பார்க்க, "நீ மட்டும் இல்ல, அவரும் அப்படித்தான். நீ சொல்லுற, செய்யிற எல்லாத்துக்கும் தலையாட்டுவாரு.!"

"இப்ப நீ என்ன சொல்ல வர்ற?" என்றவளின் குரலில் மிதமிஞ்சிய சினம் தெரிய.. சில நிமிடங்களை அமைதியாய் கடத்தியவன் அவளுக்கு மொழியனின் நிலையைப் புரிய வைத்திடும் பொருட்டு, "அத்தான் பாவம் சாரா, ரொம்ப நொந்து போயிருக்காரு. இன்னைக்கு என்கிட்ட பேசினப்ப, அவரோட குரல்ல அவ்வளவு வலி தெரிஞ்சிச்சு.."

அவளும் அதை உணரத்தான் செய்தாள். இருந்தும் பெண்மைக்குள் ஏற்பட்டிருக்கும் அதிர்ச்சியும் வலியும், தம்பியின் சொல்லை ஏற்கவிடாது செய்ய, "அப்ப நான்டா, என்னைப் பத்தி யோசிக்கலையா சாகி நீ?"

அவன் குரலில் இயலாமையுடன், "சாரா.." என்றதும்.. அவள் கலங்கிய கண்களுடன், "என.. எனக்குக்.. கல்யாணம் ஆகிடுச்சா சாகி?" என வினவினாள்.

விடையாய் 'ஆம்' எனத் தலையசைத்தவனைக் கண்டு, ஆத்திரம் பொங்கியது சாராவிற்கு.

"ஏன்டா இப்படிச் செஞ்ச, எதுக்கு என்கிட்ட சொல்லாம மறைச்ச? நேத்து ஸ்ரீனுவைப் பத்தி உன்கிட்டச் சொன்னேன்ல, அப்பவாவது இந்தக் கல்யாண விஷயத்தைச் சொல்லிருக்கலாம்ல சாகி? அதுலையும் ஸ்ரீனுவைப் பிடிக்கலையான்னு வேற கேட்கிற? உனக்கு எப்படிடா மனசு வந்திச்சு?

என்னைப் பார்த்தா உனக்கு எப்படித் தெரியிது, வருஷத்துக்கு ஒருத்தன் கையால தாலி கட்டிக்கிறவ மாதிரி இருக்கிறேனா?" என வினவியவளை எதிர்கொள்ள

இயலாது, "சாரா ப்ளீஸ் இப்படி எல்லாம் பேசாத, கஷ்டமா இருக்கு.!"

"அப்ப என்னோட உணர்வுகள், என் மனசு எவ்வளவு தூரம் காயப்படும்?" என்றவளை, அடிபட்டப் பார்வைப் பார்த்தான் சாகித்யன்.

"என்ன நடந்துச்சின்னு, சொல்லித்தான் தொலையேன்டா.." என்றவள் நான்கைந்து அடிகளைத் தம்பியின் பின்புறம் வாரிவழங்க, அதைக் கண்களில் நீருடன் அமைதியாகப் பெற்றுக் கொண்டான் அவன்.

அதற்குமேல் தாங்கிட இயலாதவளாய், சுவற்றில் சாய்ந்து அமர்ந்து சாரா அழத்துவங்க.. தமக்கையின் நிலையைக் காணச் சகியாமல், எழுந்து சென்று மடியினில் தலைவைத்து அவளைக் கட்டிக் கொண்டு, "ப்ளீஸ் சாருமா, அழாத.." எனக் கெஞ்சியவனின் வேண்டுதலை ஏற்று, தன்னைத்தானே கட்டுப்படுத்திக் கொண்டாள்.

உண்மையில் தம்பியின் தவிப்பை விட, அவனது 'சாருமா' என்ற அழைப்பு தான், அவளது சினத்தைக் குறைத்து நிதானப் படுத்தியது.

'சாருமா' அவளது பெற்றவர்களின் செல்ல அழைப்பு. கண்முன்னே அவர்களைப் பரிகொடுத்ததின் விளைவு தான், சாராவின் நினைவுகளில் மறந்து போன இடைப்பட்ட மூன்றரை ஆண்டுகளின் நிகழ்வுகள்!

* * *

சாராவின் தாய் யமுனாவும், மொழியனின் தாயார் கனகவள்ளியும் சிறுவயதில் இருந்தே நெருங்கிய தோழிகள். இருவரும் ஒரே ஊர்காரர்கள் தான்.

கனகவள்ளிக்கு இளம் வயதிலேயே அவரது குடும்பத்தார் திருமணம் முடித்துவிட, யமுனா கல்லூரிப் படிப்பைத் தொடர்ந்து கொண்டிருந்தார். கல்லுரியில் அறிமுகமான லெட்சுமனனிடம் ஆரம்பக் காலத்தில் துளிர்விட்ட நட்பு, நாட்கள் நகர்வில் காதலாய் உறவு

மாற்றம் பெற்றது.

இருவரும் வேறுவேறு பிரிவினர் என்பதால், அவர்களது காதலுக்குப் பலத்த எதிர்ப்பு இருவரது வீட்டிலும். யமுனா தனது குடும்பத்தை எதிர்த்து வீட்டிலிருந்து வெளியேற, லெட்சுமனனும் அவரும் கோவிலில் திருமணம் செய்து கொண்டனர்.

இதனால் இருபிரிவினருக்கும் இடையே பலத்த மோதல் ஏற்பட, தங்களால் பிரச்சனை வர வேண்டாம் என்று காதலர்கள், கணவன் மனைவியாக மாறி ஊரை விட்டு வெளியேறினர். அத்தோடு தோழிகளுக்கு இடையேயான தொடர்பும் விட்டுப்போக, பத்தாண்டுகளுக்குப் பின் யமுனாவிடம் இருந்து கனகவள்ளிக்குக் கடிதம் வந்து சேர்ந்தது.

அதன்பின்பு தோழிகள் தங்களது நட்பை கடிதத்தின் வாயிலாகத் தொடர, கனகவள்ளி குடும்பமும் பிள்ளைகளின் எதிர்காலத்தைக் கருத்தில் கொண்டு, தங்களது இருப்பிடத்தை ஊரில் இருந்து சென்னைக்கு மாற்றிக் கொண்டனர்.

யமுனாவிற்குத் திருமணமான வருடமே சாரா பிறக்க, அதற்கு அடுத்த வருடமே சாகித்யனும் பிறந்தான். இருவருக்குமே ஒருவயது வித்தியாசம் தான் என்பதால், அக்கா தம்பி என்ற உறவு அல்லாது நண்பர்களாகத் தான் பழகினர். வழக்கமான போட்டிச் சண்டைகள் அவர்களுக்குள் ஏற்பட்டாலும், எந்நிலையிலும் ஒருவருக்கொருவர் விட்டுக் கொடுக்காத பேரன்பு கொண்டவர்கள்.

ஆரம்ப நாட்களில் மிகவும் கடினப்பட்டு ஓரளவிற்கு நல்ல நிலைக்கு வந்திருந்தனர் யமுனாவின் குடும்பத்தார். வருடங்கள் கடந்தாலும் தோழிகளின் நட்பு மட்டும் சற்றும் குறையாது, அதே அக்கறை கலந்த அன்போடு தொடர்ந்தது.

யமுனா நீலகிரியிலும், கனகவள்ளி சென்னையிலும் இருந்ததால் இருவரும் சந்தித்துக் கொள்ளும் வாய்ப்புக்

கிட்டாது போனது. அவர்கள் நினைத்திருந்தால் விடுமுறை தினங்களில் குடும்பத்தாருடன் பேசிப் பழகியிருக்கலாம் தான். குடும்பச் சூழலும், குழந்தைகளின் எதிர்காலத்திற்காக உழைக்க வேண்டிய கடமையும் பொறுப்பும் இருந்ததால், தங்களது தனிப்பட்ட விருப்பங்களைப் பற்றித் தோழிகள் இருவருமே சிந்திக்கவில்லை.

அலைபேசி தொலைபேசி என்பன போன்ற அறிவியல் வளர்ச்சி சாதனங்கள் சாதாரண நடுத்தரக் குடும்பமான அவர்களுக்கு மிகப்பெரிய விடயமாகத் தோன்ற, தோழிகளின் நட்புப் பரிமாற்றம் கடிதம் வழியே மட்டுமே நடந்தேறியது.

ஓரளவு வசதி வந்த பின்பும், யமுனா மற்றும் கனவள்ளிக்கு எழுத்துக்களின் மீதிருந்த பிடித்தமும், ஈடுபாடும்.. அவர்களைத் தொடர்ந்து கடிதத்தின் வாயிலாகவே இணைத்து வைத்தது. குடும்பத் தலைவிகளின் வாய்ச் சொற்களின் மூலம் இருவீட்டினரும் மற்றவரது குடும்பத்தைப் பற்றி ஓரளவிற்கு அறிந்து கொண்டனர்.

சாரா தன் பள்ளிப் படிப்பை முடித்துவிட்டு, கல்லூரியில் அடியெடுத்து வைத்திருந்தாள். சாகித்யன் பன்னிரெண்டாம் வகுப்புப் படித்துக் கொண்டிருந்தான். அந்தச் சமயத்தில் வந்த ஒரு செய்திதான் இருவரது வாழ்வையுமே புரட்டிப் போட்டுவிட்டது.

கனகவள்ளிக்கு மாரடைப்பு ஏற்பட்டு இறந்து விட்டதாய் தகவல் வர, தோழியின் முகத்தை இறுதியாய் ஒருமுறை காண்பதற்காகத் தன் கணவருடன் சென்னைக்குக் கிளம்பத் தயாரானார் யமுனா.

சாகித்யனுக்குக் காலாண்டுத் தேர்வுகள் இருக்க அவனால் விடுமுறை எடுக்க இயலவில்லை. சாராவும் தம்பிக்குத் துணையாய் இருப்பதாகக் கூறிவிட, யமுனா லெட்சுமனன் இருவர் மட்டும் செல்ல முடிவெடுத்தனர்.

தென்மேற்குப் பருவமழை காலம் என்பதால், நாள் தவறாது வருண பகவான் தன் கடமையைச் செவ்வனே

செய்து கொண்டிருந்தான். பல இடங்களில் மண்சரிவும், வேரோடு மரங்களும் சாய்ந்து விழுந்து மாவட்டம் முழுவதும் வெள்ளக்காடாய் மாறியிருந்தது.

'இத்தருணத்தில் பயணம் மேற்கொள்வது சரியல்ல..' என்று லெட்சுமனன் உரைத்தும், யமுனா.. 'சென்னைக்குச் சென்றாக வேண்டும்!' எனப் பிடிவாதமாய் இருந்ததால் அவர்களின் பயணம் உறுதியானது.

சாராவின் பெற்றோர்கள் சென்ற வாகனத்தின் மேல் பெரிய மரம் ஒன்று உடைந்து விழ, அத்தோடு மண்சரிவும் ஏற்பட.. நிலமகள் தன் பிள்ளைகளின் மேல் கொண்ட அளவில்லா அன்பினால், அவர்களைத் தனக்குள் உள்வாங்கிக் கொண்டாள்.

விவரம் அறிந்த சாரா உடனே அவ்விடத்திற்கு வந்து சேர்ந்தாள். தாய் தந்தையரைப் பற்றிய பரிதவிப்பில் சாகித்யனுக்கு விவரத்தைச் சொல்ல மறந்து போனாள் பேதை.

தீயணைப்புத் துறையினர் வந்து மீட்புப் பணியில் ஈடுபட்டு, அன்றைய நாளின் இறுதியில் யமுனா லெட்சுமனனின் உடல்களைச் சடலமாக மீட்டெடுத்தனர். நாள் முழுக்க உணர்வுகளுடன் போராடிய சாரா.. பெற்றோர்களின் மரணத்தை ஏற்க இயலாது, அங்கேயே மயங்கிச் சரிந்தாள்.

பள்ளியில் இருந்து வீட்டிற்குத் திரும்பிய சாகி, அக்கம் பக்கத்தினரின் மூலம் விவரத்தை அறிந்து கொண்டான். அவன் மருத்துவமனைக்குச் சென்ற போது.. சாராவிற்கு ஒருபுறம் சிகிச்சை நடந்து கொண்டிருக்க, மறுபுறம் அவனது பெற்றோரின் உடல்களோ கேட்பாரற்றுக் கிடந்தது.

பதினேழு வயது சிறுவனாய், 'என்ன செய்வது?' என்று புரியாது ஆதரவற்று நின்றவனுக்கு, அப்பகுதியில் குடியிருந்தவர்கள் உதவிக்கரம் நீட்டினர்.

பண உதவி செய்ய முன்வந்தவர்களிடம் மறுத்துவிட்டு, பெற்றோர்கள் தங்களுக்கென்று வைத்திருந்த சேமிப்பை அனைத்து காரியங்களுக்கும் பயன்படுத்திக் கொண்டான்

சாகி. இதில் பெரும் சோதனையாய் வந்து சேர்ந்தது சாராவின் மனநிலை. மயக்கத்தில் இருந்தவள் இரண்டு நாட்களுக்குப் பின் கண்விழித்த போது, நடந்த அனைத்தையும் மறந்து, பத்துவயது சிறுமியின் மனநிலையில் இருந்தாள்.

தாய் தந்தையரைக் கேட்டு அடம்பிடித்து அழும் தமக்கையை எவ்வாறு சமாதானம் செய்வது என்று தெரியாது தவித்துக் கொண்டிருந்தான் தம்பியானவன். விவரம் அறிந்து வந்த ஒன்றிரண்டு உறவினர்களும், துக்கம் விசாரித்ததும் தங்களது கடமை முடிந்ததென உடனே கிளம்பி விட்டனர்.

யமுனாவின் ஒன்றுவிட்ட தங்கையான வடிவழகி சிறுபிள்ளைகளைத் தனியே விட மனமின்றி, தன்னுடன் வருமாறு அழைத்தார்.

தமக்கையின் நிலை சாகியைப் பெரிதும் அச்சுறுத்த, அத்தோடு வேறு வழியேதும் இல்லாத காரணத்தால்.. சாராவை அழைத்துக் கொண்டு, அவருடன் திண்டுக்கல் மாவட்டத்தில் உள்ள நத்தத்திற்குக் கிளம்பினான். வடிவழகி கூலி வேலைக்குச் சென்று, தன்னால் முடிந்த அளவு இருவரையும் கவனித்துக் கொண்டார்.

சாகி, தான் படித்த பள்ளியின் தலைமை ஆசிரியரிடம் இருந்து பெற்று வந்த கடிதத்தின் மூலம், அங்கிருந்த ஒரு அரசினர் பள்ளியில் சேர்ந்தான். பெற்றோர் வைத்துவிட்டுச் சென்ற பணத்தை வைத்து, வடிவழகியின் உதவியுடன் உடன் பிறந்தவளுக்கு அருகிலிருந்த ஒரு மருத்துவமனையில் சிகிச்சை அளிக்க ஏற்பாடு செய்தான்.

சாராவைப் பரிசோதித்த மருத்துவர், நான்கு மாதங்கள் சிகிச்சை அளித்து அவளின் மனநிலையை அறிந்து.. சென்னையில் இருக்கும் பன்முகச் சிறப்புத்தன்மை மருத்துவமனையில் மேற்படி சிகிச்சையைத் தொடரும் படி பரிந்துரை செய்தார். தாய் தந்தையரின் சேமிப்புக் ஆரம்பக் கட்டத்திலேயே கரைந்துவிட, சாராவின் சிகிச்சை பாதியிலேயே நின்று போனது.

ஆறு மாதங்களுக்குப் பின் யமுனா லெட்சுமனனின் இறப்பிற்காக அரசாங்கம் அளித்த நிவாரணத் தொகை அனைத்துச் சம்பிரதாயங்களும் (ஃபார்மாலிடிஸ்) முடிந்து இளையவர்களின் கைக்கு வந்து சேர்ந்தது. அதேநேரம் சாகியின் பள்ளிப் படிப்பும் முடிந்தது.

கிடைத்த பணத்தில் சாராவை சென்னைக்கு அழைத்துச் சென்று.. அவளுக்கான சிகிச்சையை அளிப்பதற்கான, அனைத்து ஏற்பாடுகளையும் செய்தனர் சாகியும் வடிவழகியும். ஆனால், 'நீங்கள் நினைப்பது நடந்துவிட்டால், பின் நான் எதற்கு..?' என்பதாய் விதி வடிவுவின் கணவன் மூலம் சாராவின் வாழ்வில் தன் விளையாட்டைத் துவங்கியிருந்தது.

இளையவர்களிடம் இருக்கும் பணத்தை அடையத் திட்டமிட்ட அந்தக் கயவன், சாராவிற்குத் தன் உறவில் ஒரு மாப்பிள்ளையைப் பார்த்துத் திருமணத்திற்கு ஏற்பாடு செய்தான். அவனின் செயலுக்கு எதிர்ப்புத் தெரிவித்த மனைவியிடம், 'திருமணம் முடிந்தால் சாரா தானாய் குணமாகி விடுவாள்!' என்று கூறி அவளைச் சமாதானமும் செய்து விட்டான்.

கணவனது சொல்லை மீறவும் முடியாது, சாகி சாராவிற்கு ஆதரவாகப் பேசவும் இயலாது சூழ்நிலைக் கைதியாக மாறினார் வடிவழகி. 'கணவன் சொல்வது போல் ஒருவேளை திருமணத்திற்குப் பின் சாரா பழைய படி மாறிவிட்டால் மகிழ்ச்சி தானே!' என்று எண்ணி, அவரும் திருமண வேலைகளில் முனைப்பாக ஈடுபடத் துவங்கினார்.

நடப்பவை எவற்றையும் புரிந்து கொள்ள முடியாத சாரா, சிறுமியாய் அக்கம் பக்கத்துக் குழந்தைகளுடன் விளையாடிக் கொண்டிருக்க.. புரிந்து கொள்ளும் திறன் கொண்ட சாகித்யனோ, 'தன் தமக்கையின் வாழ்வை எப்படிக் காப்பாற்றுவது?' என்று தெரியாமல் தவித்துக் கொண்டிருந்தான். திருமணச் செலவுகளுக்கு வேண்டும் என்று, வடிவழகியிடம் நைச்சியமாய்ப் பேசி பணம் மொத்தத்தையும் தன்வசம் மாற்றிக் கொண்டான் அவளது

கணவன்.

ஆதரவற்று நின்றபோது உதவிய சித்தியின் மனதை நோகடிக்கவும் விரும்பாது, தற்போது சிக்கிக் கொண்டிருக்கும் இக்கட்டான சூழ்நிலையில் இருந்து தப்பிக்கும் வழியும் அறியாது திணறிக் கொண்டிருந்தான் சாகித்யன். தீவிர சிந்தனைக்குப் பின், சாராவுடன் வீட்டிலிருந்து வெளியேறுவது என்று முடிவெடுத்தான்.

'முதலில் தங்களது பணத்தைக் கைப்பற்ற வேண்டும்!' என எண்ணியவன், வடிவழகியின் கணவனுக்குத் தெரியாமல் அதைச் செய்வதற்கான சமயத்தை எதிர்பார்த்துக் காத்திருந்தான்.

ஒருவாரத்தில் திருமணம் என்ற நிலையில், வடிவுவும் அவளது கணவனும் மாப்பிள்ளை வீட்டிற்குச் சென்றிருந்ததைத் தனக்குச் சாதகமாய்ப் பயன்படுத்திக் கொண்ட சாகித்யன், பணம் எங்கிருக்கிறது என்று தன் தேடலைத் துவக்கினான். ஒருமணி நேர தேடுதல் வேட்டையில் பணத்தை மறைத்து வைத்திருக்கும் இடத்தைக் கண்டறிந்தவன், அதை எடுக்காமல் அப்படியே வைத்தான்.

அடுத்ததாய், 'வீட்டில் இருந்து வெளியேறினால் எங்குச் செல்வது?' என்ற கேள்வி எழ, மீண்டும் குழம்பிப் போனான் சாகி.

'வயது பெண்ணாய் இருக்கும் தமக்கை! அவளைப் பாதுகாப்பது தனது கடமையாய் இருக்கையில், உறவு துணை என்று எவரும் இல்லாத சூழலில் அவளுடன் புது இடத்தில் எவ்வாறு தனித்து இருக்க முடியும்?' என்று தோன்றியது. 'ஏதேனும் வேலையாய் வெளியே சென்றால் கூட, சாராவை எப்படித் தனியே விட்டுச் செல்ல முடியும்? என்ன செய்வது?' என்று புரியாது தவித்தான்.

பெற்றவர்களின் காதல் திருமணத்தினால் உறவுகளின் பகைமையும் தூற்றலுமே, சாகி சாராவிற்கு மிஞ்சி நின்றது. எந்த முடிவையும் தைரியத்துடன் எடுக்க இயலாது தடுமாறி நின்றான் அந்தப் பதினெட்டு வயது இளைஞன். தான்

மட்டும் என்றால், எதையும் துணிந்து செய்து விடுவான். தமக்கை என்று வரும் போது, அவன் பலவற்றையும் சிந்திக்க வேண்டி இருந்தது. வேறு வழியின்றிப் பெற்றோர்களின் உறவுகளிடமே உதவிக் கேட்க முடிவெடுத்தான்.

தன் தாய்தந்தையரின் உடைமைகளில் எவரது தொலைபேசி எண்ணோ, முகவரியோ கிடைக்குமா என்று தேட, அப்போது அவனது கைக்குச் சிக்கியது தான்.. கனகவள்ளி யமுனாவிற்கு ஒன்றரை ஆண்டிற்கு முன் எழுதிய கடிதம்.

அவரது கைப்பேசி எண்ணை கண்டறிய முயன்றவனுக்குப் பலனெதுவும் கிட்டாதுப் போக, தங்களது சூழ்நிலையைச் சுருக்கமாய் எழுதி கடிதம் ஒன்றை அனுப்பி வைத்தான். இதற்கிடையில் பணம் அதே இடத்தில் இருப்பதை, தினமும் பார்த்து உறுதி செய்து கொண்டான் சாகித்யன்.

அனுப்பிய கடிதத்திற்கு ஏதேனும் பலன் கிடைக்க வேண்டும் என ஒவ்வொரு நொடியும் இயற்கையுடன் இணைந்துவிட்ட தாய் தந்தையரையும் உருவமறியா கடவுளையும் வேண்டிக் கொண்டிருந்தான்.

அவன் கொண்ட நம்பிக்கையையும், எதிர்பார்ப்பையும் வீணாக்காது நான்காவது நாள் மொழியன் வந்து சேர்ந்தான், அவர்களின் இருப்பிடத்திற்கு. அரசாங்கமே சாராவின் சிகிச்சைக்கு ஏற்பாடு செய்திருப்பதாக ஒரு பொய்யைக் கூறி, அக்கா தம்பி இருவரையும் தன்னோடு சென்னைக்கு அழைத்து வந்தான்.

கிளம்புவதற்குச் சற்று நேரத்திற்கு முன், தங்களது பணத்தை எடுத்துக் கொண்ட சாகித்யன், தனது சித்தியிடம் அவரது கணவனின் தீய எண்ணத்தைக் கூறி அவரை எச்சரித்து விட்டுக் கிளம்பினான்.

பணத்தைக் காணவில்லை என்றதுமே, வடிவழகியின் கணவனுக்குச் சந்தேகம் வந்துவிட்டது. தனக்குத் தெரிந்த ஆட்களின் மூலம் விசாரித்து, மொழியன் பொய் கூறி

அவர்களை அழைத்துச் சென்றதை அறிந்து கொண்டான்.

மனைவியிடம் உண்மையைக் கூறுமாறு கேட்டு.. அவரை அடித்துச் சித்திரவதைச் செய்ய, தன் கணவனின் சுயரூபத்தை அறிந்து கொண்டார் வடிவழகி. மணந்தவனின் தவறான எண்ணத்தை உணர்ந்தவர், தனக்கு எதுவும் தெரியாது எனச் சாதித்து விட்டார்.

பணத்தின் மீதிருந்த ஆசை வடிவுவின் கணவரை விடாது துரத்த, எப்படியோ விசாரித்து மொழியனின் முகவரியை கண்டறிந்து விட்டார். தன் வீட்டில் பணத்தைத் திருடிக்கொண்டு, பெண்ணையும் கடத்தி வந்து விட்டதாக.. மொழியனின் மீது புகார் அளித்து, மறுநாளே காவலர்களுடன் அவனது வீட்டிற்கு வந்து நின்றார் வடிவுவின் கணவர்.

'பணத்தையும் சாராவையும் அவரிடம் உடனே ஒப்படைக்க வேண்டும் இல்லாவிட்டால் மொழியனைக் கைது செய்ய நேரிடும்!' எனக் காவலர் எச்சரிக்க, என்ன செய்வது என்று புரியாமல் அனைவரும் திகைத்துப் போயினர்.

சாகித்யன் நடந்த உண்மைகளைக் கூறியும், எதிராளிக்குச் சாதகமாகச் செயல்பட்ட அந்தக் காவல் அதிகாரி.. அவனது சொல் ஒன்றைக் கூடச் செவிமடுத்துக் கேட்கவில்லை.

ஒருபுறம் வருண் தன் மச்சானிற்கு உதவுவதற்காக, தனக்குத் தெரிந்த வழக்கறிஞரிடம் என்ன செய்வது என்று ஆலோசனைக் கேட்டுக் கொண்டிருக்க.. மறுபுறம், 'சாராவை அந்தப் பணத்தாசைப் பிடித்தவனிடம் இருந்து எப்படிக் காப்பாற்றுவது?' என்று தீவிரமாய்ச் சிந்தித்துக் கொண்டிருந்தான் மொழியன்.

'சாரா தற்போது மனநிலை சரியில்லாது இருப்பதால், இந்த வழக்கு நீதிமன்றத்திற்குச் சென்றால்.. அவளை மனநல காப்பகத்திற்கு அனுப்பி வைத்து விட வாய்ப்புண்டு!' என்று வழக்கறிஞர் கூற, அனைவருமே சற்று அதிர்ந்து தான் போயினர்.

சாகித்யன், 'தன் தமக்கையை எங்கும் செல்ல அனுமதிக்க மாட்டேன்..!' என்று உறுதியாய் கூறிவிட, அடுத்து என்ன செய்யலாம் எனச் சிந்திக்கலாயினர். பின் சாகி ஒரு முடிவெடுத்து, பணத்தைத் தந்து விடுவதாகவும் தன் தமக்கையை விட்டு விடுமாறும் கேட்டுக் கொண்டான்.

வடிவழகியின் கணவனோ, 'சாராவைத் திருமணம் செய்து கொடுப்பதற்கு மாப்பிள்ளை வீட்டினரிடம் இருந்து பணம் வாங்கி விட்டேன். அதனால் திருமணம் நடக்க, சாரா தன்னோடு வந்தே ஆக வேண்டும்!' என அவளை அழைத்துச் செல்வதிலேயே குறியாய் இருந்தான்.

அவன் சொன்ன செய்தியில் அனைவரும் அதிர்ச்சிக்கு உள்ளாக, மொழியனுக்கோ சாராவின் மனநிலையை எண்ணி பயம் துளிர்விட்டது.

'அவள் தற்போது இருக்கும் சூழலில் காவல் நிலையத்திற்கும் நீதிமன்றத்திற்கும் அலைவது, சரியாகுமா? ஒருவேளை மனநலக் காப்பகம் சென்றால், அவளது குழந்தைமனம் எந்தளவிற்குப் புண்படுமோ..?' என்றெண்ணி கலங்கினான்.

முன்பின் அறியாதவள் தான், ஆனால் ஏனோ 'எதுவானால் என்ன? போகட்டுமே!' என்று அவனால் சாராவை விட்டுவிட இயலவில்லை.

'தன் தாயின் மீது கொண்ட அன்பினால் அல்லவா, சாராவின் பெற்றோர் அந்தச் சாதகமற்ற சூழலில் பயணம் மேற்கொண்டனர். அதனால் தானே இன்று சாராவும் சாகியும் உறவின்றி, இதுபோல் ஒரு இக்கட்டான சூழ்நிலையில் சிக்கிக் கொண்டனர்!' என்றெண்ணி வருந்தினான்.

'தற்போது அனைத்தையும் விடச் சாராவின் பாதுகாப்பு முக்கியம். உரிமை இல்லாது அவளைத் தங்களது இல்லத்தில் தங்க வைக்க இயலாது. எதிராளியோடு சண்டையிடுவதற்குச் சமமான பணபலமோ, அதிகாரத் துணையோ தங்களிடம் இல்லை..' என்று உணர்ந்த மொழியன்.. சாராவைக் காப்பாற்றும் பொருட்டுத் துணிந்து

அந்த முடிவினை எடுத்தான்.

சம்மதம் சொல்ல வேண்டியவளுக்கு என்ன நடக்கிறது என்றே புரியவில்லை. அவளுக்குப் பதிலாகச் சம்மதிக்க வேண்டியவனிடம் கேட்க வேண்டும் என்று மொழியனுக்குத் தோன்றவில்லை.

கரடி பொம்மையை அணைத்தவாறு, உள் அறையில் தனியாய் அமர்ந்திருந்த சாராவைக் கைப்பற்றி வெளியே அழைத்து வந்தான் மொழியன்.

அவனைக் கண்டதும் திருதிருவென விழித்துக் கண்கள் படபடவென இமைகளை அடித்துக் கொள்ள, மருண்டப் பார்வையுடன் சாகித்யனின் பின்னால் ஒளிந்து கொள்ள முயன்றாள் அந்தப் பேதை. பெண்மகளின் செயலுக்குத் தடைவிதித்த மொழியன் அவளை முன்னிழுத்து நிறுத்தினான்.

கூடத்தில் இருந்த அவனது தாய் கனகவள்ளியின் புகைப்படத்திற்கு முன்பு.. நான்கு நாட்களுக்கு முன் அவரது நினைவு தினத்தில் வைத்து வழிபட்ட.. குங்குமத்தோடு இருந்த மஞ்சள் கிழங்கு வைத்து கட்டிய தாலிக் கயிற்றை எடுத்து, சாராவின் கழுத்தில் மூன்று முடியிட்டு அவளைத் தனக்கு உரிமையானவளாக மாற்றி.. உரிமையற்றவர்களின் மீது காவலரிடத்தில் புகார் கொடுத்து, அனைவரையும் தன் இல்லத்தில் இருந்து வெளியேற்றினான்.

அத்தியாயம் 8

நடந்து முடிந்த நிகழ்வினால் அமைதியின் வசம் தஞ்சமடைந்திருந்தது சற்றுமுன் சாராவின் புகுந்தவீடாக மாறிய மொழியனின் இல்லம். தான் செய்த செயலைப் பற்றிய மற்றவரது எண்ணத்தை எவரிடமும் கேட்கவுமில்லை, உரைக்கவுமில்லை அவன்.

என்ன நடந்ததென்று கணவனது கைப்பேசிக்கு அழைத்து விபரங்களைக் கேட்டறிந்த வசுதா, அதனை

ஏற்க இயலாது தமக்கை பார்கவியை அழைத்து அவரிடமும் பகிர்ந்து கொண்டு.. தன் ஏழு மாத பெண் குழந்தையுடன் பிறந்த வீட்டிற்கு வந்து சேர்ந்தாள்.

"வா மா.." எனப் பெயருக்கென்று அழைத்த சிவநாதன் வேறு எதுவும் பேசத் தோன்றாது இருக்க, கூடத்தில் நின்றவாறே உள்ளறையை எட்டிப் பார்த்தாள் வசு. மொழியன் கட்டிய தாலிக் கயிற்றைக் கையில் எடுத்து உற்றுப் பார்த்துக் கொண்டிருந்தாள் சாரா. அவளருகே சாகித்யன் மௌனமாய் அமர்ந்திருந்தான்.

"குழந்தையைத் தூக்கிக்கிட்டுப் பஸ்ல தனியாவா வந்த?" என்றவாறே வருண் மனைவியிடம் இருந்து மகளை வாங்குவதற்காகக் கைநீட்ட, "அடடா ரொம்பத்தான் அக்கறை, இங்க என்ன நடக்குதுன்னு நானா ஃபோன் பண்ணிக் கேட்டாத்தான் சொல்லுவீங்களா?

நான் இந்த வீட்டுப் பொண்ணுதான, எவ்வளவு பெரிய விசயம் நடந்திருக்கு? யாருக்கும் என்கிட்ட சொல்லணும்னு தோணலைல? கட்டிக் கொடுத்திட்டோம்ல, இனி இவக்கிட்ட எதுக்குச் சொல்லணும்னு நினைச்சிட்டீங்க அப்படித்தான..?" என ஆதங்கத்துடன் வினவினாள் வசு.

"வசுதா.." என மகளின் பேச்சைத் தந்தையாகச் சிவநாதன் கண்டிக்க, "ஏன் வசுமா இப்படி எல்லாம் பேசுற..?" என்றவாறே தன்னை நோக்கி வந்த தமையனைத் தடுத்தாள்.

"இன்னைக்கு நான் அமைதியா இருக்க மாட்டேன் ப்பா.." எனத் தந்தையிடம் உரைத்தவள், "நீ என்ன செஞ்சிருக்கன்னு தெரியிதா அண்ணா? உன்கூடப் பிறந்தவங்க ரெண்டு பேரு இருக்கோம், யார்கிட்டையும் எதுவும் சொல்லாம, செய்யாம கல்யாணம் செஞ்சிருக்க! அப்படின்னா நாங்க யாரும் உனக்குத் தேவையில்லைனு தான அர்த்தம்..?"

தாயின் உயர்ந்த குரலில் வருணின் மகள் அழத்துவங்க, குழந்தையைச் சமாதானம் செய்வதற்காக வெளியே தூக்கிச் சென்றான் தந்தையானவன். சிவநாதனும்

வீட்டு மனிதனாய் தன் கடமையைச் சரியாய் செய்வதற்காக, தன் பெயர்த்திக்குப் பால் எடுத்துவர சமையலறை நோக்கி நடந்தார்.

இதற்கிடையில், "வசுமா நான் சொல்லுறதை ஒருநிமிஷம் கேளேன்.." என மொழியன் தங்கையைச் சமாதானம் செய்ய முயல, "என்ன அண்ணா கேட்கணும், நீயே சொல்லு இந்தக் கல்யாணத்தை உன் மனசு ஏத்துக்குமா? அண்ணின்றவங்க, உன்னோட சரிபாதி. அம்மா இல்லாத எங்களுக்கு இன்னொரு அம்மாவா.. அவங்களோட இடத்துல இருந்து நம்ம குடும்பத்தையும் வீட்டையும் கவனிச்சிக்கணும். ஆனா.." என்று நிறுத்தியவளின் விழிகளில் நீர் நிறைந்தது.

குரல் கமற, "உன்னால ஆயுசு முழுக்க இந்தப் பாரத்தைச் சுமக்க முடியுமா அண்ணா?"

"வசுமா எதுக்கு இவ்வளவு பெரிய வார்த்தை எல்லாம் சொல்லுற? ஏற்கனவே சாராவுக்கு டிரீட்மெண்ட் போயிட்டு இருக்கு, சீக்கிரம் குணமாகிடுவா.."

"குணமாகலைன்னா..?" என்ற அவளது ஒற்றைக் கேள்விக்குப் பதில் இல்லாது வீடு மீண்டும் நிசப்தத் திரைக்குள் துயில் கொள்ள, சாகித்யன் அமைதியாய் கண்ணீர் வடித்துக் கொண்டிருந்தான்.

"குணமாகிடும் வசுமா, ஒருவேளை குணமாகலைன்னாலும் எனக்குப் பிராப்ளம் இல்ல. கடைசிவரை நான் அவளைப் பார்த்துப்பேன்.."

"அப்படி என்ன அவசியம் அண்ணா, அவ யாரோ தான?"

"எப்படி உன்னால இப்படி டக்குன்னு பேச முடியுது வசு. சாராவும் சாகியும் யமுனா அத்தையோட பிள்ளைங்க. நம்ம அம்மா அவங்களைப் பத்தி எவ்வளவு தூரம் சொல்லியிருக்காங்க?"

"சொல்லி இருக்காங்க தான், நான் இல்லைன்னு சொல்லலையே! அம்மாவோட வெறும் வாய் வார்த்தை போதுமா, அவங்களைப் பத்தி எதுவுமே தெரிஞ்சிக்காம

எப்படி இப்படி..?"

"எனக்குத் தெரிஞ்சிக்கணும்னு தோணல. சாகியவோ, சாராவையோ பத்தின தப்பான எண்ணம் என் மனசுல வரல.."

"எனக்கு உண்மையாவே புரியல அண்ணா, நீ எதை நினைச்சு இப்படிச் செஞ்சன்னு..!" என்றவளின் சொற்கள் ஆற்றாமையுடன் வெளிவந்தன.

மொழியன் நிதானமாய், "அம்மாவோட டெத்துக்கு வர்ற வழியில தான், யமுனா அத்தையும் அவங்க ஹஸ்பெண்டும் இறந்து போயிட்டாங்க வசு. அம்மா ஒருத்தவங்களோட இழப்பையே நம்மளால தாங்கிக்க முடியல. அதுவும் கூட நமக்கெல்லாம் வயசும் அதிகம். ஓரளவு வாழ்க்கையைப் பத்தின புரிதலும், அனுபவமும் இருக்கு. ஆனா சாகியும் சாராவும்..?"

நொடி இடைவெளி விட்டவன் மீண்டும், "கண் முன்னாடி ஒருத்தரை இழக்கிறது எவ்வளவு பெரிய வலின்னு எனக்கு நல்லாவே தெரியும் வசு. அம்மாவோட கடைசி நிமிஷத்துல நானும் அப்பாவும் தான் கூட இருந்தோம். அதுனால தான் அப்பா ஏன் இப்படி ஒரு முடிவெடுத்தன்னு ஒரு வார்த்தைக் கூடக் கேட்கல.

சாராவோட நிலைமையை யோசிச்சுப் பாரு! அவச் சின்னப் பொண்ணு, அவளால எப்படித் தாங்கிக்க முடியும்? ஸ்கூல் படிக்கிற வயசுல.. குழந்தையா மாறின அக்கா ஒருபக்கம், பெத்தவங்களுக்குத் தனியா நின்னு காரியம் செஞ்ச வலி இன்னொரு பக்கம்னு சாகி எவ்வளவு தூரம் அந்நேரத்துல கஷ்டப் பட்டிருப்பான்.

இப்பவும் சாராவைக் காப்பாத்துறதுக்காகத்தான் ஹெல்ப் கேட்டு லெட்டர் போட்டான், இல்லையினா அவங்களைப் பத்தி நமக்கு எப்பவுமே தெரியாமலேயே போயிருக்கும்!"

மொழியன் உரைத்ததைக் கேட்டதும் கடந்த கால வலிகள் மனம் முழுதும் படர, தாங்கிட இயலாதவனாய் முகத்தை மூடிக்கொண்டு கதறி அழுதான் சாகி.

அனைவரது கவனமும் அவன்புறம் திரும்ப.. வசு வலி தோய்ந்த குரலில், "எல்லாம் சரிதான் அண்ணா, அதுக்காக அவளைக் கல்யாணம் செஞ்சிக்கணும்னு என்ன அவசியம்? சாராவைக் காப்பாத்துறதுக்கு வேற ஏதாவது வழியைத் தேடி இருக்கலாம்.!" எனத் தமையனின் செயலை ஏற்க இயலாதவளாய் உரைத்தாள் வசு.

அவளின் கூற்றை ஒருமனம் ஏற்றாலும், மறுமனமோ.. 'வேறு என்ன செய்ய இயலும், சிந்தித்துச் செயல்படுத்துவதற்கான கால அவகாசம் கூட இல்லாது அனைத்தும் துரித கதியில் நடந்துவிட்டது!' என நடந்த நிகழ்விற்குச் சமாதானம் உரைத்தது.

"ம்ம்.. இருக்கலாம், எனக்குப் புரியிது உன்னோட எண்ணம். அப்பாவுக்கும் இந்த விசயம் மனசுக்கு ஒப்பலைன்னு தெரியும், எப்பவும் நாம நினைக்கிற மாதிரியே வாழ்க்கை அமையிறது இல்லையே வசுமா?" எனத் தங்கைக்கும் சமாதானம் கூறினான் மொழியன்.

தன்னெதிரே அழுது கொண்டிருப்பவனைக் கண்ட சாரா, "சாகி ஏன்டா அழுகிற, யாராவது திட்டுனாங்களா? ப்ளீஸ்டா அழாதடா, எனக்கும் அழுகையா வருதுடா.." என அவனது முகத்தில் இருந்து கையைப் பிரித்துவிட்ட படி, மெலிதான விசும்பலுடன் அவள் உரைக்க.. தமையனும் தங்கையும் அவர்களிடம் சென்றனர்.

"சாகி.." என மொழியன் அவனது தோளைத் தொட, "ஸாரி அண்ணா, எனக்கு வேற வழித்தெரியல. சாராவோட வாழ்க்கை தான் அந்த நேரத்துல முக்கியமாப் பட்டுச்சு. அதுனால தான் எதைப் பத்தியும் யோசிக்காம லெட்டர் போட்டேன். நீங்க நிச்சயம் வருவீங்க, இப்படி எல்லாம் நடக்கும்னு நான் கொஞ்சம் கூட நினைக்கல.

ஏதோ ஒரு குருட்டு நம்பிக்கை, ஒருவேளை சாராவைக் காப்பாத்த வாய்ப்புக் கிடைச்சா போதும்னு தான் இருந்தேன். ஆனா நாங்க உங்க லைஃப்ல வந்து, இந்தளவுக்குக் கஷ்டத்தைக் கொடுக்கணும்னு சத்தியமா நினைக்கல. ஸாரி அண்ணா.." என அவனது கையைப்

பற்றி முகம் புதைத்து அழ, "என்னடா இவன், உறவு முறையையே மாத்திடுவான் போலருக்கு..?" என்றவாறே அவ்விடம் வந்தான் வருண்.

சாகி குழப்பத்துடன் நிமிர்ந்து பார்க்க, மற்றவர்கள் மெலிதாய் புன்னகைக்க, வசுவின் முகத்தில் கூட இறுக்கம் தொலைந்து இதழ்களில் மெலிதான முறுவல் தோன்றியது.

உறங்கியிருந்த மகளை மனைவியிடம் கொடுத்த வருண், "நடந்து முடிஞ்சதை மாத்த முடியாது வசு, இனிமேல் நல்லதாவே நடக்கணும்னு நினைச்சிக்குவோம். எண்ணம் போல் வாழ்க்கை, நிச்சயம் ஒருநாள் எல்லாம் மாறும்.." என அவன் மனைவிக்கு எடுத்துக்கூற, அரை மனதுடன் குழந்தையுடன் அங்கிருந்து நகர்ந்தாள்.

"ஏன் சாகி, பெரிய மனுசன் மாதிரி என்ன வேலையெல்லாம் செஞ்சிருக்க! இப்ப போயி இப்படி அழலாமா?" என்று வருண் அவனது மனநிலையை மாற்ற முயல, "இதுநாள் வரைக்கும் மனசுவிட்டு அழுகிறதுக்கான சந்தர்ப்பம் கிடைக்கவே இல்ல அண்ணா. இனி என்ன செய்யப் போறோம், அக்காவோட எதிர்காலம் என்னன்னு யோசிச்சு பயந்து பயந்தே நான் முழுசா வேறொரு ஆளா மாறிட்டேன்.." என வலியுடன் உரைத்தவனது தலைக்கேசத்தை மென்மையாய் வருடிவிட்டான் மொழியன்.

"என்னையும் அண்ணான்ற, அவனையும் அண்ணான்ற? என்னடா இது, லாஜிக்கும் ரிலேசனும் ரொம்ப இடிக்கிதுடா..!" என்று வருண் கேலியாய் உரைக்க, "என்ன அண்ணா சொல்லுறீங்க, எனக்குப் புரியல.." என்றான் சாகி.

"நான் தான் உனக்கு அண்ணா, மொழியன் உனக்கு அத்தான்.."

புரியாது விழித்தவன், "ஸாரி, எனக்குத் தெரியாது.."

வருண் நண்பனிடம், "இவன் என்னடா இப்படிச் சொல்லுறான்?"

சாகி, "அம்மா அப்பா லவ் மேரேஜ் பண்ணி ஊரைவிட்டு வந்திட்டதால, எங்களுக்குச் சொந்தம்னு

யாருமே இல்லண்ணா. அதுனால யாரைப் பத்தியும் தெரியாது. கனகவள்ளி ஆன்ட்டியைப் பத்திக்கூடச் சாராக்குத்தான் ஓரளவுக்குத் தெரியும், நான் அம்மா சொல்லுறப்ப அதை எதையும் பெருசா காதுல வாங்கிக்க மாட்டேன். வடிவழகி சித்தியே அவங்களா தான், அவங்களைப் பத்தி என்கிட்ட சொன்னாங்க.."

"சரிதான்.." எனச் சிரித்த வருண், "மொழியன் இப்ப உன் அக்காவோட ஹஸ்பெண்ட். சோ உனக்கு அவன் அத்தான். இதுவே நீ அவனை விடப் பெரியவனா இருந்தா மாப்பிள்ளைன்னு கூப்பிடணும். நீ அவனுக்கு மச்சினன், என்னோட வொய்ஃப் உனக்கு அண்ணி.." என அவன் உறவுமுறை விளக்கம் அளித்திட, "ஒண்ணுமே புரியலண்ணா.." என்றான் சாகி.

"டேய் இவனுக்கு நீயே புரிய வச்சிக்க. வசு இன்னும் முழுசா சமாதானம் ஆகல, நான் போய் அவளைப் பார்க்கிறேன்." என இளையவனை மொழியனிடம் ஒப்படைத்த வருண், தன் மனைவியிடம் பேசச் சென்றான்.

பெரியவன் பேசும் முன் முந்திக்கொண்ட சாகி, "நீங்க எனக்கு அத்தான் அவ்வளவு தான, போதும்.. அப்படியே கூப்பிடுறேன். ரிலேஷன்சிப் எல்லாம் பத்தி சொல்லாதீங்க, எனக்கு அது ரொம்பக் கன்ஃபியூசா இருக்கு.." என உரைத்திட சட்டென்று சிரித்துவிட்டான் மொழியன்.

சாகியும் அவனுடன் இணைந்து கொள்ள, என்னவென்று புரியாமல் நடந்ததைக் கவனித்துக் கொண்டிருந்த சாராவும் அவர்கள் சிரிப்பதைப் பார்த்துத் தானும் சிரித்தாள்.

வீட்டின் நிலை ஓரளவு இயல்பிற்குத் திரும்பியிருக்க.. அதனைப் பொறுத்துக் கொள்ள இயலாமல் அனைவரது மனநிலையையும் தலைகீழாய் மாற்றுவதற்கென்றே தன் பிறந்தகத்திற்குள் அடியெடுத்து வைத்தார் பார்கவி.

"அப்பா, மொழியா.." என்றவாறே வீட்டிற்குள் நுழைந்தவர், "என்ன நடக்குது இங்க? வசு என்னென்னமே சொன்னா, நீங்க யாரைக் கேட்டு இதெல்லாம்

செய்யிறீங்க?"

"வா அக்கா.." என வரவேற்ற தம்பியிடம், "என்னடா சாவகாசமா வான்னு கூப்பிடுற?"

"வேற எப்படிக் கூப்பிடணும் அக்கா?"

"என்னடா நக்கலா, அப்பா எங்க?"

"இந்தா இருக்கேன் ம்மா.." எனப் பதிலளித்துக் கொண்டே தனக்கான அறையில் இருந்து வெளியே வந்தார் சிவநாதன்.

"நான் வந்தது தெரியலையா, பேசுறதுக் கேட்கலையா? இல்ல எதுக்கு இவளை எல்லாம் மதிக்கணும்ன்னு ரூமுக்கு உள்ளேயே இருந்துக்கிட்டீங்களா? கூப்பிட்டாத்தான் வர்றீங்க..?" என ஈன்றவரைப் பார்த்துக் கேள்விகளை அடுக்கினார் பார்கவி.

"அக்கா அவரு நம்ம அப்பா, பார்த்துப் பேசு.." என மொழியன் தமக்கையின் வரைமுறையற்றச் சொற்களை நினைவுப்படுத்த, "எல்லாம் என் தலைவிதி, நான் கட்டுவன் மட்டும் சரியா இருந்திருந்தா, எனக்கு இப்ப இந்த நிலைமை வந்திருக்குமா? இல்ல நீதான் அக்கான்ற மரியாதைக்கூட இல்லாம பேசுவியா?"

"அக்கா இப்ப நான் என்ன பேசிட்டேன்னு இப்படி ஓவரா ரியாக்ட் பண்ணுற?"

"என்னது ஓவரா ரியாக்ட் பண்ணுறேனா? என் வாழ்கையும், நான் நடந்துக்கிறதும் உங்களுக்குக் கேலிக்கூத்தா இருக்கு. நீங்க மட்டும் ஒரு நல்லவனைப் பிடிச்சு எனக்குக் கட்டிவச்சிருந்தா, என் நிலைமை இப்படி ஆகியிருக்குமா..?" என விழிகளைக் கசக்கி புடவை முந்தானையில் துடைத்துக் கொண்டார்.

அறைக்குள் இருந்த வருண், "ஸப்பா ஆரம்பிச்சிட்டாங்க உங்க அக்கா, இன்னும் ஒரு மணி நேரத்துக்குப் பக்கம் பக்கமா பேசி கண்ணீர் வடிப்பாங்களே..?" என அவரின் வழக்கமான செயலைக் கேலியாய் உரைக்க, கணவனை முறைத்தாள் வசு.

மனைவியின் பார்வையை அசட்டைச் செய்தவன், ஒற்றைக் கண்சிமிட்டிச் சிரித்து, "அக்கா மேல ரொம்பப் பாசம் போல வசும்மா, கிளம்புறப்ப ஃபோனைப் போட்டு நியூஸ்ஸை அப்டேட் பண்ணிட்டு வந்திருக்க..?" என வினவ, "நிஜமாவே என்னாலயே இதை ஏத்துக்க முடியலைங்க. அப்படி இருக்கிறப்ப பார்கவி அக்கா எப்படிச் சம்மதிப்பாங்க..?"

"அவங்க யாரு, மொழியனோட கல்யாணத்துக்குச் சம்மதம் சொல்ல? அவனோட வாழ்க்கையைப் பத்தின முடிவை அவன் தான எடுக்கணும்..?"

"அப்ப எங்க கூடப் பிறந்தவன்கிட்ட எங்களுக்குன்னு எந்த உரிமையும் இல்லையாங்க..?"

"யார் இல்லைன்னு சொன்னா, ஆனா இதைச் செய்யாதன்னு சொல்லுற உரிமை கிடையாது வசு. நல்லது கெட்ட்து, சரி தப்பைச் சொல்லிட்டு முடிவை அவன் கையில விட்டிடணும். அவனுக்காக நீ முடிவெடுக்கக் கூடாது!"

"ப்ச்ச் எப்படிங்க? சாராவோட எப்படி அண்ணா ஒரு சந்தோஷமான வாழ்க்கையை வாழ முடியும்?"

"அது மொழியன் பாடு. அதைப் பத்தி அவன் யோசிக்காமலா இருப்பான்? ஒருவேளை இதுவரை யோசிக்கலைன்னாலும் இனிமேல் புது வாழ்க்கைக்குத் தகுந்த மாதிரி தன்னை மாத்திக்கிவான். என்ன வசு புரியிதா..?"

"ம்ம்.. ஆனா நீங்க, ஏன் தான் எப்பவும் அவனுக்கே சப்போர்ட் பண்ணுறீங்களோ..?"

"ஒரு சில விஷயங்கள் இருக்கு வசு. அம்மா, அப்பா, கூடப்பிறந்தவங்க, தன் துணைக்கிட்ட கூடப் பகிர்ந்துக்க முடியாது. பட் ஃப்ரண்ட்கிட்ட எதையும் சேர் பண்ணிக்கலாம். அவன் நம்மளைத் தப்பா நினைச்சிடுவானோன்ற எண்ணம் வராது.

இங்க நாங்க மச்சான் மாப்பிள்ளையா மட்டும் இல்லாம, நல்ல ஃப்ரண்ட்ஸாவும் இருக்கிறோம். அதுனால

மொழியனோட எண்ண ஓட்டத்தை உங்களை விட என்னால நல்லாப் புரிஞ்சிக்க முடியுது.. அவ்வளவு தான்!" எனப் புன்னகைக்க, "உண்மையிலயே நான் லக்கி தாங்க, அதுனால தான் உங்களை மாதிரி ஒருத்தர் வாழ்க்கைக் துணையா கிடைச்சிருக்கீங்க!"

"அடடா.." எனச் சிரித்தவன், "சரி நான் கிடைச்சு நீ லக்கி ஆகிட்ட, எனக்கு என்ன தருவ..?"

"என்ன வேணும்..?" என்றவளின் நெற்றி முட்டிச் சிரித்தவன், "இது போதும். எப்பவும் நான் சொல்லுறதைப் பொறுமையா காது கொடுத்துக் கேட்கிற, அதைப் புரிஞ்சிக்கவும் முயற்சி பண்ணுற? வேற என்ன வேணும்!" என்றிட, "ஸாரிங்க.."

"எதுக்கு..?"

"நான் வேணும்னே தான் அக்காக்குக் கால் பண்ணி வரச் சொன்னேன்!"

அவன் பார்வையாலேயே, 'ஏன்' என்று வினவிட, "எப்படியும் நாளைக்கு விஷயம் தெரிஞ்சிடும். ஏன் என்கிட்ட சொல்லல, எல்லாரும் ஒண்ணு சேர்ந்திட்டு என்னை மட்டும் தனியா ஒதுக்கீட்டீங்க! அப்படின்னு நம்ம வீட்டுக்கு வந்து தேவையில்லாம பேசிப் பிரச்சனை பண்ணுவாங்க. அதுவே இப்பவே சொல்லிட்டா.. அண்ணா, அப்பாவோட முடிஞ்சிடும். அங்க வந்து எதுவும் பேசினா.. அத்தை, மாமா என்ன நினைப்பாங்க..?" என அவள் மனதில் இருந்ததை உரைத்தாள்.

'தன் புகுந்த வீட்டில்.. பிறந்த வீட்டினரின் குணமும், செயலும் பேச்சுப் பொருளாகி விடக்கூடாது!' என்ற தவிப்பில் தனது மனையாள் அவ்வாறு செய்திருக்கிறாள் என உணர்ந்து கொண்ட வருண், அவளைப் புரிந்து கொண்டேன் என்பது போல் தலையசைத்துப் புன்னகைத்தான்.

பின், "ஆனா அந்த ஸாரியை நீ மொழியன் கிட்டதான் சொல்லணும்!"

"அண்ணா அதை நான் சொல்லாமலயே புரிஞ்சிப்பாங்க.." என வருத்த முறுவலுடன் பதிலளிக்க, அவளின் கன்னத்தைத் தட்டிக் கொடுத்தவன், "சரி வா அண்ணி என்னென்ன பேசப் போறாங்கன்னு பார்ப்போம்.." என அழைக்க, உறங்கிக் கொண்டிருந்த குழந்தைக்கு ஆதரவாய் இருபுறமும் தலையணைகளை வைத்துவிட்டு, கணவனுடன் வெளியே வந்தாள் வசுதா.

சாரா அங்கு நடப்பதை விழிவிரித்தும், சாகி குழப்பத்துடனும் பார்த்துக் கொண்டிருக்க.. சிவநாதனும் மொழியனும் பார்கவியைச் சமாதானம் செய்யும் முயற்சியில் இருந்தனர்.

"அக்கா இங்க பாரேன். உன்கிட்ட சொல்லக்கூடாதுன்னு இல்ல, ஏதோ சூழ்நிலை திடீர்னு கல்யாணம் ஆகிடுச்சு.."

"அப்படி என்னடா சூழ்நிலை..?"

"அதுக்கா..." என்றவன், தயக்கத்துடன் நடந்த விடயங்களைத் தமக்கையிடம் பகிர்ந்து கொள்ள, "ஓஹோ சரி உன் பொண்டாட்டி எங்க? வீட்டுக்கு வந்தவங்களை வாங்கன்னு கூப்பிட மாட்டாளா?" என வேண்டுமென்றே வினவ, மற்றவர்கள் விழிக்க.. சாகி தமக்கையிடம் சொல்லி அவளைக் கூடத்திற்கு அழைத்து வந்தான்.

"சாரா அவங்களை வாங்கன்னு சொல்லு.." என அவளின் காதில் கிசுகிசுக்க.. அவளும் அதே போல், "ஏன்டா?"

"அவங்க பெரியவங்க இல்ல அதான்..!"

"ஹோ சரி.." என்றவள், "வாங்க ஆன்ட்டி.." என்றிட.. முகம் சிவந்து மொழியனிடம் திரும்பினார் பார்கவி.

அதைக் கேட்டு வருண் சட்டென்று சிரித்துவிட, சிரிப்பு வந்த வசுவும் அதை அடக்கிக் கொண்டு கணவனது கையில் கிள்ளி அவனையும் அமைதியாய் இருக்கும்படி எச்சரித்தாள்.

"என்ன கொழுந்தனாரே, என்னை ஆன்ட்டின்னு சொன்னதும் உங்களுக்கு அவ்வளவு சிரிப்பு? வசு உன்

வீட்டுக்காரர் கிட்டச் சொல்லி வை, இதெல்லாம் நல்லதில்ல!"எனத் தங்கையிடம் எச்சரித்து விட்டு தம்பியின் புறம் திரும்பினார்.

"என்னடா இது, உன் பொண்டாட்டி என்னைக் கிண்டல் பண்ணுறா? நீயும் அதைப் பார்த்துட்டு சும்மா நிக்கிற..?" என மொழியனிடம் வாதம் செய்ய, "அக்கா அதெல்லாம் இல்ல. அவளுக்குத் தான் மனநிலை தெளிவா இல்லேல, அதான் என்ன பேசுறோம்னு தெரியாமப் பேசிட்டா.."

"தேடிக் கண்டுப்பிடிச்சு ஒரு பைத்தியக்காரிய கல்யாணம் செஞ்சிட்டு வந்திருக்க, இனி என்னென்ன எல்லாம் நடக்கப் போகுதோ..?" என அவர் பார்வையில் இகழ்ச்சியுடன் உரைக்க, சாகி உடன்பிறந்தவளின் கையைப் பற்றிக் கொண்டு தலைக்கவிழ்ந்து வலியுடன் நின்றிருந்தான்.

மொழியன், பார்கவி மேலும் கடுஞ்சொல் எதுவும் பேசாமல் இருக்கும் பொருட்டு.. தன் கையில் இருந்த பணத்தை நீட்டி, "இந்தாக்கா இந்த மாசச் செலவுக்கு. நாளைக்கு வீட்டுக்கு வந்து கொடுக்கலாம்னு இருந்தேன், நல்லவேளை நீயே இன்னைக்கு வந்திட்ட.."

"எதுக்கு மொழியா நீ அலையிற? ஒரு ஃபோன் போட்டா, நானே வந்து வாங்கிக்கிறேன்!" எனச் சற்றுமுன் நடந்த நிகழ்வை மறந்து, பணத்தை வாங்கி எண்ணத் துவங்கினார் அவர்.

"நான் உன்கிட்ட முன்னாடியே சொல்லணும்னு நினைச்சேன். நம்ம ஸ்ருதி டென்த் படிக்கிறா இல்ல, அவளை டியூசன் சேர்க்கலாம்னு இருக்கேன். அப்பதான நல்லா படிச்சு, நல்ல மார்க் வாங்குவா. அதுனால அடுத்த மாசத்துல இருந்து ஒரு ஆயிரம் ரூபாய் சேர்த்துக் கொடு..!" என அவர் கூற, சம்மதமாய்த் தலையை மட்டும் அசைத்தான் தம்பியானவன்.

அதன்பின்பு சாரலைப் பற்றி எதுவும் பேசாதவர், அன்றைய தினத்தைப் பிறந்தகத்திலேயே கழித்துவிட்டுச்

சென்றார். மாலை வேலையில் வருணும், தான் வந்த கடமையை நிறைவேற்றி விட்டு குடும்பத்துடன் கிளம்பினான்.

அத்தியாயம் 9

"இது தாலி தான சாகி?" எனத் தன் கழுத்தில் இருந்ததைத் தூக்கிக் காட்டித் தம்பியிடம் வினவிய சாராவின் வினாவில், அவர்களை இரவு வேளை உணவிற்காக அழைத்துச் செல்ல வந்த மொழியனின் கால்கள் அறை வாயிலிலேயே சட்டென்று நின்று கொண்டன.

சாகித்யன் 'ஆம்' எனத் தலையசைத்தவாறே, "உனக்கு எப்படித் தெரியும்?"

"நான் வடிவு சித்தி கழுத்துல பார்த்திருக்கேன். ஒரு நாள் நீ ஸ்கூல் போயிருந்தப்ப அவங்களை அடிச்சிட்டு அந்தக் கோபக்கார சித்தப்பா இல்ல.. அவரு அவங்கக்கிட்ட இருந்து இதே மாதிரி ஒரு கயிறைப் பிடுங்கிட்டுப் போயிட்டாரு. ஆனா அதுல பிளாக்ல, ரெட்ல பாசி எல்லாம் இருந்தது. அப்புறம் சித்தி இதேமாதிரி யெல்லோ கலர்ல ஒரு குச்சிவச்சு கயித்துலக் கட்டி கழுத்துலப் போட்டுக்கிட்டாங்க. அப்ப இது என்னன்னு கேட்டதுக்குத் தாலின்னு சொன்னாங்க.."

தன் தமக்கைக்கு எந்த அளவிற்குப் புரிதல் இருக்கிறது என்பதை அறிந்து கொள்வதற்காக, "வேற என்ன சொன்னாங்க சாரா?"

"என் கழுத்துல இதுமாதிரி ஏன் இல்லன்னு கேட்டேன்"

அவன் சற்றே திடுக்கிடலுடன் அவளைப் பார்க்க, அந்த வினாவிற்கான பதிலை அறிந்து கொள்ளும் ஆர்வத்தோடும், ஏதோ ஒருவிதத் தவிப்போடும் வாயிலில் காத்திருந்தான் மொழியன்.

"நீ இப்பச் சின்னப் பொண்ணு, பெரியவளா வளந்ததும் உன்னோட புருஷன் உனக்கு இதேமாதிரி கட்டி

விடுவாருன்னு சொன்னாங்க.." என மீதியை அவள் உரைத்து முடிக்க.. சாகி நிம்மதி மூச்சு விட்டான் என்றால், மொழியனின் இதழ்களிலோ இன்னதென்று புரியாத புன்னகை ஒன்று தோன்றியது.

"ஆனா சாகி, நான் சின்னப் பொண்ணு தான, அப்புறம் ஏன் இது என் கழுத்துல இருக்கு? சித்தி வீட்டுல இருக்கும் போது, அந்தச் சித்தப்பாவும் அப்படிதான் ஏதோ சொன்னாரு.

ஏன் இதைக் கட்டுனாங்க? அவங்க அவங்க.. யாரு? புருஷனா, ஏன் அப்படி? நாம ஏன் இங்க வந்திருக்கோம்? இவங்க எல்லாம் யாரு? அந்த ஆன்ட்டி ஏன் என்னை முறைச்சுப் பார்த்தாங்க? பா.. பா.. பைத்தி.. பைத்தியமா அது யாரு?" என அவளுக்குள் எழுந்த கேள்விக்களை வரிசையாய் அடுக்க, இரு ஆண்களுமே சற்றுத் திணறிப் போயினர்.

சாகி அவளுக்கு ஓரளவிற்குப் புரிய வைத்திடும் நோக்கத்துடன், "அந்தச் சித்தப்பா நம்மளைத் திட்டிக்கிட்டே இருந்தாருல, நமக்காக வடிவு சித்தியை அடிச்சாருல.. அதுனால தான் நாம இங்க வந்துட்டோம். இது நம்ம அம்மாவோட ஃப்ரண்ட் கனகவள்ளி ஆன்ட்டியோட வீடு. இங்க இருக்கிறவங்க எல்லாம் அவங்க ஃபேமிலி. நமக்கு ஃப்ரண்ட்ஸ் மாதிரி.."

"ஹோ.. இனிமே இங்கதான் இருக்கப் போறோமா?"

"ஆமா..."

"எவ்வளவு நாளைக்கு?"

"நீ எப்பவுமே இங்கதான் இருக்கணும்!"

"ஏன்?"

"ஏன்னா.." என அவன் எப்படிப் புரிய வைப்பது என்ற தயக்கத்துடன் இழுக்க, "ஏன்னா இது உன் வீடு!" என்றவாறே உள்ளே நுழைந்தான் மொழியன்.

அதுவரை இயல்பாய் இருந்த சாரா, சற்றே பதற்றம் கலந்த பயந்துடன் எழுந்து தம்பியின் பின்னே ஒளிந்து கொண்டாள்.

மொழியன் அவளைப் பரிவுடன் பார்க்க, "சாரா ஏன் இப்படிச் செய்யிற, முன்னாடி வா.." என அவளின் கைப்பற்றி நகர்த்தினான் சாகி.

"இல்ல வேணாம், நான் வர மாட்டேன்!"

"ஏன்?" என்ற அவனின் வினாவிற்கு அவளது விழிகள் மொழியனைத் தீண்டியது.

"அது அத்தான்.." என அவன் தயங்க, தலையசைப்பில் தன் மச்சினனுக்குச் சமாதானம் உரைத்தவன், "என்னைப் பார்த்தா பயமா இருக்கா சாரா?" என்றான் அவளிடம்.

மணமான சிறுமியவள் மௌனத்தைப் பதிலாகக் கொடுக்க.. மொழியன், "சாரா இங்க வா.."

அசையாது நின்றவளை வற்புறுத்தி தன் அத்தானின் முன்பு நிற்க வைத்தான் சாகி.

அவன், "நான் யாருன்னு தெரியுமா உனக்கு?"

மறுத்துத் தலையசைத்தவளிடம், "நீ ஏன் இங்க வந்திருக்கன்னு தெரியுமா?"

"ம்ம், சாகி கூட்டிட்டு வந்தான்"

"உனக்கு அவனை ரொம்பப் பிடிக்குமா?"

"ம்ம்.."

"ஏன்..?"

"அவன்.. அவன்.. என்னை நல்லா பார்த்துக்குவான். சோறு ஊட்டி விடுவான், என்கூட விளையாடுவான் அதான்!"

"அவன் யாரு?"

"என்னோட தம்பி!"

"நானும் சாகி மாதிரி தான், புரியிதா?"

"இல்ல.. நீ சாகி மாதிரி இல்ல.." எனப் பட்டெனப் பதிலளித்துவிட்டு, மீண்டும் தம்பியின் பின்னே சென்றாள் சாரா.

"ஸாரி அத்தான்.. அது.." என அவன் திணற, "ப்ச்ச்.. அவளுக்கு உன்னைத் தவிர, இந்த வீடு, நான், இங்க இருக்கிறவங்க எல்லாமே புதுசு டா. இதெல்லாத்தையும்

அவ அக்செப்ட் பண்ணிக்கக் கொஞ்ச நாளாகும்.

எந்தக் குழந்தையும் மூணாவது மனுசங்கக்கிட்ட உடனே போயிடாது. முதல்ல அதுக்கு அவங்க மேல நம்பிக்கை வரணும், அவங்களைப் பிடிக்கணும். விடு பார்த்துக்கலாம். சரி, சாப்பிட வாங்க.." என அவர்களை அழைத்துச் சென்றான் மொழியன்.

நால்வருமே அன்றைய உணவை அறை வயிற்றுடன் முடித்துக் கொண்டனர். சிவநாதன் தனக்கான மருந்துகளை எடுத்துக் கொண்டு, சிறிது நேரத்தில் உறக்கத்தில் ஆழ்ந்துவிட.. சாகியோ, புதுவீட்டிற்குத் தாங்கள் வந்திருப்பது குறித்த சாராவின் தொடர் கேள்விகளுக்குத் தன்னால் இயன்ற அளவு பதில் உரைத்துக் கொண்டிருந்தான்.

மாடியில் மொழியன் தனது வருங்காலத்தைப் பற்றிய சிந்தனையில் இருந்தான். சற்றுமுன் சாராவிடம் பேசும் நொடி வரை.. அவளது வாழ்க்கை, பாதுகாப்பு, தனது திடீர் திருமணத்தால் இனி தான் எதிர்கொள்ளப் போகும் சவால்கள், குடும்பத்தின் நிதி நெருக்கடி எனத் தனக்கான கடமைகளைப் பற்றி மட்டுமே சிந்தித்துக் கொண்டிருந்தான்.

ஆனால் தற்போது அனைத்தையும் கடந்து, மனதளவில் சிறுமியாய் இருக்கும் அவளின் உணர்வுகள், பெண்மகளின் பார்வையில் தங்களுக்கு இடையேயான திருமணப் பந்தம், தன்னையும் தன் குடும்பத்தாரையும் பார்க்கும் அவளின் கண்ணோட்டம், அது பாவையின் மனநிலையில் ஏற்படுத்தும் பாதிப்புகள் எனச் சாராவின் நிலையில் இருந்து, அவளைப் பற்றிய சிந்தனைகள் ஆடவனை ஆட்கொண்டன.

மூளை தன் கடமையைச் சரியாய்ச் செய்து வரிசையாக யோசனைகளையும், அதற்கான தீர்வுகளையும் தேடி ஆராய்ந்து கொண்டிருக்க.. ஆனால் கிடைத்த விடை என்னவோ பூஜ்யம் தான்! நேரம் நகர்ந்து நள்ளிரவைத் தாண்டியிருக்க.. அன்றைய தின நிகழ்வுகளின் எச்சங்கள், ஆடவனது தூக்கத்தை முற்றிலுமாய்ப் பறித்து விட்டிருந்தது.

என்ன செய்வதென்று புரியாமல் அறைக்குள்ளேயே நடை பயின்றவனுக்கு, 'தண்ணீர் அருந்தினால் நன்றாய் இருக்குமே!' எனத் தோன்ற, கீழிறங்கி வந்தான்.

சாகி, சாரா தங்கியிருந்த அறையிலிருந்து வெளிவந்த ஒளி, கூடம் வரை பரவியிருக்க.. குழப்பத்தோடு நீர் குவளையுடன் அங்குச் சென்றான் மொழியன். இளையவன் கன்னத்தில் கைவைத்த படி அமர்ந்திருக்க, "டேய் சொல்லுடா, ஏன்டா பேசவே மாட்டிற சாகி.. சாகி.." என அவனைப் பிடித்து உலுக்கிக் கொண்டிருந்தாள் சாரா.

"சாகி என்னாச்சு, இன்னும் தூங்காம என்ன செய்றீங்க?" என்ற மொழியனது வினாவில், இருவரது கவனமும் அவன்புறம் திரும்பியது.

அவள் புதியவனை முறைத்துவிட்டு முகத்தைத் திருப்பிக் கொள்ள, "சாராவோட கேள்விக்குப் பதில் சொல்லிக்கிட்டு இருக்கேன் அத்தான்.." என ஒரு நீண்ட கொட்டாவியை வெளிவிட்டான் அவன்.

சின்னதாய் சிரித்தவன், "அதை நாளைக்குப் பேசலாமே, இப்ப தூங்குங்க!"

"அதுக்கு என் அக்கா விடணுமே..?"

அவன் புரியாது பார்க்க, "இல்ல அத்தான், சாராக்குப் பதில் கிடைக்கிற வரைக்கும் தூங்கவிட மாட்டா. எழுப்பி விட்டு திரும்பவும் கேள்வி கேட்பா.." எனச் சாகிப் பதிலளிக்க, மொழியன் அவள்புறம் திரும்பினான்.

இரட்டைப் பின்னலில் ஒன்றினது கீழ்ப்பக்கம் இருக்கும் கார்குழலிற்குள் விரல்களை நுழைத்து அதில் ஒன்றிரண்டைப் பிடித்து இழுத்து விளையாடிக் கொண்டிருந்தாள் அவள்.

அவளெதிரே சென்றவன், "உனக்கு என்ன தெரியணும்..?" என வினவ, "நீ யாரு?" என்று பதில் வினா தொடுத்தாள்.

உண்மையில் மொழியனுக்கும் அந்த வினாவிற்குப் பதில் தெரியவில்லை. 'அவளுக்குத் தான் யார்?' என்று புரியவில்லை அவனுக்கு.

'பேதலித்த புத்தியோடு இருப்பவளின் கழுத்தில் மஞ்சள் கயிற்றைக் கட்டிய ஒற்றைக் காரணத்திற்காக, அவளின் கணவன் என்று கூற இயலுமா? அன்றி அவளைத் தான் முழு உரிமையோடும் மனைவியாகத் தான் ஏற்க இயலுமா?'

விடையின்றி மௌனம் காத்தவனது தவிப்பை உணர்ந்த சாகி, "இவரு நமக்கு அத்தான் சாரா. நம்மளைப் பார்த்துக்கிறதுக்காகச் சாமிக்கிட்ட இருக்க நம்ம அம்மா அப்பா அனுப்பியிருக்காங்க.."

மொழியன் இன்னதென்று புரியாத உணர்வோடு அவனை நிமிர்ந்து பார்க்க, "நான் உண்மையைத் தான் சொன்னேன் அத்தான்.." எனத் தழுதழுத்த குரலில் உரைத்தான் இளையவன்.

கண்களில் நீர் பெருக.. எச்சிலை விழுங்கி தன்னைச் சரிசெய்துக் கொண்டவன், மச்சினனின் தோளில் தட்டிக்கொடுத்து, என்றும் அவர்களுக்குத் தான் துணை இருப்பதாய் உணர்த்தினான் மொழியன்.

சாராவிற்கு இருவரது உணர்வுகளும், அவர்கள் உதிர்க்கும் சொற்களுக்கான பொருளும் புரியாவிடினும்.. தம்பியின் மேல் அவள் கொண்டிருக்கும் அன்பும் நம்பிக்கையும், அவன் எடுத்துரைப்பவற்றை முழு மனதுடன் ஏற்க வைத்தது. அவள் மனம் ஏற்றது.. சாகி சொல்பவையை மட்டுமல்ல, அவன் தங்களுக்கான உறவாய் சுட்டிக்காட்டிய மொழியனையும் தான்!

அவள் அந்த வீட்டிற்கு வந்து இரண்டு நாட்கள் கடந்திருந்தது.. சிவநாதன், வசுதாவிடம் தெரிந்த ஒதுக்கமும்.. பார்கவியிடம் தெரிந்த சினமும், குத்தல் பேச்சுக்களும்.. என ஏதுமின்றித் தன்னிடமும், உடன் பிறந்தவனிடமும் புன்னகைத்த முகமாய்ப் பேசும் மொழியனை அந்தச் சிறுமிக்குச் சிறிதே சிறிதளவு பிடித்துப் போனது என்பதே உண்மை!

குழந்தைகள் எப்பொழுதுமே கடவுளின் பிம்பங்கள் மட்டுமல்ல, கண்ணாடிக்குச் சமமானவர்கள். நாம்

கொடுப்பதைத் தான் அவர்கள் நமக்குத் திருப்பிக் கொடுப்பர். அன்புடன் கூடிய புன்னகை, அவர்களது முகத்தை மலரச் செய்யும்! அதுவே சற்றே சீண்டலுடன் கூடிய புன்னகை, விலகலையும் அழுகையையும் பிரதிபலிக்கும்! சாராவிடமிருந்து மொழியனின் குடும்பத்தாருக்குக் கிடைத்ததும் அதுவே!

சிவநாதனிடம் மரியாதை நிமித்தமாய் விலகியே நின்ற சாகி, மொழியனிடம் மிக இயல்பாகப் பேச.. சாராவும் தம்பியைப் பின்பற்றி அவ்வாறே நடந்து கொள்ளத் துவங்கினாள்.

சாகி உரைத்த பதிலை ஓரளவுக்கு ஏற்றவள்.. அடுத்ததாய், "அத்தான் னா என்ன?" என்று அடுத்த வினாவை எழுப்ப.. இளையவனின் பாடுதான் திட்டாட்டமானது. ஏனோ மொழியனுக்கு அவளது ஒவ்வொரு வினாவும் ரசனையைக் கொடுத்து, இதழ்களில் முறுவலை வரவைத்தது.

"உன் அக்கா ரொம்பச் சார்ப் சாகி.." என அவன் பாராட்டுச் சான்றிதழ் வழங்க, "அதென்னவோ உண்மை தான் அத்தான். அம்மா அப்பா இருக்கும் போது, அவங்க எதுவும் சொல்லாமலேயே அவங்க மனசுல என்ன இருக்குன்னு புரிஞ்சிக்குவா. என்னையும் நல்லா பார்த்துக்குவா. நான் இப்ப அவளுக்குச் செய்யிறதெல்லாம், முன்னாடி அவ எனக்குச் செஞ்சது தான்!"

"ப்ச்ச், அத்தான்னா என்ன.?" மீண்டும் அதே கேள்வியுடன் அவள் இருவரது பேச்சிற்கும் இடையே நுழைய.. இம்முறை, "நான் சாகிக்குத் தான் அத்தான், உனக்கில்ல.." எனப் பதிலளிக்கும் பொறுப்பைத் தான் ஏற்றுக் கொண்டான் மொழியன்.

"அப்ப நீ எனக்கு யாரு?"

"உன்னோட ஃப்ரண்ட்.."

"ஓஹோ, ஃப்ரண்ட்டோட பேர் என்ன?"

"மொழியன், தேன் மொழியன்..."

"அப்படின்னா என்ன அர்த்தம்?"

"இனிமையா பேசுறவங்கன்னு அர்த்தம்!"

"அப்ப நீ ஸ்வீட்டா..?"

"ஏன் நான் ஸ்வீட்டா இல்லையா?"

சட்டென்று சிரித்தவள், "சரி சரி, நீ அந்த ஆன்ட்டி மாதிரி இல்ல. என்கிட்ட நல்லா பேசுற, சிரிக்கிற! சோ நீ ஸ்வீட் தான்...!" என்றவள், "மொ.. மொதி.." என அவனது பெயரை உச்சரித்துப் பார்க்க, "மொழியன்.." எனக் கற்றுக் கொடுத்தான் அவன்.

"மொ.. மொ.. மொதிதன்.. ப்ச்ச் எனக்கு வரல. நீ ஸ்வீட் தான, இனிப்பு.. இனியான்னு கூப்பிடவா..?" என அவள் கேட்க.. கண்கள் மிளிர, மலர்ந்த முகத்துடன் தலையசைத்தான் ஆடவன்.

ஏற்கனவே அரைத்தூக்கத்தில் தடுமாறிக் கொண்டிருந்த சாகி.. தன் தமக்கைக்குப் பதில் அளிக்கும் பொறுப்பை, அவளுக்கு உரிமையானவன் எடுத்துக் கொள்ள, சிறிது நேரத்திலேயே உறக்கத்தின் பிடிக்குள் சென்றுவிட்டான்.

பேச்சின் இடையே தூங்கிய தம்பியைப் பார்த்தவள், "சாகி சாகி எழுந்திரிடா.." என்று எழுப்ப, "ஏய் ஏய் எதுக்கு அவனை எழுப்புற?" எனத் தடுத்தான் மொழியன்.

"என்னை விட்டுட்டுத் தூங்குறான்.." என்று அவள் குற்றப் பத்திரிக்கை வாசிக்க, "ஏன், தூங்குனா என்ன?"

"அப்ப நான் எப்படித் தூங்குறது?"

"கண்ணை மூடிப் படு, தூங்கிடுவ.."

அவள் மறுத்துத் தலையசைக்க, "என்ன?" என்றான் அவன்.

"எனக்குக் கதைச் சொல்லி, தட்டிக் கொடுத்தா தான் தூக்கம் வரும்!"

"உங்க அம்மா அப்பா இருக்கும் போதும் அப்படித்தானா?" என அவன் வளர்ந்த சாராவை மனதில் வைத்து வினவ, "ம்ம் அப்பா என்னை அவர்மேல படுக்கவச்சு, கதைச் சொல்லிக்கிட்டே முதுகிலத் தட்டி விடுவாரு.." என அவளிடம் தற்போது இருக்கும் சிறு வயது நினைவுகளைப் பகிர்ந்தாள் சாரா.

அவள் உரைத்ததற்கான பொருளை உணர்ந்தவன், "சரி படு, நான் தட்டி விடுறேன்!"

திருதிருவென விழித்தவள், "நீயா..?" என்றிட, "ஏன் என்னாச்சு?"

“இல்ல வேண்டாம், வடிவு சித்தி யாரையும் டச் பண்ண விடக்கூடாதுன்னு சொல்லியிருக்காங்க.."

அவர் கூறியிருக்கும் சொற்களுக்கான பொருளை உணர்ந்தவன், "நான் உன்னை டச் பண்ணல. நீ பெட்சீட்டைப் போர்த்திக்கோ, நான் அதுக்கு மேல தட்டிவிடுறேன்.." எனச் சமாதானம் செய்து, ஏதோ தனக்குத் தெரிந்த சிறுவயது கதைகளைக் கூறி, அவளை உறங்க வைக்க முயன்றான்.

ஆனால் நித்திரா தேவியோ சிறு பெண்ணிடம் தன் பிடிவாதத்தைக் காட்டி, 'வருவேனா நான்?' எனக் கண்ணாமூச்சி ஆடிட, சாராவும் தன் பங்கிற்குக் கழுத்தில் இருந்த மஞ்சள் கயிற்றைப் பிடித்து விளையாடிக் கொண்டிருந்தாள்.

அதைக் கவனித்த மொழியன், "ப்ச்ச் என்ன செய்யிற, அதை விடு.." எனத் தாலிக் கயிற்றை அவளது கைகளில் இருந்து பிரிக்க, "இதை நீ தான கட்டின, அப்ப நான் பெரிய பொண்ணா வளர்ந்திட்டேனா?" என வினவ, திடுக்கிடலுடன் அவளைப் பார்த்தான்.

"சித்தி இதைக் கழுத்துல கட்டுறவங்க புருஷன்னு சொன்னாங்க, ஆனா நீ ஃப்ரண்டுன்னு சொன்ன..?" எனத் தனக்குள் எழுந்த அடுத்த வினாவையும் கேட்க, அவனோ மதில் மேல் பூனையின் மனநிலையில் இருந்தான்.

"இனியா என்ன பதிலே சொல்ல மாட்டிற? நான் சாகிக்கிட்டயும் கேட்டேன், அவனும் சொல்லல ஏன்? சொல்லு ப்ளீஸ், எனக்கு இது ஒருமாதிரி இருக்கு. நான் இதைக் கழட்டிடவா..?" என வினவியவளின் தொடர் பேச்சினில் நிகழ்வுக்கு மீண்டான்.

சாராவின் இதழ்களில் விரல் வைத்துப் பேச்சை நிறுத்தி, "சூ.. இப்படி எல்லாம் பேசவும் கூடாது, அதைக் கழட்டவும் கூடாது! நீ வா, நான் உனக்குப் பதில் சொல்றேன்!" என அழைக்க, "இல்ல, நான் வரல.." என்று மறுத்தாள்.

"உன்னை வெளிய எங்கேயும் கூட்டிட்டுப் போகல, அந்தக் கபோர்ட் கிட்டதான் போறோம். வா..!" என்றவன் அவளது மறுப்பையும் மீறி கைப்பற்றி எழ வைத்து அழைத்துச் சென்றான்.

அலமாரியின் கதவில் பதித்திருந்த கண்ணாடியின் முன்பு அவளை நிற்க வைத்தவன், தானும் அவளருகே நின்று கொண்டான். "இப்ப சொல்லு நீ வளர்ந்திட்டியா இல்லையா?" என்றவனது வினாவிற்கு, புரியாத பார்வையுடன் ஆடவனின் புறம் திரும்பினாள்.

அவளது விழிகளில் இருந்த குழப்பத்தை உணர்ந்தவன், "நான் பெரியவனா, சின்னப் பையனா சாரா..?"

"பெரியவன்.."

"எப்படிச் சொல்லுற..?"

"உயரமா இருக்க, என்னை விட! மீசை எல்லாம் இருக்கு உனக்கு. சித்தி வீட்டுல இருக்கும் போது, பக்கத்து வீட்டுப் பசங்களோட விளையாடுவேன். அப்ப அதுல ஒரு பையன் சொன்னான், பெரியவனா வளர்ந்துட்டா மீசை வந்திடும்ன்னு!" என அவள் விளக்கம் கொடுத்தாள்.

'அப்ப கிளீன் சேவ் பண்ணுறவங்களைச் சின்னப்பையன்னு சொல்லுவாளா இவ..?' எனத் தனக்குள்ளே கேட்டுச் சிரித்துக் கொண்டவன்.. அப்போது தான் கவனித்தான், 'சாரா எதையுமே வாய் வார்த்தையாய் உரைப்பதை ஏற்பதில்லை. அவளது மனம் அதை ஒத்துக்கொள்ளும் படியான ஆதாரங்களைத் தேடுகிறாள்' என்பதை! பத்துவயது மனநிலையில் இருப்பவளுக்கு, இந்தளவிற்கான ஆழ்ந்த சிந்தனைச் சற்று அதீதம் என்று தோன்றியது.

கண்ணாடியில் தங்களது இருவரது பிம்பத்தையும் காட்டியவன், "நீயும் என்னோட அளவுக்கு வளர்ந்திருக்கப் பாரு? சோ நீ பெரிய பொண்ணுதான்.!"

"அப்ப சித்தி ஏன் என்னைச் சின்னப் பொண்ணுனு சொன்னாங்க?"

"அது அவங்க வீட்டுக்குப் போயிருந்தப்ப நீ சின்னப் பொண்ணு. ஆனா இப்ப வளர்ந்திட்ட.."

"ஹோ.." என்றவள் எதிரே தெரிந்த தன் முழுமையான பிம்பத்தினைப் பார்த்து மெலிதாய் புன்னகைத்தாள்.

இரு கைகளால் தன் இருபுற பின்னல்களையும் பற்றிக்கொண்டு ஒரு சுற்றுச் சுற்ற, அவள் அணிந்திருந்த நீண்ட பாவாடை காற்றிற்குச் சற்றே விரிந்து அடங்கியது. அதைக் கண்டு அவளின் முகத்தில் மேலும் மலர்ச்சி பரவ, அருகே இருந்த மொழியனை நிமிர்ந்து பார்த்தாள்.

அவன், "என்ன?" என்றிட, "நான் வளர்ந்துட்டேன்.." எனச் சிரித்தவளின் விழி மற்றும் இதழோரம் புதிதாய் தோன்றிய துளி வெட்கத்தை, வியப்புடனும் ரசனையுடனும் பார்த்திருந்தான் மொழியன்.

சற்றே நிதானித்தவள் மீண்டும், "அப்ப நீ ஃப்ரண்டா, புருஷனா?" என வினவ, "ரெண்டுமே ஒண்ணு தான், அது உனக்கு நான் தான்..!" எனப் பதிலளிக்க, புரிந்தும் புரியாமலும் மையமாய்த் தலையசைத்தாள் சாரா.

அத்தியாயம் 10

சாகியும் சாராவும், மொழியனின் இல்லத்திற்கு வந்து ஒருவாரம் கடந்திருந்தது. அச்சூழலையும், வீட்டு மனிதர்களையும் இயல்பாக ஏற்றுக்கொள்ளப் பழகிவிட்டாள் பாவை. தம்பியானவன் ஒவ்வொன்றையும், அவனால் முடிந்த மட்டும் தமக்கைக்குப் புரியும்படி எடுத்துரைத்து, அவளது மனதில் பதிய வைத்துக் கொண்டிருந்தான்.

அன்றைய தினம் வழக்கமான நேரத்தை விட, தாமதமாய்த் தயாராகி வந்த மொழியனைக் கண்டவன்,

"என்ன அத்தான் இன்னைக்கு இவ்வளவு லேட்டா வர்றீங்க? ஆஃபிஸ் போகலையா என்ன..?"

பதிலுக்கு மெலிதாய் புன்னகைத்தவன், "சாரா எங்க..?"

"குளிச்சிக்கிட்டு இருக்கா.."

"சரி அவளுக்கு டிரீட்மெண்ட் கொடுத்த ரிப்போர்ட்ஸை எடுத்துட்டு வா.."

அவன் புரியாமல் பார்க்க, "இன்னைக்கு நான் லீவு தான். சாராவை டாக்டர் கிட்ட காட்டுறதுக்கு அப்பாயின்மெண்ட் வாங்கியிருக்கேன்.."

அவன் வியப்புடன், "நிஜமாவா அத்தான்..?" என்றிட, "ஏன்டா, அவளைக் கடைசி வரைக்கும் அப்படியே இருக்க விட்டுடுவேன்னு நினைச்சியா?"

"அதெல்லாம் இல்ல அத்தான், அவளை நீங்க நல்லா பார்த்துப்பீங்கன்னு தெரியும். ஆனா டிரீட்மெண்டுக்கு எல்லாம் ஏற்பாடு பண்ணுவீங்கன்னு எதிர்பார்க்கல.." என்று கலங்கிய குரலில் உரைத்தவனைத் தட்டிக் கொடுத்தவன்.. சின்னச் சிரிப்புடன், "போ.." என்றான்.

அடுத்த நிமிடம் சாராவிற்கு, முன்பு மருத்துவம் பார்த்த அனைத்துப் பரிசோதனைக் கோப்புகளையும் மொழியனிடம் கொடுத்த சாகி, "அப்ப பணம் இல்லாததால டிரீட்மெண்ட் கண்டின்யூ பண்ண முடியல அத்தான். நாங்க பார்த்த டாக்டர் இங்க சென்னையில இருக்க ஒரு பெரிய டாக்டர்க்கு லெட்டர் எல்லாம் கொடுத்தாரு.." என்றவன் அந்தக் கடிதத்தை எடுத்து நீட்ட, "ஹோ சரி, அப்ப நாம இந்த டாக்டர்கிட்டயே காட்டலாம்.."

"ஆனா எப்படி அத்தான், இப்ப உடனே போய் அவரைப் பார்க்க முடியுமா? அதுவும் இல்லாம இது, நாலு மாசத்துக்கு முன்னாடி கொடுத்த லெட்டர்!"

"டிரைப் பண்ணி பார்க்கலாம்.." என்றவன் அதில் குறிப்பிடப்பட்டிருந்த தொலைபேசி எண்ணிற்கு அழைப்பு விடுத்து, மருத்துவரை சந்திப்பதற்கான அனுமதியைப் பெற்றுக் கொண்டான்.

காலை உணவை முடித்துக் கொண்டு மூவரும் கிளம்ப, அன்றைய பொழுது முழுவதும் மருத்துவமனையிலேயே கழிந்தது. தாங்கிட இயலாத பேரிழப்பின் அதிர்ச்சியின் காரணமாக மூளை நரம்புகளின் இயல்பான செயல்பாட்டில் ஏற்பட்ட குழப்பங்களும் மாற்றங்களுமே, சாராவின் இந்நிலைக்குக் காரணம் என்றார் மருத்துவர்.

பெண்மகளின் ஆழ்மனதுடன் பேசி, அவளுக்குள் இன்னும் வளர்ந்த சாரா இருப்பதை உறுதி செய்தவர்.. சிறிது சிறிதாகப் பழைய நிகழ்வுகளை உரைத்து அவளது நினைவினை மீட்டெடுக்க இயலும் என நம்பிக்கையும் அளித்தார். மேலும் அவளிடம் அதிகப்படியான மன அழுத்தம் தரும் விடயங்களை மட்டும் கூறாதிருத்தல் நலம் என உரைத்தார்.

மருத்துவரிடம் சாராவைப் பார்த்துக் கொள்ள வேண்டிய மற்ற வழிமுறைகளையும் கேட்டறிந்து கொண்டு வீடு வந்து சேர்ந்தனர் மூவரும்.

மறுநாள் மொழியன் தன்னிடம் கொடுத்த காகிதங்களைக் குழப்பத்துடன் பார்த்த சாகி, "என்ன அத்தான் இது?" என்றிட, "நீ காலேஜ்ல ஜாய்ன் பண்ணுறதுக்கான அப்ளிக்கேஷன் ஃபார்ம்.."

"ஆனா அத்தான் இந்த நிலைமையில எப்படி..?" என அவன் தயங்க, "என்ன நிலைமை சாகி?"

"சாரா இன்னும் இங்க சரியாப் பழகல அத்தான். அவளைத் தனியா விட்டுட்டு நான் எப்படிக் காலேஜ் போறது?"

"என் மேல நம்பிக்கை இல்லையா, நான் சாராவை நல்லா பார்த்துக்க மாட்டேன்னு நினைக்கிறியா?"

"சேச்ச அப்படி எல்லாம் இல்ல அத்தான். நீங்க அவளை நல்லாவே பார்த்துப்பீங்க. அதைவிட அவ கேட்கிற கேள்விகளுக்குக் கோபப்படாம பொறுமையாவும், புரியிற மாதிரியும் பதில் சொல்றீங்க.."

மெலிதாய் புன்னகைத்தவன், "நீ எப்ப பார்த்த?"

"பார்க்கல கேட்டேன். அன்னைக்கு நைட் நீங்களும் சாராவும் பேசினப்ப நான் முழிச்சுதான் இருந்தேன்.."

"அப்புறம் ஏன் இவ்வளவு யோசிக்கிற சாகி?"

"ஆனா நீங்க எப்பவும் அவக்கூடவே இருக்க முடியாதே அத்தான். ஆஃபிஸ் போகணுமே? நீங்களும் இல்லாம வீட்டுல அவ மட்டும் தனியா எப்படி இருப்பா?"

"அப்பா இருக்காரு சாகி. உண்மையைச் சொல்லணும்னா அப்பாக்கு இந்தக் கல்யாணத்துல மனத்திருப்தி இல்லைதான். அதுக்காக யாரோ எப்படியோ போகட்டும்னு விட்டிட மாட்டாரு. அவர் பார்த்துப்பாரு, நீ வீணா மத்ததைப் பத்தி யோசிக்காம ஃபார்மை ஃபில்லப் பண்ணு.."

அவன் முகம் தெளியாமல் அப்படியே நிற்க, "இன்னும் என்னடா?" என்று சற்றே அயற்சியுடன் வினவினான் மொழியன்.

"சாராக்கு அவளோட வேலைகளைச் செய்யிறதுக்கு யாரோட உதவியாவது வேணும் அத்தான். சில நேரம் டிரஸ் சேஞ்ச் பண்ணுறதுக்குக் கூட! இதுக்கு மேல நான் சொல்லணும்னு அவசியம் இல்ல. உங்களுக்கே புரியும்..!" என அவன் மெலிந்த குரலில் உரைத்தான்.

அமைதியாய் கேட்ட மொழியன், "அவ என்னோட வொய்ஃப் சாகி, எனக்கு அவக்கிட்ட முழு உரிமையும் இருக்கு. நானும் இதுக்கு மேல உனக்குச் சொல்ல வேண்டியது இல்லன்னு நினைக்கிறேன்!" என்றிட, மறுமொழி எதுவும் உரைக்காமல் விண்ணப்பப் படிவத்தை நிரப்பி, அதில் கையெழுத்திட்டுத் தன் பள்ளிச் சான்றிதழ்களையும் பெரியவனிடம் கொடுத்தான் சாகி.

அனைத்தையும் வாங்கிக் கொண்டவன், "உனக்குன்னு தனியா ஒரு வாழ்க்கை இருக்கு சாகி, சாரா மட்டுமே உன் வாழ்க்கை இல்ல. உன்னோட நல்லதுக்குத்தான் சொல்லுறேன் புரியிதா...?" என வினவ, பெரியவனது சொல்லுக்குத் தலையசைத்தான் அவன்.

வருண் தனக்கு மிகப் பரிட்சயமான கல்லூரி முதல்வர் ஒருவரின் மூலம் சாகியின் மேற்படிப்பிற்கு விரைவிலேயே ஏற்பாடு செய்துவிட, அடுத்த ஐந்தாவது நாள் நால்வரும் கோவைப் பயணமாகினர்.

கல்லூரி வகுப்புகள் துவங்கி ஏற்கனவே ஒருமாதம் கடந்துவிட்ட நிலையில், அதிகப்படியான கட்டணம் ஏதுமின்றி அந்தக் கல்லூரியில் மட்டுமே சாகிக்கு அனுமதி கிடைத்தது. அனைத்து விதிமுறைகளையும் முடித்து, அவனைக் கல்லூரியில் இணைத்து விட்டனர் மொழியனும் வருணும்.

தமக்கை, தம்பி இருவரையும் மைதானத்தில் விட்டுவிட்டு, மச்சானும் மாப்பிள்ளையும் தங்கும் விடுதியைப் பற்றி விசாரிக்கச் சென்றிருந்தனர்.

கல் இருக்கையில் அமர்ந்திருந்த சாரா.. அவ்விடத்தை விழிவிரித்துப் பார்த்து, "என்னடா சாகி இந்த ஸ்கூல் இவ்வளவு பெருசா இருக்கு..?" என வியப்புடன் வினவ.. மெலிதாய் புன்னகைத்தவன், "இது ஸ்கூல் இல்ல, காலேஜ்.."

"அப்ப நீ ஸ்கூல் முடிச்சிட்டியா?"

"ம்ம் வடிவு சித்தி வீட்டுல இருக்கும் போதே ஸ்கூல் முடிச்சிட்டேன்.."

"ஹோ.. ஆமா சாகி, நான் ஏன் உன்னை மாதிரி ஸ்கூல் போகல?"

"உனக்கு இவ்வளவு நாள் கழிச்சு இப்பதான் இந்தச் சந்தேகம் வந்துச்சா.?" என அவன் வினவ, "அது அது.." என நகத்தைக் கடித்தபடி சிரித்தாள் அவள்.

"சாரா என்ன இழுக்குற, ஏதாவது எனக்குத் தெரியாம செஞ்சியா?" எனச் சந்தேகமாய் வினவ, "சேச்ச அதெல்லாம் இல்லடா, நான் ஸ்கூல் பத்திக் கேட்டு.. நீ பேசாம என்னை ஸ்கூல்ல சேர்த்து விட்டுட்டா.."

"ஏன் உனக்கு ஸ்கூல் போக வேண்டாமா?"

"ஹான், ஸ்கூல் போனா எப்படிப் பக்கத்துல இருக்கப் பசங்களோட விளையாட முடியும்? அதுவும் இல்லாம

எனக்கு ஹோம் ஒர்க் எல்லாம் எழுதத் தெரியாது! அதுனால தான் நான் ஸ்கூல் பத்திக் கேட்கவே இல்ல. நீயும் சித்தியும் வேற அதை மறந்துட்டீங்களா? அதான் நல்லதா போச்சுன்னு விட்டுட்டேன்..!" என அவள் சிரிக்க, சாகியும் உடன் இணைந்து கொண்டான்.

'தனக்கு ஆங்கில மற்றும் கணிதப் பாடங்கள் கற்றுக் கொடுத்த தன் தமக்கையா இது?' என ஒருபுறம் அவன் மனம் வலித்தாலும், அவளின் சிறுவயது எண்ணங்களைப் பற்றி அறிந்து சிரிப்புதான் வந்தது.

"ஏன் சாகி, வீட்டுல இருந்து உன்னோட காலேஜ் இவ்வளவு தூரம் இருக்கு! எப்படித் தினமும் வந்து போவ?"

சற்றே தயக்கத்துடன் அவளைப் பார்த்தவன், "வீட்டுல இருந்து இல்ல சாரா, ஹாஸ்டல்ல இருந்து.."

"ஹாஸ்டல்லா, அது எங்க இருக்கு? அப்ப நாம ரெண்டு பேரும் ஹாஸ்டல் போகப் போறோமா?"

"நாம ரெண்டு பேரும் இல்ல, நான் மட்டும் தான் ஹாஸ்டல் போகப் போறேன்!"

"ஏன், எதுக்கு?"

"அப்புறம் நான் படிக்க வேண்டாமா?"

"வடிவு சித்தி வீட்டுல இருந்தமாதிரி, என்கூடவே இருந்து படி.."

"அப்படி முடியாது சாரா!"

"ஏன்?"

"ஏன்னா அது ஸ்கூல், இது காலேஜ். நீயே பார்க்கிற தான, எவ்வளவு பெருசா இருக்குன்னு? அதுனால நான் இங்க இருந்து தான் படிக்கணும். படிச்சு முடிச்சதும் பெரிய பையனாகி வேலைக்கு எல்லாம் போவேன்.."

"அப்ப நீ என்கூட இருக்க மாட்டியா?" அவன் சொற்களால் அல்லாமல் தலையசைப்பில் பதிலளிக்க.. குழப்பத்துடன் பார்த்தாள் சாரா.

சில நிமிடங்கள் அமைதியாய்க் கடந்திருக்க, "இல்ல இல்ல நீ ஒண்ணும் காலேஜ் படிக்க வேணாம், என்கூட வா. நாம இனியாவோட வீட்டுக்குப் போயிடலாம்.."

"சாரா அப்படி எல்லாம் சொல்லக் கூடாது! நான் பெரியவன் ஆகணும்ல? அப்பதான வேலைக்குப் போய்ச் சம்பாதிக்க முடியும்? அப்புறம் உனக்குப் புதுடிரஸ், ஐஸ்கிரீம், நிறையப் பொம்மை எல்லாம் வாங்கித் தருவேனாம்!"

"நிறையப் பொம்மையா..?" என அவள் இரு கைகளையும் விரித்துக் காட்டிக் கேட்க, "ஆமா!" என்றான் அவன்.

"பியர் பொம்மை, பார்பி டால் எல்லாம் வாங்கித் தருவியா?"

அவன் தலையசைக்க, "அப்புறம் அந்தப் பக்கத்து வீட்டுப் பையன் வச்சிருந்தானே வீடியோ கேம். அது.."

"அதுவும் தான்..!"

"எனக்குக் கொலுசு..?" என அவள் தன் காலைக் காட்ட, "வாங்கித் தர்றேன்!"

"ஹைய்.. சரி அப்ப நீ இங்கேயே படி.."

அவன் சிரிப்புடன் தலையசைக்க, "எப்ப படிச்சு முடிப்ப?"

"நிறைய நாள் ஆகும்.."

"நிறைய நாள்ன்னா எவ்வளவு, ஹண்ரட் டேஸ்ஸா..?"

"இல்ல, அதை விட நிறைய.."

"அப்ப ஃபைவ் ஹண்ரட் டேஸ்ஸா...?"

"இன்னும் நிறைய.."

"ஹோ.." என்றவளின் முகத்தில் இருந்த மலர்ச்சி தொலைந்து வாடிப் போனது.

"சாரா என்னாச்சு..?"

"நீ படிக்க வேணாம் சாகி.."

"ஏன்..?"

"எனக்குப் பொம்மை, வீடியோ கேம், கொலுசு எல்லாம் வேணாம். நான் உன்னை விட்டுட்டு இருக்க மாட்டேன். நீ நிறைய நாள் வேற சொல்லுற! எனக்கு யார் சோறு ஊட்டுவா, தூங்க வைப்பா, டிரஸ்க்கு பட்டன் எல்லாம் போட்டு விடுவா? நீ போகாதடா, வடிவு சித்தியும் இல்ல.

நா நான்..." என்றவளின் கண்களில் நீர் பெருக, தமக்கைக் கலங்குவதைக் கண்டு அவனது விழிகளிலும் நீர் கோர்த்தது.

சாராவின் கையைப் பற்றிக் கொண்டவன், "அதெல்லாம் உனக்கு அத்தான் செய்வாரு.."

"இனியாவா? அவன் ஏன் செய்யணும்?"

"ஏன்னா நீ அவருக்குச் சொந்தமானவ சாரா, என்னை விட அவருக்குத்தான் உன்மேல உரிமை அதிகம்!"

"என்னடா சொல்லுற, எனக்கு ஒண்ணுமே புரியல. நீ இருந்தா போதும், வா நாம பழைய மாதிரியே சித்தி வீட்டுக்குப் போயிடலாம்.." என அழைக்க, "அங்க போக முடியாது சாரா..!"

"ஏன்?"

"சித்தப்பா நல்லவரு இல்ல, அவரு நம்மளை அடிப்பாரு.."

"நான் அவர்கிட்ட அடிக்க வேண்டாம்னு சொல்லுறேன். உன்னை அடிக்க மாட்டாரு.."

அவன் இயலாமையில் வருத்த முறுவல் ஒன்றை உதிர்க்க, "ஏன்டா சிரிக்கிற, நிஜமாதான். சித்தப்பா சொல்லுற மாதிரி கேட்டா, அடிக்க மாட்டாரு. அவர் எனக்குக் கல்யாணம்னு சொன்னாருடா.

இப்ப தான் நான் பெரிய பொண்ணா வளர்ந்துட்டேன்ல? அவர் சொன்ன மாதிரி கல்யாணம் செஞ்சிக்கிறேன். அப்புறம் என்னையும் உன்னையும் அடிக்கவே மாட்டாரு!" என உரைக்க, "லூசு சாரா என்ன பேசுற?" என்று அவளது தலையில் வலிக்காதவாறு அடித்தான் சாகி.

"ஏன்டா?" என அழுகையுடன் அவள் வினவ, "இங்க பாரு உனக்கு ஏற்கனவே கல்யாணம் ஆகிடுச்சு. அத்தான் பாவம், நமக்காக எவ்வளவு தூரம் செய்யிறாரு. இப்படி எல்லாம் பேசக்கூடாது, அவரை விட்டு எப்பவும் எங்கேயும் போகக் கூடாது. நீ அத்தான்கூடத் தான் இருக்கணும்!"

"மாட்டேன், நான் உன்கூடத் தான் இருப்பேன்!"

"நீ என்னோட இருக்க முடியாது. ஹாஸ்டல்ல அதுக்குப் பர்மிஷன் கிடையாது. நான் இங்க இருந்து உன்னைப் பார்க்க வர்றேன் சரியா...?"

"டெய்லி வருவியா?"

"இல்ல சேட்டர்டே, சண்டே எனக்கு லீவு விடுவாங்க. நான் வீக் எண்ட் ஊருக்கு வந்து உன்கூட இருக்கிறேன்.."

"அப்புறம்.." என்ற சாரா தன் கைவிரல்களை நீட்டிக் கணக்கிட்டுவிட்டு, "மீதி ஃபைவ் டேஸ்..?"

"அப்ப இங்க ஹாஸ்டல்ல இருப்பேன், படிக்கிறதுக்காக.."

"ப்ச்ச் இல்ல இல்ல வேணாம், நீ வீட்டுக்கு பக்கத்துலயே ஏதாவது ஒரு காலேஜ்ல படி. வா போகலாம்.." என அவனின் கைப்பற்றி இழுக்க, "சாரா நான் சொல்லுறதைக் கேளு.."

"இல்ல கேட்க மாட்டேன்..!" எனக் குரல் உயர்த்தி உரைத்தவளிடம், "எவ்வளவு தூரம் சொல்லுறேன், ஏன் உனக்குப் புரிய மாட்டிது சாரா..?" என அவனும் பதிலுக்குக் குரலை உயர்த்தினான்.

"ஏன்டா சாகி என்னை இப்படித் திட்டுற, நான் என்ன தப்புச் செஞ்சேன்?" என்றவளின் சொற்கள் அழுகைக்கு மாறியிருந்தது.

இளையவன் தன் தவறை உணர்ந்து, "சாரா ஸாரி ஸாரி, நான் உன்னைத் திட்டல. ப்ளீஸ் அழாத.." என அவன் சமாதானம் செய்யத் துவங்க, சரியாக மொழியனும் வருணும் அவ்விடம் வந்தனர்.

"என்னாச்சு சாகி?" என விசாரிக்க, நடந்ததை உரைத்தவன், "அத்தான் தப்பா நினைக்காதீங்க, நான் பேசாம சாராவோட வீட்டுலயே இருக்கிறேனே? அவளுக்குக் குணமாகட்டும் அப்புறம் படிக்கிறேன்!"

"இதுதான் படிக்கிறதுக்கான வயசு சாகி!" என வருண் எடுத்துரைக்க, "அப்ப நான் போஸ்டல்ல படிச்சிக்கிறேன்.." என்று அவன் மாற்று வழி கூற, "உன்னால சாராவைக் கவனிச்சுக்கிட்டு படிக்க முடியும்னு நினைக்கிறியா?

அவளை நாங்க பார்த்துக்கிறோம். குழந்தை அழுகுதுன்றதுக்காக அதுக்கு மருந்து கொடுக்காம இருந்தா, எப்படி நோய் குணமாகும்?

சாராவை உன் கைக்குள்ளேயே வச்சிக்காம, கொஞ்சம் விலக்கி நிறுத்து. அப்பதான் அவளும் தனக்கானதை தானே செஞ்சுப் பழகுவா. உங்களோட இந்தப் பிரிவு மொழியனுக்கும் அவளுக்கும் ஒரு நல்ல புரிதலைக் கொடுக்கும்..!" என அவன் மூவரது வாழ்க்கைக்கும் தேவையான மாற்றத்தின் காரணத்தை ஆராய்ந்து கூற, அமைதியாய் தலையசைத்தான் இளையவன்.

"சரி மச்சான். நீ இங்க இருந்து ஹாஸ்டலுக்கு என்ன ஏதுன்னு விசாரிச்சு, எல்லா வேலையையும் முடிச்சிட்டு வா. நான் கிளம்புறேன்.." என மொழியனிடம் விடைபெற்ற வருண், உடனே அங்கிருந்து கிளம்பினான்.

"என்னாச்சு அத்தான்?" என்று சாகி வினவ, "ஹாஸ்டல் ஃபுல் ஆகிடுச்சாம். ரூம் எதுவும் இல்லைன்னு சொன்னாங்க. நாங்க வார்டன் கிட்ட கேட்டுப் பார்த்தோம், நாளைக்குப் பதில் சொல்லுறதா சொல்லியிருக்காங்க.."

"அப்ப அதுவரை எங்க இருக்கிறது அத்தான்?"

"இங்க பக்கத்துல இருக்க ஹோட்டல்ல ரூம் போட்டிருக்கேன். இன்னைக்கு அங்க ஸ்டே பண்ணிட்டு, நாளைக்குப் பார்த்துக்கலாம்.." என்றவன், "சாரா வா.." என்றழைக்க, அவளோ வேறுபுறம் திரும்பி நின்றாள்.

"என்னாச்சு மா?" என அவளின் கைப்பற்றி வினவ, "என்மேல கோபம்.." என்று பதிலளித்தான் சாகி.

மெலிதாய் சிரித்த மொழியன், "உன் கோபத்தை ரூம்ல போய் அவன்கிட்டக் காட்டு, இப்ப இங்க இருந்து கிளம்பலாம்.." என அவளுக்குச் சமாதானம் கூற, "நான் எங்கேயும் வரல.." என ஆடவனின் கையைத் தட்டிவிட்டவள், சற்றுத் தள்ளிப் போய் நின்று கொண்டாள்.

இருவரும் மாறி மாறி பேசிப் பார்த்தும் அவள் தன் நிலையிலேயே இருக்க, "சரி வா சாகி நாம போகலாம்,

உனக்குப் பதிலா இவ இங்க இருந்து படிக்கட்டும்.." என மொழியன் கூறிவிட்டு நகர, சாகியும் சிரித்தபடி அவனுடன் நடந்தான்.

இருவரும் தன்னைத் தனியே விட்டுச் செல்வதைப் பார்த்து, பிடிவாதத்திற்காக நின்றிருந்தவளின் செவியில் கல்லூரியின் மதிய உணவு இடைவேளைக்கான மணியொலி கேட்டது. சில நிமிடங்களில் மாணவர்கள் ஒவ்வொருவராய் வரத்துவங்க, பரந்து விரிந்த அந்த மைதானத்தில் சிறிது சிறிதாகச் சேர்ந்த மாணவக் கூட்டத்தைப் பார்த்துச் சற்றே பயந்து போனாள் அந்தச் சிறுமி.

உடலில் ஒருவித நடுக்கமும் பதற்றமும் தோன்ற, "சாகி..." என்றவாறே அவர்கள் சென்ற திசையில் நடந்தவளின் கண்கள், இருவரையும் தேடியது. இரண்டு நிமிடங்களுக்குப் பின்பும் அவர்கள் பார்வையில் படாமல் போக.. தனிமை உணர்வும் புது இடமும் குழந்தை மனதிற்குள் அச்சத்தைத் தோன்றுவிக்க, அது விழிகளில் ஊற்றாய் உருமாறியது.

"சாகி, இனியா.." என அழத்துவங்கியவளின் கையை ஆடவன் ஒருவன் பற்ற, தோழன் என்ற பெயருக்கு உரித்தானவனின் தீண்டலை உணர்ந்தவள், அவன்புறம் திரும்பினாள்.

தன்னைப் பிடித்திருந்த மொழியனைக் கண்டதும், "என்னை விட்டுட்டு எங்கடா போன?" என்ற மங்கையின் அழுகை மேலும் அதிகரிக்க, தாய்மடி தேடும் சேயாய் அவனது மார்பில் சாய்ந்து கொண்டாள்.

"உன்னை விட்டுட்டு எங்க போகப் போறேன் நான்! சாரா பிரேவ் கேர்ள் தான? சூ.. அழக்கூடாது!" என அவள் தலையை வருடிவிட.. தேம்பலுடன், "சாகி எங்க, எனக்குச் சாகி வேணும்!" என்றாள்.

"இங்கதான் இருக்கான் பாரு!" எனத் தன்னருகே நின்றிருந்தவனை மொழியன் காட்ட, ஆடவனை விட்டுவிலகி உடன்பிறந்தவனிடம் சரண்புகுந்தாள் சாராவதி.

அத்தியாயம் 11

தன் மடியில் தலைவைத்து உறங்கிக் கொண்டிருந்த தமக்கையின் குழலை வருடிவிட்ட சாகி, "ஏன் அத்தான் இப்படிச் செஞ்சீங்க?" என வினவ, மெல்லிய புன்னகையை உதிர்த்துவிட்டு தன் மேல் சட்டையின் பொத்தான்களைக் கழட்டிக் கொண்டிருந்தான் மொழியன்.

"சிரிச்சா என்ன அர்த்தம்?" என்ற இளையவனின் குரலில் சற்றே இயலாமையும் வேதனையும் கலந்திருந்தது.

"அக்கா அழுகவும் எனக்கு ஒரு மாதிரி ஆகிடுச்சு. அவ இப்படி எல்லாம் இருக்கவே மாட்டா தெரியுமா அத்தான்? நான் அழுதாலே என்னடா சின்னப் பையன் அழுதுட்டு இருக்கன்னு என்னைக் கிண்டல் பண்ணுவா. ஆனா இன்னைக்கு..?"

மொழியன் எதுவும் பதிலுரைக்காது தனது உடையைக் கழட்டிக் கொண்டே அவனது பேச்சில் கவனத்தைச் செலுத்த, "நான் அக்காக்கிட்டப் போறேன்னு சொன்னேன்ல? நீங்க என்னையும் போகவிடாம கையைப் பிடிச்சிக்கிட்டு, அவளையும் பயப்பட வச்சிட்டீங்க..!" என உடன்பிறந்தவளின் கணவன் மேல் அவன் குற்றம் சாட்ட, "என்ன சாகி கோபமா?" என்று புன்னகையுடன் வினவினான் பெரியவன்.

எதுவும் கூறாமல் அமைதி காத்த மச்சினனிடம், "ஒன் மினிட், ஃபேஸ் வாஷ் பண்ணிட்டு வந்திடுறேன்.." என்றவன், தன்னைத் தூய்மை செய்து கொண்டு வர, சாகியும் சாராவை தலையணையில் நகர்த்திப் படுக்க வைத்திருந்தான்.

துவாலையால் முகத்தைத் துடைத்துக் கொண்ட மொழியன், "எப்பவும் நீயோ இல்ல நானோ அவக் கூடவே இருக்க முடியாது சாகி. ஊருக்குப் போனதுக்கு அப்புறம் நானும் ஆஃபிஸ் போகணும். அவளும் கொஞ்சம் தனியா இருக்கப் பழகிக்கட்டும்!"

அவனைப் பார்த்தவாறு இருந்தவன், "இதெல்லாம் சரியா வருமா அத்தான், எனக்குப் பயமா இருக்கு.."

"நான் பார்த்துக்கிறேன்..!" எனச் சாகியின் தோளில் தட்டிக் கொடுத்தவன், "சரி என்ன சாப்பிடுற சொல்லு, நான் போய் வாங்கிட்டு வரேன்.."

"எனக்கு எதுன்னாலும் ஓகே தான் அத்தான். இப்ப வேண்டாம், சாரா எழுந்திரிக்கவும் சாப்பிடலாம்.."

"அவ எழுந்தா உன்னை எங்க சாப்பிட விடப் போற, ஊட்டிவிடச் சொல்லில அடம்பிடிப்பா..!"

"இன்னைக்கு ஒரு நாள் தான..?" என்றவன், "நாளையில இருந்து இது உங்க வேலைதான், நீங்க தான் அவளைச் சமாளிக்கணும் பார்த்துக்கோங்க.." என உண்மையைக் கேலியாய் கூற, "விடு பார்த்துக்கலாம்.." என்று சிரித்தான் மொழியன்.

சாரா விழித்ததும் உணவை முடித்துக் கொண்டவர்கள், மாலை வேளையில் வெளியில் கிளம்பினர்.

ஒருநாள் தாமதமாகும் என அறிந்திருக்காததால் சாராவும், மொழியனும் மாற்றுடை எதுவும் எடுத்து வந்திருக்கவில்லை. இருவருக்கான உடை மற்றும் சாகி விடுதியில் தங்குவதற்குத் தேவையான பொருட்கள் என அனைத்தும் வாங்கிக் கொண்டு அறைக்குத் திரும்பும் போது இரவு நெருங்கியிருந்தது.

மொழியன் தொலைக்காட்சிப் பெட்டியை உயிர்பித்து விட, அதில் ஒளிபரப்பான குழந்தைகளுக்கான கேலிச் சித்திர நிகழ்ச்சிகளுக்குள் மூழ்கிப் போனாள் சாரா. இரு ஆண்களும் சாகியின் பொருட்களைத் தயார் செய்யும் பணியில் ஈடுபட்டிருக்க, நெகிழிப் பை ஒன்றை மொழியனிடம் நீட்டினான் சிறியவன்.

புரியாத பார்வையுடன் வாங்கியவன், "என்ன சாகி இது?"

"இது அம்மா அப்பா ஆக்ஸிடெண்ட்ல இறந்ததுக்காகக் கவர்மெண்ட் கொடுத்த பணம் அத்தான். இதை வச்சுதான்

சாராவோட டிரீட்மெண்ட் ஆரம்பிக்கலாம்னு இருந்தேன். ஆனா நீங்களே எல்லாத்துக்கும் ஏற்பாடு செஞ்சிட்டீங்க. இனி போகப்போக எவ்வளவு செலவாகும்னு வேற தெரியல. நான் இதை வச்சு என்ன செய்யப் போறேன். உங்கக்கிட்ட இருக்கட்டும், உங்களுக்குத்தான் இப்பப் பணத்தேவை அதிகம்..!"

"இல்ல சாகி, இது உனக்கும் சாராக்கும் சொந்தமானது!" என அதைத் திருப்பிக் கொடுக்க, "இப்பவும் சாராக்காகத்தான் கொடுக்கிறேன் அத்தான். அவளோட டிரீட்மெண்ட்க்கு யூஸ் ஆகும்.."

"அவ என்னோட வொய்ஃப் சாகி, அவளுக்குச் செய்யிறதுக்கு நான் உன்கிட்ட பணம் வாங்குவேன்னு எப்படி நினைச்ச நீ..?"

"சரி அத்தான் அவளுக்காக வாங்க வேண்டாம், எனக்காக வாங்கிக்கோங்க.."

"உனக்காகவா எதுக்குடா..?" என அவன் சிரித்தவாறே வினவ, "எனக்குச் செஞ்சதுக்காக அத்தான், காலேஜ் பீஸ் எல்லாம் கட்டியிருக்கீங்க..!"

"உனக்குச் செய்ய வேண்டியது என்னோட கடமை. உரிமையும் கூட! நான் செய்யாம வேற யார் செய்வா. பணத்தைப் பத்திரமா பேங்க்ல போட்டு வை!"

"எவ்வளவு செலவைத் தான் ஒரே ஆளா சமாளிப்பீங்க? வீட்டைப் பார்க்கணும், பார்கவி அண்ணிக்கு வேற கொடுக்கணும்..!"

மெலிதாய் புன்னகைத்தவன், "அது நான் எப்பவும் செய்யிறது தான சாகி. என்னால முடியும்ன்ற எண்ணம் இருந்ததுனாலதான், இதுக்கெல்லாம் ஏற்பாடு செஞ்சேன். நான் கால் விட்டிருக்கிற குளத்தோட ஆழம் என்னன்னு, எனக்கு நல்லாவே தெரியும். அதை எப்படிக் கடந்து போகணும்னும் தெரியும்.."

"ஆனா அத்தான்.." எனப் பேச முயன்ற சாகியைத் தடுத்தவன், "நான் பார்த்துக்கிறேன் டா. ஒரு நாலஞ்சு மாசம் பல்லைக் கடிச்சிக்கிட்டு ஓட்டிட்டாப் போதும்,

அப்புறம் எனக்குப் பிரமோஷன் கிடைச்சிடும். இன்கிரீமெண்ட்டும் கொடுப்பாங்க, அதுக்குப் பிறகு பிரச்சனை இல்ல! நீ என்னைப் பத்தி எல்லாம் யோசிக்காத, படிக்கிறதுல மட்டும் கான்செண்டிரேட் பண்ணு!

சரி கொடு அந்தப் பணத்தை, நான் வீட்டுக்குக் கொண்டு போறேன். நீ ஊருக்கு வர்றப்ப, பேங்க்ல உன்பேர்ல அக்கவுண்ட் ஓபன் பண்ணி போட்டு வச்சிக்கோ.." எனப் பணத்தை வாங்கிப் பத்திரப் படுத்தினான் மொழியன்.

"அதுக்கு உங்க அக்கவுண்ட்லயே போடலாமே?"

"கையில காசு இருந்தா செலவு தன்னால வந்திடும். மிடில் கிளாஸ் ஃபேமிலியோட நிலைமையே அதுதான். ஆனா நீ ஒரு லட்சியத்தோட, ரொம்பக் கஷ்டப்பட்டுப் பணத்தைப் பாதுகாத்து வச்சிருந்திருக்க இவ்வளவு நாளா! சாரா இனி என்னோட பொறுப்பு.

எப்ப எந்தமாதிரி சூழ்நிலை ஏற்படும்னு சொல்ல முடியாது சாகி, என்னோட அனுபவத்துல சொல்றேன்! இந்தப் பணம் அப்படியே இருக்கட்டும், நாளப்பின்ன ஏதாவது முக்கியமான தேவைக்கோ இல்ல உன்னோட எதிர்காலத்துக்கோ யூஸ் ஆகும்!" என்றவன் அத்துடன் அப்பேச்சை முடித்துவிட, சிறிது நேரத்தில் மூவரும் இரவின் மடியில் அடைக்கலமாயினர்.

அன்றைய விடியலில் சாகியின் வாழ்வினில் புதியதாய் ஒரு அத்தியாயம் துவங்கவிருக்க, அதற்காக மனதளவில் தயாராகிக் கொண்டான் அவன்.

இதுநாள் வரை விடுதி வாசமும், தனிமை என்பதன் பொருளும் அறியாதவன். தாய் தந்தையரை இழந்த போதும், சாராவின் மனநிலை பிறழ்ந்திருந்தாலும் தம்பியுடன் தான் இருந்தாள் அவள். தமக்கையின் எதிர்காலத்தைப் பற்றிய பயம் தான் இருந்தே தவிர, தனிமை எண்ணம் ஆட்கொண்டதில்லை அவனை!

ஏதோ சிந்தனையில் அமர்ந்திருந்தவனைக் கண்ட மொழியன், "என்னாச்சு சாகி?" என வினவ, "ஒண்ணுல்ல

அத்தான், இதுவரை தனியா இருந்ததே இல்ல, அதான் மனசுக்கு ஒரு மாதிரி இருக்கு.."

"இதெல்லாம் லைஃப்ல ஒரு ஸ்டேஜ் சாகி, இங்க இருக்கப் போற நாட்கள் உனக்கு நிறைய அனுபவத்தைக் கொடுக்கும்.." என அவன் எடுத்துரைக்க, தலையசைத்து ஏற்றான் இளையவன்.

இருவரும் பேசிக்கொண்டிருக்க, "சாகி இந்தக் கயிறைக் கட்டிவிடேன்!" என்றபடி வந்து நின்றாள் சாரா.

"இங்க வா.." என அழைத்த மொழியன், பெண்மகளின் உடையில் மேல்பக்கம் இருந்த கயிற்றை இணைத்து முடிச்சிட, "ஏன் சுடிதார் வாங்கின இனியா, இங்க பாரு இதைக் கட்டவே முடியல. பேசாம ஸ்கர்ட் வாங்கியிருக்கலாம்ல?"

"இனி நீ வெளிய வர்றப்ப சுடிதார் தான் போடணும், வீட்டுல இருக்கிறப்ப ஸ்கர்ட் போட்டுக்கோ.."

"ஏன்?"

"நீ தான் பெரிய பொண்ணா வளர்ந்திட்டேல, ஸ்கர்ட் போட்டு வெளிய வந்தா எல்லாரும் கிண்டல் பண்ணுவாங்க.."

"அப்படியா..?" என்றவாறே தம்பியைப் பார்த்தாள் அவள்.

அவனும் 'ஆம்' என்பதைப் போலத் தலையசைக்க, "ஆனா இந்தத் துப்பட்டாவை என்னால பிடிக்கவே முடியலடா. இதுபாரு எப்படிப் பறக்குதுன்னு?" என்றாள் அவள்.

சாகி அவள் சொன்னதைக் கேட்டுச் சிரிக்க, "அதை மடிச்சுப் பின் குத்திட்டாப் பறக்காது, இப்படிச் சும்மா கழுத்துல சுத்தினா பறக்கத்தான் செய்யும்!" எனச் சொல்லிக் கொண்டே, துப்பட்டாவை மடித்து அவளுக்குப் பாதுகாப்பு முட்களின் உதவியால் சரியாகப் பொருத்திவிட்டான் மொழியன்.

சாகி, தன் தமக்கைக்கு அத்தான் செய்வதைப் பார்த்தபடி நின்று கொண்டிருக்க.. சாரா இருபக்கமாய்ப்

பிரித்து விட்டிருந்த குழலை ஒன்றாய் இணைத்து, பின்னலிடத் துவங்கினான். அதைக் கவனித்தவள், "ஏன் ஒத்தச்சடைப் போடுற இனியா? எனக்கு ரெண்டு சடைதான் வேணும்!"

"இன்னைக்கு ஒருநாளைக்கு மட்டும் ஒரு சடைப் போட்டுக்கோ!" என்றவன் தன் வேலையில் கவனமாக, அவள் குழப்பத்துடன் அவனைப் பார்த்தாள்.

மொழியன் எதையும் உரைக்கா விடினும், 'முதல்நாள் கல்லூரியில் சாராவின் மீது பதிந்த சிலரின் கேலிப் பார்வைக்கான எதிரொலி இது!' என உணர்ந்தவன், "அத்தான் சொல்லுறதைக் கேளு சாரா.." எனத் தன் பங்கிற்கு அறிவுறுத்தினான். முகம் சுருக்கினாலும் தம்பியின் சொல்லை மீற விருப்பமில்லாது, 'சரி' என்பதற்கு அடையாளமாய்த் தலையை மட்டும் அசைத்தாள் அவள்.

"ச்சோ, இனியா வலிக்கிதுடா, மெதுவா சீவு.." என்றவாறே அவள் இடக்கைக் கொண்டு பின்னந்தலையைப் பற்ற, "சரி சரி, நீ முதல்ல தலையை அங்கிட்டும் இங்கிட்டும் ஆட்டாம ஒழுங்கா உட்காரு.." என்றான் அவன்.

முன்புறம் இருந்த கண்ணாடியில் தெரிந்த அவனது பிம்பத்தை முறைத்து அவள், "போடா.." என்றிட, அதைக் கவனித்துவிட்ட மொழியன் சிரிக்க.. சாகி சாரா பேசுவதை வேறுபாடாய் உணர்ந்தான்.

அடுத்தடுத்த அவர்களின் இயல்பான உரையாடல்களைக் கவனித்தவன், அவள் மொழியனிடம் தன்னிடம் பேசுவதைப் போலவே, உரையாடுவதை அறிந்தான்.

காலை உணவின் போது, "இனியா இந்தச் சட்டினி காரமா இருக்குடா, எனக்கு வேணாம்!"

"காரம் எல்லாம் ஒண்ணும் இல்ல, சாப்பிடாம என்னை ஏமாத்தப் பார்க்காத நீ!" என்று அவன் வற்புறுத்தி உண்ண வைக்க.. இடைநுழைந்த சாகி, "சாரா என்ன இது, அத்தானை வாடா போடான்னு மரியாதை இல்லாம

பேசுற? இதை எப்படிப் பழகின?"

திருதிருவென விழித்தவள், "இல்லையே நான் அப்படி எதுவும் பேசலையே?" எனச் சிந்தித்தவள், "உன்னை நான்டா சொல்லல தான இனியா?" என மொழியனிடமும் வினவினாள்.

அவனும், "இல்லையே சாகி?" என்றிட, "இல்ல அத்தான் காலையில இருந்தே நான் கவனிச்சேன். நாலஞ்சு தடவை அப்படித்தான் பேசுனா. நேத்து காலேஜ்ல நம்மளைக் காணோம்னு தேடுனால, அப்ப இருந்தே இப்படித்தான் கூப்பிடுறான்னு நினைக்கிறேன்!" என அவன் உரைக்க, மற்ற இருவரும் அப்போது தான் சிந்திக்கத் துவங்கினர்.

"சரி விடு, கூப்பிட்டா கூப்பிட்டுப் போறா. இதை எதுக்கு நீ இவ்வளவு தூரம் ஆராய்ச்சி செஞ்சிட்டு இருக்க?" என ஆடவன் அதை இயல்பாய் எடுத்துக் கொள்ள, "ஏன் கூப்பிட்டா என்ன?" என்றாள் அவள்.

சாகி, "இல்ல சாரா, அப்படிக் கூப்பிடக் கூடாது!"

"ஏன்?"

மொழியன், "சாகி விடேன்டா.."

"இல்ல அத்தான், மத்தவங்க முன்னாடியும் அவ இப்படிக் கூப்பிட்டா.. அவங்க உங்களைப் பத்தி என்ன நினைப்பாங்க? வசுதா அண்ணிக்கு ஏற்கனவே சாராவை நீங்க கல்யாணம் செஞ்சதுல விருப்பம் கிடையாது. பார்கவி அண்ணியைப் பத்திச் சொல்லவே வேணாம். வீட்டுல இருந்த பன்னெண்டு நாள்ல நான் ஓரளவுக்கு அவங்களைப் பத்திப் புரிஞ்சிக்கிட்டேன்.

மாமா சும்மாவே அவ்வளவா பேச மாட்டாரு, இப்ப இவ வேற இந்த மாதிரி பேசிக்கிட்டு இருந்தா.. அது நல்லதில்ல அத்தான்..!" என்றவன், தன் தமக்கையிடம் திரும்பினான்.

"சாரா இங்க பாரு. அத்தானை அவன் இவன்னு பேசக்கூடாது. வாங்க போங்கன்னு தான் சொல்லணும். அதேபோலப் பார்கவி அண்ணியை ஆன்ட்டின்னு

கூப்பிடாத, அண்ணின்னு கூப்பிடு.

மாமா ஏதாவது சொன்னா, எதிர்த்து பேசாத. சரிங்க மாமான்னு சொல்லி அவங்க சொல்லுற மாதிரி நடந்துக்க. அப்புறம் என்கிட்ட பிடிவாதம் பண்ணுற மாதிரி, அங்க யார்கிட்டையும் அடம் பிடிக்கக் கூடாது..!" என அவன் வரிசையாய் அடுக்க, அவள் இளையவனைக் கலவரத்துடன் பார்த்துக் கொண்டிருந்தாள்.

"டேய் சாகி, விடுடா போதும்! அவளைப் பாரு எப்படி முழிக்கிறான்னு. நான் கொஞ்ச கொஞ்சமா சொல்லி புரிய வச்சிக்கிறேன்.." என உரைக்க, "ஏன் இதெல்லாம் சொல்லுற? நான் தான் உன்னையும் இனியனையும் தவிர யார்கூடவும் பேச மாட்டேன்ல, அப்புறம் என்ன?" என்றாள் சாரா.

"அத்தான் ஆஃபிஸ் போயிட்டா, நீ மாமா கூடத் தான் இருக்கணும் சாரா.."

"ஏன் நீ எங்கப் போற?" என அவள் வினவ, "நான் தான் நேத்து சொன்னேனே, ஹாஸ்டல் போறேன்னு.."

"நீ அங்க எல்லாம் போக வேண்டாம், என்கூடவே இருன்னு நானும் சொன்னேன்!" என்றவளின் குரல் கரகரப்புடன் ஒலிக்க, "அதை அப்புறம் பேசி முடிவு பண்ணலாம், முதல்ல ரெண்டு பேரும் சாப்பிடுங்க.." என்று இருவரது பேச்சிற்கும் தற்காலிகமாய்த் தடைவிதித்தான் மொழியன்.

உணவை முடித்துவிட்டு மூவரும் கல்லூரிக்குச் செல்ல, சாராவிற்குப் புரிந்து போயிற்று, 'தான் சொன்னது நடக்கப் போவதில்லை' என்று! இரு ஆடவர்களிடமும் பேசாமல் அவள் மௌனப் போராட்டம் நடத்த, கண்டும் காணாது இருந்து விட்டனர் அவர்கள்.

சாகிக்குக் கல்லூரி விடுதியிலேயே தங்கும் அறை கிடைத்துவிட, அன்றே அவனை விட்டுவிட்டுக் கிளம்பத் தயாரானான் மொழியன். 'தம்பியை விட்டு வர மாட்டேன். இங்குத் தான் இருப்பேன் இல்லையென்றால் அவன் தன்னோடு வர வேண்டும்!' என அழுது அடம்பிடித்த

சாராவை, பலவாறாகச் சமாதானம் செய்து அழைத்துச் சென்றான் அவளின் கணவனானவன்.

வீட்டிற்கு வந்த பிறகும் சமாதானம் ஆகாது.. பேசாமலும் சாப்பிடாமலும் இருந்தவள் இயல்பிற்குத் திரும்ப இரண்டு நாட்கள் ஆனது. அந்த இரண்டு நாட்களும் கட்டிய மனையாளுக்காக, மொழியன் அலுவலகத்திற்கு விடுப்பு எடுக்க வேண்டியதாயிற்று!

முன்பு சாகியுடன் வேறு அறையில் தங்கியிருந்தவள், அதன்பின் மொழியனது அறைக்கு இடம் மாறினாள். தம்பியைப் பிரிந்த ஏக்கத்தை, பாவையானவள் உரியவனான கணவனிடம் ஒவ்வொன்றையும் கேட்டு, வாங்கிப், பெற்றுத் தீர்த்துக் கொண்டாள்.

விடியலில் தன்னவளை எழுப்பிப் பல் துலக்க வைப்பதில் இருந்து, இரவு அவளுக்கு உணவூட்டி.. தட்டிக் கொடுத்து உறங்க வைப்பது வரை அனைத்தும் மொழியனின் பணியானது. அவை அனைத்தும் அவனுக்குப் பிடித்தும் போனது!

முதலில் சிவநாதனுக்கு விசித்திரமாகவும், மனதிற்கு உறுத்தலாகவும் தோன்றிய இவர்களது நடவடிக்கைகள்.. பின் அது இயல்பான ஒன்றாக மாறிப் போனது. ஆரம்பத்தில் சற்று விலகியே இருந்தவரும், நாட்கள் செல்லச் செல்ல சாராவுடன் இயல்பாக ஒன்றி விட்டார். மருமகளுடன் இணைந்து தொலைக்காட்சியில் கேலிச் சித்திர நிகழ்ச்சிகளைக் காண்பது வரை அவர்களது உறவு நெருங்கியிருந்தது.

பதினைந்து நாட்கள் கடந்து வார விடுமுறையில் சாகி வீட்டிற்கு வர, அத்தருணங்களில் மட்டும் சாராவிற்கு மொழியன் இரண்டாம் பட்சமாக மாறிப் போனான். மீண்டும் அவன் ஊருக்கு கிளம்ப, பழைய படியே அழுகை, அடம்பிடிப்பது என அவளின் குணங்கள் மாறின.

அடுத்த இரண்டு முறை சாகி வந்த போதும் இதுவே தொடர, சாராவை ஒவ்வொரு முறையும் வருந்த வைக்க விரும்பாது தன் வருகையையே நிறுத்திக் கொண்டான்

அவன்.

அவ்வப்போது வந்து செல்லும் வருண், அவளுக்கு ஒரு தமையனாய் மாறினான் என்றால்.. பார்கவியோ சாராவிற்குப் பிடித்தமில்லாது போனார். வசுதா அவளிடம் அதிகம் பேசாவிடினும், சுடு சொல் எதையும் உதிர்க்கவில்லை. ஒன்றிரண்டு சந்திப்பு மற்றும் குடும்ப நிகழ்வுகளுக்குப் பின் அவளுக்குமே தமையன் மனைவியைப் பிடித்துப் போனது.

முதல் இரண்டு மாதங்கள் எந்தப் பிரச்சனையும் இல்லாது நகர்ந்த மொழியனது இல்லம், மூன்றாம் மாதம் சற்றே ஆட்டம் கண்டது. வீட்டுச் செலவோடு சேர்த்து சாராவின் மருத்துவச் செலவையும் தன் வருமானத்தில் ஈடுகட்ட முடியாமல், பார்கவிக்குத் தரும் பணத்தின் அளவைச் சற்றே குறைத்தான்.

'ஏன்?' என்று கேட்டு வாதம் செய்த தமக்கையிடம்.. 'சில மாதங்களுக்குப் பொறுத்துக் கொள், தனக்குப் பதவி உயர்வு கிடைத்ததும் பணம் அதிகமாய்த் தருகிறேன்' எனக் கூறி சமாதானம் செய்தான்.

நான்கு மாதங்கள் அப்படியே கடக்க, பார்கவி கேட்ட பணத்தையும் கொடுக்காது மொழியன் நாட்களை இழுக்க.. 'சாராவின் வருகை தான் தம்பியின் மாற்றத்திற்குக் காரணம்!' என எண்ணியவரின் சினம் மொத்தமும், அந்த அறியா சிறுமியின் மேல் திரும்பியது.

அதன் காரணமாகச் சாராவை வீட்டை விட்டு வெளியேற்ற எண்ணியவருக்கு, மொழியன் பணி நிமித்தமாக ஒருவார காலம் திருவனந்தபுரம் சென்றது நல்வாய்ப்பாய் அமைந்தது.

'சாரலை எவரும் அறியாமல் வெளியேற்றுவது எப்படி?' எனச் சிந்தித்துக் கொண்டிருந்தவருக்கு எதிர்பாராத திருப்பமாக அந்நிகழ்வுகள் நடந்தேறின. சிவநாதனின் உடல்நிலை சரியில்லாது அவரை மருத்துவமனையில் சேர்க்க, வருணும் வசுதாவும் அவரருகே இருக்க வேண்டியதாயிற்று.

அதேநேரம் சாகித்யன் தேர்வு விடுமுறையின் காரணமான வீட்டிற்கு வர, பார்கவி அதனைத் தனக்குச் சாதகமாய்ப் பயன்படுத்திக் கொண்டார்.

சாரலினால் தங்களது குடும்பமும், ஒவ்வொருவருக்கும் இடையேயான அன்பும் புரிதலும் தொலைந்து.. தங்களின் உடன்பிறந்தவன் அனைவரையும் புறக்கணிப்பதாகச் சாகித்யனிடம் கூற, அவனோ செய்வதறியாது தவித்தான்.

'மொழியன் வரும்வரை காத்திருக்கலாம், அவன் வந்ததும் பேசி ஒரு முடிவெடுக்கலாம்' என்றெண்ணி அன்றைய தினத்தைக் கடத்தினான். ஆனால் நிமிடம் ஓயாத பார்கவியின் பேச்சும், சாரலின் நடவடிக்கைகளை அவர் சுட்டிக்காட்டும் விதமும் அவனது மனதை மேலும் வதைத்தது.

இறுதியாய் அவர் சொன்ன வார்த்தைகளின் வீரியம் அவனது தன்மானத்தையும், சாரலின் நடத்தையையும் கேள்விக்குறியாய் மாற்றிவிட, மொழியனின் எதிர்கால வாழ்வையும் நலனையும் முன்னிருத்தி.. சாரலை அழைத்துக் கொண்டு வீட்டிலிருந்து வெளியேறினான் சாகித்யன்.

மொழியன் சாகிக்கு எதை நினைத்து.. 'விடுதியின் தனிமை, வாழ்க்கைக்கான ஒரு அனுபவம். பணம் உன் பேரிலேயே இருக்கட்டும்!' என வங்கிக் கணக்கில் போட்டு வைத்தானோ.. அவை இரண்டும் அவனுக்குத் தைரியத்தைக் கொடுத்து, சாராவுடனான புது வாழ்விற்கு அடித்தளமிட்டது.

அத்தியாயம் 12

இருக்கையில் அமர்ந்து கைகளை முழங்காலில் பதித்து, விரல்களைத் தலைக்கேசத்தின் இடையே கோர்த்து.. அதை அழுந்த பற்றியவாறு கண்மூடி இருந்த மொழியனை, வலியோடு பார்த்துக் கொண்டு நின்றான் ஸ்ரீனு.

சில மணி நேரங்களுக்கு முன்பு..

சாரா மற்றும் அவளது தம்பியைப் பார்த்த மொழியன் வீட்டிற்குத் தான் வந்திருப்பான் என்றெண்ணி ஸ்ரீனு வர, ஆனால் அவனைக் காணவில்லை.

'எங்கு இருக்கிறான்?' எனக் கேட்டு, கைப்பேசியில் அழைப்பு விடுக்க, தானே சிறிது நேரத்தில் வந்து விடுவதாகக் குறுஞ்செய்தி மட்டும் அனுப்பினான். அதற்கு மேல் வற்புறுத்த விரும்பாது, அவனாக வீடு வந்து சேரும் வரை காத்திருந்தான் ஸ்ரீனு.

மூன்று மணி நேரத்திற்கும் மேலாகக் கடந்து விட, அது வரையிலுமே வீட்டிற்கு வரவில்லை அவன். ஸ்ரீனு, வருணிற்கு அழைத்து.. சாராவைப் பற்றிக் கூறாது, 'மொழியன் ஏதோ மனவருத்தத்தில் இருக்கிறான்' என்று மட்டும் நண்பனின் மனநிலையைத் தெரிவித்தான்.

அடுத்தச் சில நொடிகளிலேயே நண்பனிற்கு அழைப்பு விடுத்திருந்தான் வருண். கடந்த இரண்டு ஆண்டுகளில் உறவு, நட்பு என எல்லாவற்றையும் தாண்டி.. மொழியனின் தற்போதைய நிலைக்குப் பெரிதும் உறுதுணையாய் இருப்பவன் அவன் மட்டுமே!

சாராவை அவன் திருமணம் செய்ய முடிவெடுத்த போது, துணிந்து நண்பனின் செயலுக்கு ஆதரவளித்து..

அதே சாரா அவனைப் பிரிந்து சென்றதும் துவண்டு போன தருணங்களில், அவனது குழப்பமான எண்ணங்களுக்கு ஒரு தெளிவைக் கொடுத்து..

கடனானது கழுத்தை நெறித்து அடுத்து என்ன செய்வது என்று தெரியாமல் தவித்த நிலையில், தான் இருப்பதாய் உதவிக் கரம் நீட்டி..

இன்றளவும் மொழியன் எவ்விடத்திலும் தடுமாறாமலும், துவண்டு போகாமலும் இருக்கத் தட்டிக் கொடுத்து என ஒவ்வொரு தருணத்திலும் அவனுக்குத் தோள் கொடுத்து நின்றவன் வருண்! அவன் ஒரு சொல் சொன்னால், மொழியனால் அதைத் தட்டிக்கழிக்க இயலாது.

சாகித்யனிடம் பேசிய பின்பு, சாரலின் மாற்றத்தைக் கண்டு சற்றே தடுமாறித்தான் போனான் ஆடவன். அதிலும்

'யார் நீ?' என்று அவள் எழுப்பிய வினா, அவனது நம்பிக்கையை அடியோடு தகர்த்து விட்டது என்று தான் சொல்ல வேண்டும்!

அவளுக்கு நினைவு திரும்பி, மற்றவர்களைப் போல் இயல்பாய் இருப்பதைப் பார்த்து ஒருபுறம் மகிழ்ந்தாலும், தனது மனதிற்குள் பதிந்து போன அந்தச் சிறுமி சாரலைக் காண அவன் மனம் ஏங்கியது.

'தன்னை யாரென்று அறியாதவளிடத்தில், என்னவென்று அறிமுகம் செய்து கொள்வது?' என்று சிந்தித்தே அவ்விடத்தில் இருந்து கிளம்பிவிட்டான் மொழியன். அவளுக்கானவனாய் இருந்த நாட்கள் போய், பெண்மகளின் உணர்வுகளுக்கு அந்நியனாய் மாறிப் போன தன் நிலையை எண்ணி மனம் நொந்து கொண்டான்.

மூளையானது தன் சிந்திக்கும் திறனை சற்று நேரம் நிறுத்திவிட, மனம் போன போக்கில்.. மொழியனின் கால்கள் சென்று கொண்டிருந்தன.

எப்பொழுதும் உணர்வுகளின் சுழலுக்குள் சிக்கித் தடுமாறும் நண்பனுக்குத் தெளிவான வழியைக் காட்டும் வருண், இன்றும் தன் கடமையைச் சரியாய் செய்தான்.

தோழனிடம் இருந்து வந்த கைப்பேசி அழைப்பு ஆடவனை நிதானத்திற்கு இழுத்து வர, தொடர்பை இணைத்தான் மொழியன்.

எதுவும் பேசாது அமைதியாய் இருந்த நண்பனிடம், எந்தவித அலங்காரப் பேச்சும் இன்றி, "எங்க இருக்க மச்சான்?" என நேரடியாய் விடயத்திற்கு வந்தான் வருண்.

"கொஞ்சம் வெளிய வந்தேன் மாப்பிள்ள.." எனச் சற்றே நலிந்த குரலில் பதிலளித்தவனிடம், "பழக்கம் இல்லாத ஊர்ல உனக்கு வெளிய என்ன வேலை? நீ அந்தமாதிரி வெளியச் சுத்துற ஆளும் இல்லையே! சொல்லு மச்சான், என்ன ஆச்சு?" என்று கூர்மையுடன் கேட்டவனுக்குப் பதில் தர இயலாது அமைதிக் காத்தான்.

சில நொடிகள் கடந்திருக்க, "இப்ப நீ என்ன விஷயம்னு சொல்லுறியா, இல்ல நான் வைசாக் கிளம்பி

வரட்டுமா?" என்று அவன் வினவ.. மொழியன் தன் வலிகளை மறைத்து இயல்பாய் இருப்பதைப் போல் காட்டிக் கொண்டு, "ஒண்ணும் இல்லடா. வந்த வேலை முடிஞ்சிடுச்சு, சும்மா வெளிய வந்தேன். நாளைக்கே சென்னைக்குக் கிளம்பிடுவேன்.." எனப் பதிலளித்தான்.

"ம்ம் சரி, உன்னோட குரல் சரியில்லாதது மாதிரியே கேட்குதுடா.." எனக் கூறி, வருண் 'நான் நீ சொல்வதை நம்பவில்லை' எனக் காட்ட, அதை உணர்ந்து கொண்ட மொழியனுக்கு நண்பனை எண்ணிப் பெருமையாய் இருந்தது. அவன் ஏற்றுக் கொள்ளும் விதமாக, "சாரலோட ஞாபகம் வந்திடுச்சு.." என்று மட்டும் கூறி, சாராவையும் சாகித்யனையும் சந்தித்த நிகழ்வை சொல்லாது மறைத்தான்.

"இப்படியே எத்தனை நாளைக்கு இருக்கப் போற மச்சான்? முதல்ல அந்தப் பொண்ணை மறக்கிற வழியைப்பாரு. உன்னோட நினைப்பு இருந்திருந்தா, நிச்சயம் உன்னைப் பார்க்க வந்திருப்பாங்க. இனிமேல் வருவாங்கன்னு எனக்கு நம்பிக்கை இல்ல.

இங்க பார்கவி அண்ணி உனக்குப் பொண்ணு பார்த்துட்டு இருக்காங்க. பழசை எல்லாம் மறந்துட்டு புதுசா ஒரு வாழ்க்கையை ஆரம்பி.." என்று தன்னால் ஆன அறிவுரைகளைக் கூறி, மச்சானின் மனதை மாற்ற முயற்சித்தான் வருண்.

தன்மேல் நண்பனுக்கு இருக்கும் அக்கறையை அறிந்தவன், அவனிடம் வழக்காட விரும்பாது, 'சரி' என்று பதிலளித்து அழைப்பை நிறுத்தினான்.

'இதற்கு மேலும் வெளியே இருப்பது சரியல்ல!' என்றெண்ணி, குழப்பமான மனதோடு ஸ்ரீனுவின் வீடு நோக்கிச் சென்றான் மொழியன்.

அவன் வீட்டிற்கு வந்ததில் இருந்து, மௌனமாய்க் கடந்த முப்பது நிமிட காலம்.. முன்னூறு யுகங்களைக் கடந்து வந்துவிட்ட நீண்ட பயணமாய் ஸ்ரீனுவிற்குத் தோன்றியது. அதற்கு மேல் அமைதி காக்க இயலாது, தன் இதழ்களைப் பிரித்துப் பேச்சைத் துவக்கினான் அவன்.

"மொழியா.." என்றவனது அழைப்பிற்குச் செவிசாய்த்து, நிமிர்ந்து பார்த்தவனிடம், "சாரா.." என்று அவளைப் பற்றிக் கேட்க வந்தவனுக்குத் தொண்டை அடைக்க, பேச இயலாது வாயை மூடிக் கொண்டான்.

வருத்த முறுவல் ஒன்றை உதிர்த்த மொழியன், "என்ன ஸ்ரீனு, சாரா யாரு, எங்களுக்குள்ள என்ன உறவு. கொஞ்ச நேரத்துக்கு முன்னாடி நான் சாகிக்கிட்ட பேசினதெல்லாம் உண்மையான்னு தெரிஞ்சிக்கணுமா?"

அறிந்து கொள்ள வேண்டும் என்ற எண்ணம் இருந்தாலும், அதை வாய் விட்டு சொல்லவில்லை அவன்.

எதிரே இருந்தவனின் முகத்தைப் பார்த்தே அவனது மனதை அறிந்து கொண்டானோ, என்னவோ! நடந்தவற்றை ஸ்ரீனுவிடம் சுருக்கமாய்ச் சொல்லி முடித்தான்.

அனைத்தையும் கேட்டவன் சற்றே அதிர்ச்சியுடன், "அப்புடு, சாரானி காப்பாடதானிக்கோசம் மீரு பெள்ளி சேசுக்குன்னாரா?" (அப்படினா சாராவைக் காப்பாத்துறதுக்காகத்தான் நீங்க கல்யாணம் செஞ்சுக் கிட்டீங்களா?)

அவன் தெலுங்கில் அரைகுறையாய் புரிய.. குரலின் ஏற்ற இறக்கங்களிலும், கண்களில் தொக்கி நின்ற கேள்வியிலும் ஸ்ரீனு வினவுவதை உணர்ந்து.. மொழியன் மெலிதான புன்னகையைப் பதிலாக அளிக்க, "இ நவ்வுக்கு அர்த்தம் ஏமிட்டி?" (இந்தச் சிரிப்புக்கு அர்த்தம் என்ன?)

"அந்தச் சூழ்நிலையில சாரலோட பாதுகாப்பு தான் முக்கியமா பட்டுச்சு.."

"பிரேமா லேக்குண்ட ஒக்கரு எல ஜீவிச்சகலரு?" (காதலோ அன்போ இல்லாம ஒருத்தரோட எப்படி வாழ முடியும்?) என ஸ்ரீனு கேட்டதும் சின்னதாய் சிரித்த மொழியன், தன் மனதில் இருந்த உணர்வுகளைப் பகிர்ந்து கொண்டான்.

"சாரலோட கழுத்துல தாலிக் கட்டுறப்ப நான் காதலைப் பத்தியெல்லாம் யோசிக்கவே இல்ல ஸ்ரீனு. அதுக்கு அப்புறமும் கூட அவளுக்கும் சாகிக்கும் செய்ய

வேண்டியது என்னோட கடமையாத்தான் நினைச்சேன். அதுனால தான் சாரலோட டிரீட்மெண்ட்க்கு ஏற்பாடு பண்ணிட்டு, சாகியையும் காலேஜ்ல சேர்த்து விட்டேன்.

முழுசா அஞ்சு மாசம் அவ என்கூட இருந்திருக்கா ஸ்ரீனு. அவளை ஒருநாள் கூட மனைவியா நினைக்கத் தோணல. ஆனா அவ இல்லாம ஒருநாள் கூட, எனக்கானதா இருந்ததில்ல! அதை எப்படிச் சொல்றது? அவளுக்குக் குணமாகனும்னு ஆசைப்பட்டேன் தான். ஆனா அவளுக்குச் சரியாகாம இருந்திருந்தாலும், வாழ்க்கை முழுக்க அவக்கூட அப்படியே இருந்திருப்பேன்.

அவ வீட்டை விட்டு போனதுக்கு அப்புறம் தான் தெரிஞ்சது, சாரல் தான் என்னோட வாழ்க்கைனு. அவ இல்லாம முழுசா ஒருமணி நேரம் கூட, என்னால இருக்க முடியல. எப்படியும் கண்டு பிடிச்சலாம்னு, கிட்டத்தட்ட பைத்தியக்காரன் மாதிரி அஞ்சு மாசமா ஒவ்வொரு ஊராத் தேடி அலைஞ்சேன். அப்பா, தங்கச்சி, குடும்பம்னு எல்லாத்தையுமே மறந்து போயிட்டேன்.

நான் வேலைக்கே போகாதனால, வருமானம்ற ஒண்ணே இல்லாம போச்சு. வீட்டுச் செலவு, அக்காவோட ஃபேமிலிக்குப் பணம் கொடுக்கிறது, லோனுக்கும் கடனுக்கும் வட்டிக் கட்டுறதுன்னு அப்பாவோட சேவிங்ஸ் மொத்தமும் கரைஞ்சு போயிடுச்சு. உண்மையைச் சொல்லணும்னா, நான் நடந்துக்கிட்ட முறையால நடுத்தெருவுக்கு வந்துட்டோம் ஸ்ரீனு.

அன்னைக்கு மட்டும் வருண் என்கிட்டப் பேசி புரிய வைக்கலேன்னா, இந்நேரம் முழு மனுஷனா இப்படி உன் முன்னாடி நின்னிருப்பேனான்னு தெரியல.

என்னோட சூழ்நிலையைப் புரிஞ்சுக்கிட்டு, அப்புறம் அவன்தான் பேங்க்ல தன்னோட வீட்டை ஸூரிட்டியா வச்சு, லோன்க்கு அரேஞ் பண்ணி பணம் வாங்கிக் கொடுத்தான். அதுமூலமா சின்னதா கம்பெனி ஆரம்பிச்சேன்.

என்னால தனியா எல்லா வேலையையும் பார்க்க முடியாததால, வருணும் அவனோட வேலையை விட்டுட்டு என் கூடவே ஜாய்ன் பண்ணிட்டான். இந்த ரெண்டு வருஷமும் சாப்பாடு, தூக்கம் எல்லாத்தையும் மறந்து, கம்பெனியே கதின்னு இருந்ததால.. கடனை அடைக்க முடிஞ்சது.

கம்பெனியை நெக்ஸ்ட் லெவல்க்குக் கொண்டு போகிறதுக்கு, இங்க இருக்கிற கம்பெனியோட டீல் பேசத்தான் இப்ப வைசாக் வந்தேன்.." எனச் சாரலின் பிரிவிற்குப் பின்பான தன் வாழ்க்கை மாற்றத்தைப் பற்றிக் கூறினான் மொழியன்.

வருணின் மூலமாக அவனைப் பற்றி, ஸ்ரீனு ஏற்கனவே அறிந்திருந்தான் தான். ஆனால் சாராவின் மீதான மொழியனின் உணர்வுகளும், அதனால் அவனுள் உண்டான பாதிப்பும், அதன் விளைவினால் நடந்தவைகளையும் ஆடவனின் வாய்மொழி மூலமாய்க் கேட்ட தருணம், மனம் கனத்துப் போனது அவனுக்கு. அத்தோடு திருமணமான ஒரு பெண்ணை நேசித்ததை எண்ணி, மனதிற்குள் மருகினான்.

அதேநேரம், 'நல்லவேளை மொழியனுக்கு இந்த விடயம் தெரியவில்லை!' என நிம்மதி மூச்சு விட்டவன், 'எப்போதும் அது தெரியவே கூடாது..!' எனவும் இறைவனிடம் அவசரமாய் வேண்டுதல் ஒன்றையும் வைத்து விட்டு.. ஆசைக்கொண்ட மனம் துடிக்கத் துடிக்க, 'சாராவை மறந்துவிட வேண்டும்!' என்று உறுதியையும் எடுத்துக் கொண்டான்.

மொழியனின் தனிமை, வலி, ஏமாற்றம், முயற்சி என அனைத்தையும், இவ்வளவு நேரமாய்க் கேட்டுக் கொண்டிருந்தது ஸ்ரீனு மட்டும் அல்ல, அவனைக் காண்பதற்காக அங்கு வந்த சாகித்யனும் சாராவும் தான்.

ஆம்! நடந்த அனைத்தையும் தம்பியின் மூலமாக அறிந்து கொண்ட பேதை, தான் அவனிடம் நடந்து கொண்ட முறைக்கு.. மொழியனிடம் பேசி மன்னிப்பு

வேண்டுவதற்காக, கணினி மையத்தில் ஸ்ரீனுவின் முகவரியை விசாரித்து அறிந்து, தம்பியைத் தன்னோடு அழைத்துக் கொண்டு வந்திருந்தாள் சாரா.

மொழியன் உதிர்த்த சொற்களைக் கேட்டதும், 'தன் அத்தானிடம் சொல்லாமல் அவசரப்பட்டு வீட்டை விட்டு வெளியேறி விட்டோமோ?' என்று சாகித்யனும், இன்னதென்று காரணம் புரியாமல் சாராவும் கண்கலங்கி நின்றிருந்தனர்.

ஏனோ கணவன் என்ற உறவில் இருப்பவனை நேருக்கு நேர், தன்னால் எதிர்கொள்ள இயலும் என்று சாராவிற்குத் தோன்றவில்லை. இதுநாள் வரை மனதிற்குள் ஒளிந்து கொண்டு கண்ணாம்மூச்சி ஆடிய அவளின் தேடல்.. எதுவெனப் புரிந்துவிட அங்கு நொடிக்கூட நிற்க இயலாது கிளம்பினாள்.

சாகித்யனும் அவளின் மனநிலையை உணர்ந்து கொண்டானோ என்னவோ, தமக்கையைத் தடுக்கத் தோன்றாது அமைதியாக இருந்து விட்டான்.

ஒரு நீண்ட அமைதி அங்கு நிலவ, மூன்று ஆண்களுமே தத்தமது சிந்தனையில் உழன்று கொண்டிருந்தனர். வீட்டினுள் நிலவும் நிசப்தத்தைக் கலைத்தபடி, வாயில் கதவைத் தட்டினான் சாகித்யன். மற்ற இருவரின் கவனமும் ஒலி வந்த திசையில் திரும்ப, அவனோ மொழியனைத் தான் பார்த்துக் கொண்டிருந்தான்.

சூழலை இலகுவாக்கும் பொருட்டு, "லோப்பலிக்கி ரண்டி.." (உள்ள வாங்க) என வீட்டின் உரிமையாளனாய் வரவேற்றான் ஸ்ரீனு.

தயக்கத்துடன் உள்ளே நுழைந்தவன், "அத்தான்.." என்றழைக்க, சட்டென்று இருக்கையில் இருந்து எழுந்து நின்றான் மொழியன்.

இருவரும் அவனைத் திகைத்துப் பார்க்க, "ஓகே ஸ்ரீனு, நான் வந்த வேலை முடிஞ்சிருச்சு. கம்பெனி டீலும் சைன் ஆயிடுச்சு, சோ நான் கிளம்புறேன்.." எனச் சாகித்யனை வலுக்கட்டாயமாய்த் தவிர்த்து, தனக்குக் கிடைத்த புதிய

நண்பனிடம் பதிலளித்தான்.

அவன் என்ன பேசுவது என்று புரியாது தவிக்க.. சாகி, "அத்தான் ப்ளீஸ் அத்தான். நான் செஞ்சது தப்புதான். எதுனாலும் உங்கக்கிட்ட சொல்லியிருக்கணும். சாராவை அவங்க அப்படிப் பேசினதும்.. ப்ச்ச் அதைத் தாங்கிக்க முடியாம அந்தக் கோபத்துல, அவளைக் கூட்டிக்கிட்டு வந்திட்டேன்.

சாரா பாவம் அத்தான், அவளுக்கு எதுவுமே தெரியாது. அவ ஏதோ கோபத்துல உங்கக்கிட்ட அப்படி நடந்துக்கிட்டா, தப்பா நினைச்சிக்காதீங்க அத்தான்.." எனக் கெஞ்சலாய் வேண்டியவனைக் கூர்ந்து பார்த்தான் மொழியன்.

பின் வருத்த முறுவல் ஒன்றை உதிர்த்து, "நான் எதுக்கு உன் அக்காவைத் தப்பா நினைக்கப் போறேன்? நீ சொன்னது உண்மை தான் சாகி. சாரலுக்கு எதுவும் தெரியாது, என்னையும் சேர்த்து தான்! என்னை யாருனே தெரியாதவளைப் பத்தி, நான் நினைக்கிறதுக்கு என்ன இருக்கு?"

இருவரும் அதிர்ச்சியுடன் பார்க்க, "உங்களுக்கு நான் தேவை இல்லைனு தான, இந்த முடிவு எடுத்த சாகி? என்னை வேண்டாம்னு நினைக்கிறவங்க, எனக்கும் வேண்டாம்..!" என உறுதியாய் மொழிந்து விட்டு, வீட்டிலிருந்து வெளியேறினான்.

ஒரு மணி நேரத்திற்குப் பின்..

சோர்ந்த முகத்துடன் வீட்டிற்குள் நுழைந்த தம்பியைப் புரியாது பார்த்தாள் சாரா. என்ன நடந்ததென்று விசாரிக்க, கலங்கிய மனதுடன் மொழியன் கூறியவற்றை வரி மாற்றாமல் அப்படியே தமக்கையிடம் ஒப்புவித்தான் அவன். அதைக் கேட்ட சாராவிற்கும் அதிர்ச்சி தான்!

மொழியன் சாகித்யனை அடித்து அவனது ஆதங்கத்தைக் காட்டியதையும், அதன் பின்பு ஸ்ரீனுவின் வீட்டிற்குச் சென்ற போது பேசியதையும் வைத்து.. தங்களை அவன் தேடியிருக்கிறான் என்று எண்ணியிருந்தாள்.

ஆனால் 'தனக்கு இவர்கள் வேண்டாம்!' என்று அவன் உதிர்த்திருந்த சொல் சாராவின் மனதை பெரிதும் பாதித்தது.

என்னதான் அவனையும், இருவருக்கும் இடையேயான உறவும் அவளுக்கு நினைவில் இல்லையெனினும்.. மொழியனை அவ்வளவு இயல்பாய் சாராவால் கடந்து செல்ல இயலவில்லை.

அவனைப் பற்றியும், அவளது திருமணம் நடந்த சூழல், அதன் பின்பான மொழியனது நடவடிக்கைகள், அவனது வீட்டை விட்டு அவர்கள் வெளியேறியதற்கான காரணம் என நடந்த அனைத்தையும் தம்பியின் மூலம் கேட்டுத் தெரிந்து கொண்ட பின்.. ஏனோ மனம் ஆடவனை எண்ணி தவிக்கத் துவங்கிவிட்டது.

ஒவ்வொரு முறையும் உரிமையுடன் அவன் 'அத்தான்' என்று அழைக்கும் போதும்.. தனக்கும் மொழியனுக்கும் இடையேயான உறவின் பொருள், மெல்ல மெல்ல பெண்மகளுக்குள் புரிபடத் துவங்கியது.

தனது தமக்கையின் கணவனது விலகலை நினைத்து வருத்தத்துடன் இருந்தான் சாகி. ஆரம்ப நாட்களில் அவனது குடும்பத்துடன் ஒட்டாது இருந்தவனிடம், கொஞ்சம் கொஞ்சமாய்ப் பேசி இயல்பாய் பழக வைத்தவனே மொழியன் தான்!

தனக்கான கல்வி, தமக்கைக்கான சிகிச்சை, அவளது குழந்தைத்தனமான உணர்வுகள் என ஒவ்வொன்றையும் அவர்களுக்காகப் பார்த்துப் பார்த்துச் செய்தவன் அவன்.

எல்லாவற்றையும் விட அவன் சாராவிடம் காட்டிய அன்பும், கனிவும் தான்.. மொழியனைத் தன் தமக்கையின் கணவனாய் ஏற்று, இயலாய் சாகித்யனை 'அத்தான்' என்று அழைக்கவும் வைத்தது.

கடந்த கால நினைவுகளில் மூழ்கி, தன்னை மறந்த நிலையில் அமர்ந்திருந்தான். தன் இயல்பிற்கு மாறாய், நீண்ட நேரம் மௌனமாய் இருந்த தம்பிக்குத் தாயாய் மாறி, சமாதானம் செய்து அவனை உறங்க வைத்த சாரா..

மொழியனைப் பற்றிய சிந்தனையில் ஆழ்ந்தாள்.

அவள் மனம் முழுவதும் அவர்கள் கிளம்பிய நாள் நடந்த நிகழ்வையே அசைப் போட்டுக் கொண்டிருந்தது. சாகி அவளிடம் பார்கவியைப் பற்றியும் உரைத்திருந்தான். 'இனி என்ன செய்வது, தன் வாழ்வின் அடுத்தக் கட்டம் என்ன?' என்ற வினா அவளைச் சிந்திக்கத் தூண்டியது.

* * *

ஸ்ரீனு எவ்வளவு சொல்லியும் கேட்காமல், அன்று இரவே சென்னைக்குக் கிளம்பினான் மொழியன். உண்மையைச் சொல்ல வேண்டுமானால், இன்னதென்று புரியாத பலபல உணர்வுகள் அவனுள்.

முழுதாய் இரண்டு வருடத்திற்குப் பின்.. தன் சாரலைக் கண்டதில் அவ்வளவு மகிழ்ச்சி! அதிலும் அவள் மனநிலை மாற்றம் அடைந்து இயல்பாய் இருப்பதில், வரையறுக்க முடியாத அளவிற்கு நிம்மதி ஆடவனுக்கு..!

'சாகி சிறு குழந்தையை அழைத்துச் சென்றுள்ளானே! அவன் எவ்வாறு அவளைச் சமாளிப்பான்? புது இடத்தினில், புது மனிதர்களுக்கு மத்தியில் சாரா எப்படித் தன்னைப் பொருத்திக் கொள்வாள்? அவளால் இயல்பாய் இருக்க இயலுமா?' எனப் பலமுறை எண்ணி வருந்தி இருக்கிறான்.

ஆனால் இன்று அவளது பேச்சும், பார்வையும், சொன்னது.. பெண்மகள் எந்தச் சூழலையும் எதிர்கொள்ளும் துணிவுப் படைத்தவள் என்று!

தன்னையும், தங்களுக்கு இடையேயான உறவினையும் அவள் மறந்துவிட்டது, மொழியனுக்குப் பெரும் வலிதான் என்றபோதும்.. 'தற்போதிருக்கும் சூழலில் பாவையின் மனதிற்குள்ளும் தனிப்பட்ட உணர்வுகளும், ஆசைகளும் உண்டு!' எனவும் சிந்தித்தான்.

கணவன் என்ற உரிமையைக் காட்டி, அவளை உறவுப் பிடிக்குள் கட்டாயத்துடன் அடக்கிவைக்க விருப்பம்

இல்லாது அப்படியே விட்டுவிட்டான்.

சாராவிற்குக் குணமான விடயம் முன்பே அறிந்திருந்தால், சாகித்யனைக் கண்டதுமே அவ்விடம் விட்டு அகன்றிருப்பான் மொழியன். அவளைப் பழைய சாரலாகவே எண்ணி அவன் செயல்பட, அவளோ சாகித்யனின் தமக்கை சாராவதியாக மாற்றம் அடைந்திருந்தாள்!

அவளின் நிலையைத் தெரிந்து கொண்ட பின்பும், இரண்டாண்டு இடைவெளியில் தன்னவளுக்காக ஏங்கித் தவித்த நொடிகளின் தாக்கம்.. ஆடவனின் அனுமதி இன்றியே அவனது இதழ்கள் சாகியிடம் அனைத்து ஆதங்கத்தையும் கொட்டி விட்டது!

'அவசரப்பட்டு நடந்து கொண்டோமோ, சாரல் என்னவென்று புரியாமல் தவிப்பாளே?' எனத் தற்போதும் அவளுக்காகவே அந்தக் காதல் கொண்ட மனம் சிந்தித்தது.

பெருமூச்சு ஒன்று வெளிப்பட்டது மொழியனிடம் இருந்து. மனதின் பாரம் இறங்கி விட்டாற் போல் ஓர் உணர்வு. ஆனால் இதுவரை வாழ்க்கையில் இருந்த பிடிமானம் தொலைந்து, சட்டென்று வெறுமையாய் மாறி விட்டதாய் தோன்றியது.

சாரலின் மீதான அவனது உணர்வுகளைப் பற்றி, இதுநாள் வரை மொழியன் சிந்தித்ததில்லை. நினைவில்லாது இருப்பவளின் பாதுகாப்பிற்காக மாலையிட்டவன், கணவனாய் தன்னை உருமாற்றிக் கொண்டு அவளுக்கான தன் கடமைகளைச் செய்து வந்தான்.

'சாரலிடம் தனக்கு இருப்பது அன்புக் கலந்த அக்கறை. அவளைப் பாதுகாப்பது தனது கடமை!' என எண்ணியிருந்தான்.

அவள் பிரிந்து சென்ற பின், குழந்தையைத் தொலைத்து விட்ட தாயைப் போல் பரிதவித்தான். அதில் தன்னையே முற்றிலுமாய் மறந்தும் போனான். நாட்கள்

நகர்ந்துவிட அவளைப் பற்றிய சிந்தனையிலும் நினைவுகளிலுமே வாழப் பழகிக் கொண்டான் மொழியன்.

சாரலைத்தேடி கண்டறியும் அளவிற்கு அவனது குடும்பச் சூழலும், பொருளாதார நிலையும் ஒத்துழைக்காததால்.. வேறு வழியின்றித் தன் வேலைகளில் கவனத்தைச் செலுத்தினான்.

உண்மையில் தனது பொருளாதாரத்தை உயர்த்தி, சாரலைத் தேடும் வழிமுறைகளைச் செயல்படுத்த எண்ணியிருந்தான் மொழியன். அதன் காரணமே, அவனது இரண்டாண்டு கால அயறாத உழைப்பு!

ஆனால் இன்று கண்முன்னே நின்றவளை, 'வேண்டாம்!' என மறுத்துவிட்டு வந்த விசித்திரமான மனதை நினைத்து, கண்களில் நீர் பெருகியது. அதை மறைப்பதற்காகக் கண்களை மூடி இருக்கையில் சாய்ந்து, சென்னையை நோக்கிய பயணத்தில் இருந்தான் தேன்மொழியன்.

அத்தியாயம் 13

மழையில் நனைந்த உடையோடு வீட்டிற்குள் நுழைந்த மகனைக் கண்ட சிவநாதன், "என்ன மொழியா, எதுக்கு இப்படி நனைஞ்சிட்டு வர்ற? மழை நின்னதுக்கு அப்புறம் பொறுமையா வர வேண்டியது தான..?"

"டாக்ஸில தான்பா வந்தேன். தெரு முனையில கார்ப்பரேஷன் காரங்க தோண்டிப் போட்டுட்டாங்க போல, வண்டி உள்ள வர முடியல. அதான் அங்கயிருந்து இறங்கி நடந்து வந்திட்டேன்.." என்றவன் கையிலிருந்த பையைக் கொடுத்து, "அப்பா அதுல லேப்டாப் இருக்கு. மழையில எதுவும் நனைஞ்சிடுச்சான்னு பாருங்க.." என்று கூறிவிட்டு, தன் கைப்பேசியின் பகுதிகளைத் தனித்தனியே கழட்டி உலர வைத்தான்.

பையில் இருந்து வெளியே எடுத்த மடிக்கணினியை ஆராய்ந்தவாறே, "போன வேலை எல்லாம் நல்லபடியா

முடிஞ்சதா மொழியா?" எனச் சிவநாதன் வினவ, அனிச்சையாய் மனதில் தோன்றிய சாராவின் முகத்தைச் சற்றே தன் நினைவில் இருந்து பின்னுக்குத் தள்ளி, "ம்ம் டீல் சைன் பண்ணியாச்சு ப்பா. இன்னும் கொஞ்ச நாளைக்கு ஆஃபிஸ்ல வேலை கொஞ்சம் அதிகமா இருக்கும்.."

"சரிப்பா போய் டிரஸ்ஸை மாத்து, நான் உனக்கு டீ போட்டுக் கொண்டு வரேன்.." எனத் தந்தையானவர் சமையலறை நோக்கிச் செல்ல, மாடிப்படிகளில் ஏறினான் மொழியன்.

தன் அறைக்கு வந்தவன் உடையை மாற்ற, "இனியா.." என்ற அவளின் குரல் ஆடவனது கவனத்தைக் கலைத்தது.

சாளரத்தின் அருகே நின்று தன் வலக்கையை மழைநீரில் வெளியே நீட்டியபடி அவனைப் பார்த்துச் சிரித்தவள், "மழை இனியா. சில்லுனு இருக்குடா.." என்றிட, அவனது கால்கள் அனிச்சையாய் நகர்ந்து அவளருகே சென்றது.

மொழியனும் எட்டிப் பார்த்துவிட்டு சாய்வாகப் பெய்த மழையைக் கண்டவன், "சாரல் மழை.." எனவும்.. அவளோ, "என் பேரு சாரா. மறந்திட்டியா என்ன! ஏன் சாரல்னு சொல்லுற? இது மழைன்னு எனக்குத் தெரியாதா, நான் சொன்னதையே திருப்பிச் சொல்லுற?" என அவள் வினவ, புரியாது பார்த்தான்.

பின் நொடி இடைவெளியில் தான் மழையின் பெயரை 'சாரல்' என உரைத்ததை, அவள் தன் பெயரான சாராவை 'சாரல்' எனக் கூறியதாய் எண்ணி பதில் பேசியதை நினைத்து, சட்டென்று சிரித்துவிட்டான்.

"எதுக்குச் சிரிக்கிற?"

சின்னதாய் தலையசைத்தவன், "நீ சொல்லித்தான் இது மழைன்னு எனக்குத் தெரியும், அதான் சொல்லிப் பார்த்தேன்.."

அவனை நம்பாமல் பார்வை பார்த்து, "போடா, என்னைக் கிண்டல் பண்ணுற!" என்று முகத்தைத் திருப்பிக்

கொண்டாள்.

பாவையின் பின்புறம் நின்று, அவளது நீட்டிய கையை அடிப்பக்கமாய்ப் பற்றி, "கிண்டல் எல்லாம் இல்ல, நிஜமா தான்.." என அவள் நம்பும் படி உரைத்தவன்.. வெளிப்புறம் வானில் இருந்து இறங்கும் சாரலையும், தன்னருகே சிலிர்த்த தேகத்தோடு நின்றிருந்தவளையும் மனதிற்கு மிக நெருக்கமாய் உணர்ந்தான். இருவருக்குமே எந்த வேறுபாடும் இருப்பதாய் தோன்றவில்லை அவனுக்கு!

தன் குளிர்ந்த நீர் துளிகளால் சாரல் மழையானவள் சிலிர்க்க வைப்பது போல்.. சாராவும் தனது ஒவ்வொரு செயலினாலும், புன்னகையாலும், குழந்தைத் தனத்தாலும் ஆடவனைச் சிலிர்க்க வைத்தாள். பூமியுடன் கலந்து அவள் தரும் மண்வாசத்தின் ரம்மியத்தை, சாராவுடனான ஒவ்வொரு நொடிதனிலும் உணர்ந்தான்.

வலதுகை பாவையவளின் கையைப் பற்றியிருக்க, இடக்கையை அவளின் இடதுபக்கத் தோளில் வைத்தவன்.. வலப்புறத் தோளில் தன் தாடையைப் பதித்து, "ஏன் சாரல் பேரும் நல்லாதான இருக்கு. சாரல் மழை மாதிரி.."

அவளோ ஆடவனின் சுவாசம் காதோரம் உரசியதில் நெளிந்து, "இனியா கூசுதுடா, மூஞ்சியை அந்தப் பக்கம் திருப்பி மூச்சு விடு.." என அவனைத் தள்ளி விட்டாள்.

சிரிப்பு வர, அதை இதழ்களுக்குள்ளேயே மறைத்தபடி.. தடுமாறி விழுந்தது போல் பொய்யாய் தரையில் விழுந்தவன், "என்ன சாரல்மா இப்படித் தள்ளி விட்டுட்ட..?" எனப் பாவமான முகத்துடன் வினவ, "அச்சச்சோ அடி பட்டிடுச்சா இனியா, ஸாரிடா. கையைக் கொடு, நான் தூக்கி விடுறேன்.." எனத் தன் வலக்கரத்தை நீட்டினாள்.

மழைநீரில் குளிர்ந்திருந்த அவளது கையைப் பற்றியவனின் விரல்கள் பிடிமானம் இல்லாது காற்றில் அலைந்தது. அவனைப் பார்த்துப் புன்னகை சிந்திய இரட்டை ஜடைப் பின்னலிட்டு, பாவடைச் சட்டை அணிந்திருந்த சாரல் மெதுவாய் மறைய.. புடவை உடுத்தி,

ஒற்றைப் பின்னலோடு அவனை விழிகள் சுருக்கி கூர்ந்து நோக்கினாள் சாராவதி என்பவள்!

நொடி இடைவெளியில் அவளும் மறைந்து போக, ஆடவனின் கண்களில் சட்டென்று நீர் துளிர்த்து, விழியோரம் வெளியேறியது.

அவன் பார்வையைத் திருப்ப, அவனோடு வாதாடிய சாரல், சண்டையிட்ட சாரல், காலை நீட்டி கொலுசு மாட்டிவிடுமாறு கட்டளையிட்ட சாரல், உடல் நலமில்லாது சோர்வுடன் ஆடவனது மார்பில் சாய்ந்த சாரல், உணவை ஊட்டிவிடுமாறு அடம்பிடித்த சாரல்!

பணி முடிந்து அவன் இல்லம் திரும்பும் போது.. அலமாரியின் பின்னே ஒளிந்து ஆடவனைப் பயமுறுத்தும் சாரல், மாத விலக்காகும் நாட்களில் 'வலிக்கிதுடா இனியா' என அவனைக் கட்டிக் கொள்ளும் சாரல், பார்கவி வீட்டிற்கு வந்து செல்லும் நாட்களில்.. அவனிடம் மௌனப் போராட்டம் நடத்தும் சாரல்!

முதன்முதலாய் புடவை உடுத்திய நாளில்.. கணவனது தொடுகையில் முகம் சிவந்த சாரல், உடன்பிறந்தவனைக் கேட்டு அழும் சாரல், அவளைச் சமாதானம் செய்வதற்காகத் தூக்கிச் சுற்றும் போது.. தன்னை மறந்து சிரிக்கும் சாரல், உறங்குபவனின் காதில் ஊதி எழுப்பிவிட்டு விளையாட வருமாறு அழைக்கும் சாரல்!

ஆடவனின் முகத்தைக் கண்டு அப்படியே பிரதிபலிக்கும் சாரல், அவனின் மௌனத்தில் தவிக்கும் சாரல், ஆடவனின் கண்டிப்பில் அடங்கும் சாரல், விலகலில் ஏங்கும் சாரல், மொழியனின் புன்னகையில் முகம் மலரும் சாரல்.. என அறையெங்கிலும் அவளின் பிம்பங்களே எதிரொளிக்க.. கண்களை இறுகமூடி, காதுகளையும் கைகளின் மூலம் அழுத்தமாய் அடைத்துக் கொண்டான்.

மூடியிருந்த இமைகளின் இடைவெளியில் உவர்நீர் மட்டும் வெளியேறிக் கொண்டிருந்தது. இவ்வளவு நாட்களாய் சாரல் மழையாய் அவனைச் சிலிர்க்க வைத்து

இனிமையில் ஆழ்த்திய அவளின் நினைவுகள்.. இன்று புயல் மழையாய் மாறி ஆடவனை உணர்வுகளுடன் பேராடவிட்டுச் சுழற்றி அடித்தது.

அதன் வலியைத் தாங்கிக் கொள்ள இயலாதவனாய், அறையில் நொடிக்கூட இருக்க முடியாமல் வாயிலை நோக்கி வேக எட்டுகளில் நடந்தவன், அடுத்த நிமிடம் வீட்டிலிருந்தும் வெளியேறினான்.

தேநீர் தயாரித்துக் கொண்டுவந்த சிவநாதன் கண்டது, வீட்டு வாயிலைக் கடந்து சென்ற மகனின் பின்பக்கத்தைத் தான்.

"மொழியா மொழியா, திரும்பவும் மழையில எங்கப் போற?" என அழைத்தவாறே வந்தவர்.. நீர் மேகங்கள் கலைந்து, வெளீரென வெறித்திருந்த வானத்தைப் பார்த்து நிம்மதி மூச்சுவிட்டு வீட்டிற்குள் திரும்பினார்.

அவனது கைப்பேசி அப்படியே பிரித்தபடி இருக்க, 'ஃபோனைக் கூட எடுக்காம, இவ்வளவு அவசரமா எங்கப் போறான்?' என மகனைப் பற்றிய குழப்பத்தில் ஆழ்ந்தார்.

விசாகப்பட்டினம் பயணத்திற்கு முன்பிருந்த மொழியனுக்கும், தற்போது திரும்பி வந்தவனுக்கும் நிறைய வேறுபாடுகளை உணர்ந்தார் தந்தையானவர்.

இயல்பிலேயே மொழியன் அமைதியானவன் தான். ஆனால் சாராவின் வருகை அவனது வாழ்வினில் பல மாற்றங்களைக் கொண்டுவர, அவளின் விலகலோ ஆடவனை முற்றும் முதலுமாய்ப் புரட்டிப் போட்டுச் சென்றது. அளவோடு பேசுபவன், இதழ் பிரிப்பதே அரிதென மாறிவிட்டது.

'காலம் அனைத்தையும் மாற்றும்!' என அவரும் அமைதி காக்க.. தன் நிலையில் சிறிதும் மாறாமல், அந்தக் காலத்தையே ஏமாற்றிக் கொண்டிருந்தான் சிவநாதனின் மகனான தேன்மொழியன்.

நீண்ட பெருமூச்சை விட்டவர், 'நடப்பது நடக்கட்டும்!' என விதியின் வசம் தன் உயிரணுவில் உருவம் கொண்டுள்ளவனின் எதிர்காலத்தை ஒப்படைத்துவிட்டு,

மற்ற வேலைகளைக் கவனிக்கச் சென்றார்.

* * *

தூக்கம் கலைந்தாலும் படுக்கையில் இருந்து நீண்ட நேரமாய் எழாமல் இருந்த தம்பியைக் கண்ட சாரா, "என்னடா ஏன் இப்படி நகராம இருக்க? என்ன, இன்னைக்கு வேலைக்குப் போற எண்ணம் இல்லையா?" என வினவ.. அவனோ கடமைக்கென எழுந்து அமர்ந்தான்.

"என்ன சாகி?"

"சாரா என்ன முடிவு செஞ்சிருக்க?"

"என்ன முடிவு, எதைப் பத்தி?"

"நேத்து அத்தானைப் பத்திச் சொன்னேனே..?"

"அதான் நாம வேண்டாம்ன்னு சொல்லிட்டாரே!"

"நாம தான முதல, அவரைப் பத்தி யோசிக்காம வந்தோம்.."

"வந்தோம் இல்ல சாகி, என்னை நீ கூட்டிட்டு வந்த!"

அவன் சற்றே அதிர்ச்சியுடன், "அக்கா.."

மெலிதாய் புன்னகைத்தவள், "என்னடா பயந்திட்டியா? அத்தான் அத்தான்னு நீதான் உருகுற, ஆனா அந்தாளுக்கு நம்ம மேல பாசம் இருக்கிற மாதிரி தெரியலையே..?"

"ப்ச்ச் அக்கா என்ன பேச்சு இது? இப்படி எல்லாம் அத்தானை மரியாதை இல்லாம பேசாத!"

"ஓஹோ, நீ வேணும்னா அவனைத் தலையில தூக்கி வச்சு ஆடு. எனக்கு எந்த அவசியமும் இல்ல! முதல எழுந்திரிச்சு வேலைக்குக் கிளம்புற வழியைப் பாரு.." என்றவள் தானும் தயாராகச் சென்றாள்.

சாகி என்ன செய்வது என்று புரியாது இருக்க.. சில நிமிடங்களில் திரும்பி வந்த சாரா நிலைக்கண்ணாடியின் முன் நின்று தலைவாரத் துவங்கினாள்.

அடுத்ததாய் புருவங்களுக்கு மத்தியில் பொட்டை வைத்தவளின் கண்கள் அனிச்சையாய் தன் கழுத்தில் பதிய, முதல்நாள் கண்ட மொழியனது பார்வை நினைவிற்கு வந்தது.

இன்னும் அதே இடத்திலேயே அமர்ந்திருந்த தம்பியை ஓரக்கண்ணால் பார்த்தவள், "சாகி தாலி எங்க?" என வினவ, சட்டென்று நிமிர்ந்து பார்த்தான்.

"என்ன கேட்ட?"

"எதுக்கு இவ்வளவு பெரிய ரியாக்ஷன்? தாலிக் கட்டிதான் கல்யாணம் நடந்துச்சா, இல்ல..?" என அவள் இழுக்க, "அத்தான் உன் கழுத்துல என் முன்னாடி தான் தாலி கட்டினாரு..!"

"ஓஹோ, சரி என் கழுத்துல இருந்த தாலி எங்க?"

"அது.." எனத் தயங்கியவன்.. ஒரு ஆழ்ந்த மூச்சை வெளிவிட்டு, "நீயே தான் சாரா கழட்டிட்ட.."

அவனது தயக்கத்திற்கு அவசியமே இல்லை என்பது போல், சாகி உரைத்ததை இயல்பாகச் செவியில் வாங்கியவள், "ஏன் கழட்டினேன்..?"

"பார்கவி அண்ணி, அத்தான் அதைக் கழட்டித்தரச் சொன்னதா சொல்லி உன்கிட்ட கேட்கவும்.. நீயும் கழட்டிக் கொடுத்திட்ட!"

மனதின் ஒரு மூலையில் எங்கோ சுருக் என்று வலிக்க, "நிஜமாவே, அவங்க கேட்டதும் நான் கொடுத்திட்டேனா?"

"இல்ல, தரமாட்டேன்னு முதல்ல ரொம்ப அழுத.."

"ம்ம்.."

"அப்புறம் அத்தான் பேரைச் சொன்னதும் தான், சரின்னு கழட்டிக் கொடுத்த!" என உறுதியாய் மொழிந்த தம்பியைப் பார்த்துப் புன்னகைத்தவள், "இப்பத் தாலி யார்கிட்ட இருக்கு?"

"தெரியல அக்கா. பார்கவி அண்ணிக்கிட்ட தான் இருக்கும்னு நினைக்கிறேன்!"

"ரெண்டு வருஷமா பத்திரமா வச்சிருப்பாங்கன்னு தோணுதா உனக்கு?" என சிந்தனையுடன் வினவ, அவன் பதில் கூறாது அமைதி காத்தான்.

அதற்கு மேலும் வினாக்கள் தொடுத்து, தம்பியானவனைச் சங்கடத்தில் ஆழ்த்த விரும்பாது, "சரி போ ரெடியாகு.." என அனுப்பி வைத்தாள் சாரா.

* * *

வந்ததில் இருந்து அலுவலகக் கோப்புகளுக்குள் புதைந்து போன தன் நண்பனைச் சிந்தனையுடன் பார்த்துக் கொண்டிருந்தான் வருண்.

மொழியன் அதை உணர்ந்திருந்தாலும், மாப்பிள்ளையானவனுக்குத் தன்னிடம் அதைப்பற்றிப் பேசுவதற்கான வாய்ப்பை அளிக்காது.. கிடப்பில் இருந்த அத்தனை வேலைகளையும் வேண்டுமென்றே இழுத்துப் போட்டு, அதிலேயே தன்னை மூழ்கடித்துக் கொண்டான்.

முதல் நாள் அமைதியாய் இருந்த வருணின் பொறுமை, நண்பன் 'வீட்டிற்கே செல்லவில்லை' என்று அறிந்ததும்.. காற்றில் கலந்த புகையாய் மாயமாகிப் போக, மொழியன் கண்கள் பதித்திருந்த கணினியை தன்பக்கம் திருப்பி, அவனது கவனத்தையும் சேர்த்துத் தனதாக்கினான்.

"மாப்பிள்ள என்ன செய்யிற?" என்றவாறே அவன் நண்பனைப் பார்க்க, "நீ செய்யிறதை விடவா மச்சான்?" என்று வினவி, அவனைக் கூர்ந்து நோக்கினான் வருண்.

"நான் என்ன செஞ்சேன்?" என்று அவன் பார்வையைத் திருப்ப, "நீ ஆளே சரியில்லயே! என்கிட்ட எதையும் மறைக்கிறியா, என்ன விஷயம்..?" என்றான் வருண்.

"அதெல்லாம் இல்லடா.." என சமாளிக்க, "ஏதோ இருக்கு, ஆனா என்னன்னு சொல்ல மாட்டிற! எனக்குத் தெரியாமலா போயிடும்? அதை அப்புறம் பார்க்கலாம், சரி

கிளம்பு.."

"எங்க..?"

"என்ன மச்சான் மறந்திட்டியா? காரை சோரூம்ல இருந்து எடுக்கணும்டா. நீ வர்றதுக்காகத்தான் வெயிட் பண்ணேன் நான்.."

"இல்ல மாப்பிள்ள, நான் வரல. நீயே பார்த்துக்கோ.."

"டேய் என்னடா விளையாடுறியா? அது உன்னோட கார், நான் எப்படி எடுத்திட்டு வர்றது?"

"இங்க என்னது, உன்னதுன்னு எதுவும் இல்ல வருண். சொல்லப் போனா நீ மட்டும் அந்த டைம்ல பணம் தரலைனா, இந்தக் கம்பெனியே இல்ல. அப்படிப் பார்த்தா, இங்க இருக்க எல்லாமே உன்னோடது தான்!"

"போதும்டா, ஏதோ ஹெல்ப் பண்ணேன். நீதான் வாங்கினப் பணத்தைத் திருப்பிக் கொடுத்திட்டியே, அப்புறம் என்ன? சரி நானே போய்ப் பார்க்கிறேன்!" என்றவாறே வருண் அங்கிருந்து செல்ல, நிம்மதி மூச்சுவிட்டு.. சிறிது சிறிதாய் சிதைந்து கொண்டிருக்கும் மனதை முகத்தில் காட்டாது, கண்களை மூடி இருக்கையில் சாய்ந்தான் மொழியன்.

நான்கு நாட்களுக்குப் பின்...

வீட்டிற்கு வந்த தன் மகள் பார்கவிக்குத் தேநீர் தயாரித்துக் கொண்டு வந்தார் சிவநாதன். "எதுக்குப்பா இதெல்லாம்?" என்று வாய் கூறினாலும், கைகள் அதை வாங்கிக் கொண்டிருந்தது.

மகளின் மனதையும் செயல்களையும் நன்றாய் அறிந்திருந்த தந்தையானவர், மனதிற்குள்ளேயே சிரித்துக் கொண்டார். தேநீரைப் பருகி தன் தொண்டையை இதப்படுத்திக் கொண்ட பார்கவி பேச்சைத் துவக்கினார்.

"தம்பி ஊருக்கு வந்து அஞ்சு நாள் ஆச்சு, என்கிட்ட ஏன்ப்பா சொல்லவே இல்ல.?"

"அவன் தான் வீட்டுக்கு வரவே இல்லையே! ஊர்ல இருந்து வந்தவன், உடனே ஆஃபிஸ் கிளம்பிட்டான். திரும்பவும் வரல, வந்திருந்தா உன்கிட்ட சொல்லி

இருப்பேன்.."

"வீட்டுக்குக் கூட வராம, அப்படி என்ன வேலைப் பார்க்கிறான்?"

"ஏதோ புது ப்ராஜெக்ட் கிடைச்சிருக்காம், அதைச் சீக்கிரமா முடிச்சு கொடுக்கணும்னு ஆஃபிஸ்ல தான் இருக்கான்!"

"நீங்க அவன் கிட்ட கொஞ்சம் பேசிப் பார்க்கக் கூடாதா ப்பா?"

"ம்ம், வீட்டுக்கு வரட்டுமா பேசுறேன்.."

"அவன் எப்ப வீட்டுக்கு வர்றது, நீங்க எப்ப அவன்கிட்ட பேசுறது?" என்றவர் மொழியனுக்கு அழைப்பு விடுக்க, எதிர்ப்புறம் அது எடுக்கப் படாமலேயே இருந்தது.

பார்கவி மீண்டும் நான்கைந்து முறை விடாது முயற்சிக்க, தொடர்பை இணைத்த மொழியன் பேசும் முன்பே, "மொழியா வீட்டுக்கு எப்ப வருவ?" என வினவியிருந்தார் அவனது தமக்கை.

"இத்தனை தடவை ஃபோன் போட்டும் எடுக்கலைன்னா, ஏதாவது வேலையில இருப்பான்னு புரிஞ்சிக்க மாட்டிங்களா?" என வாய்வரை வந்த சொற்களை, இதழ்களுக்குள்ளேயே நிறுத்தி வைத்தான் மொழியன்.

அவனுக்குத் தெரியும் தன் தமக்கையைப் பற்றி.. சிறிது குரல் உயர்த்திப் பேசினால் கூட, 'உங்கக்கிட்ட கையேந்தி நிக்கிறதுனால தான, என்னை இப்படி மதிக்காம அசிங்கப் படுத்துறீங்க?' என்று ஒப்பாரி வைக்க ஆரம்பித்து விடுவார். பின் அவரது வாயை மூட வைப்பதற்குள், மொழியன் ஒரு வழியாகிப் போவான்.

தன்னுள் எழுந்த சினத்தைச் சற்றே அடக்கிக் கொண்டவன், "வேலை இருக்கு க்கா.."

"எப்பவும் வேலை இருக்கும் தான், அதுக்காக இப்படியா நாள் கணக்கா வீட்டுக்கு வராம இருப்ப?"

"வேலையும் முக்கியம் தான? சம்பாதிக்கலேனா அப்புறம் எப்படி, செலவு பண்ண காசு கிடைக்கும்?"

"சரி சரி, அதெல்லாம் இருக்கட்டும். இன்னைக்கு நைட் கண்டிப்பா வீட்டுக்கு வந்துடு. நான் உன்கிட்ட கொஞ்சம் பேசணும்.!"

"என்ன விஷயம் க்கா?"

"அதான், நீ ஊருக்குக் கிளம்பும் போதே சொன்னேனே? வீட்டுக்கு வந்து அந்தப் பொண்ணோட ஃபோட்டோவைப் பாரு, பிடிச்சிருக்கானு மட்டும் சொல்லு! மத்ததெல்லாம் நான் பார்த்துக்கிறேன்.."

"எனக்குத் தான் கல்யாணம் ஆகிடுச்சே க்கா?"

"டேய், அதையெல்லாம் கல்யாணம்னு சொல்லாத. ஏதோ அந்த நேரத்துல வேற வழியில்லாம தாலிக் கட்டுன. அதான் அவ போயிட்டால, அப்புறம் என்ன?"

"அதுக்குன்னு நடந்த கல்யாணம் இல்லைன்னு ஆகிடுமாக்கா?"

"அதுக்காக அந்தக் கிறுக்கச்சியோட எப்படி வாழ முடியும்?"

"அக்கா..!" என்றவனின் அழுத்தமான அழைப்பில், தான் சொற்களை விட்டுவிட்டதை உணர்ந்த பார்கவி, சட்டென்று பின் வாங்கிக் கொண்டார்.

"அக்கா உன் நல்லதுக்குத் தான் சொல்வேன், புரிஞ்சிக்கோ மொழியா. நீ வேலை முடிஞ்சு வர்றப்ப வா, அதுவரைக்கும் நான் நம்ம வீட்டுல இருக்கேன்.." என்று அவர் அழைப்பை நிறுத்திவிட, முகத்தில் வலி படர அலுவலகத் தொலைபேசியை வெறித்தான் மொழியன்.

வீட்டில் தன்மகளின் பேச்சைக் கவனித்துக் கொண்டிருந்த சிவநாதன், "என்னமா இங்கேயே இருக்கேனு சொல்லிட்ட, வீட்டுக்கு போகலையா? அங்க வயசு பொண்ணைத் தனியா விட்டுட்டு, எதுக்கு இப்படி? அப்படி என்ன அவசரம், மொழியன் வீட்டுக்கு வரவும் சொல்றேன், வந்து அவன்கிட்டப் பேசு.."

"இல்லப்பா, உங்க பேத்தி காலேஜ் டூர் போயிருக்கா. வர்றதுக்கு நாலு நாள் ஆகும். அது பிரச்சனை இல்ல. என்னோட கவலை எல்லாம் மொழியனைப் பத்திதான்,

அவன் வாழ்க்கை என்னாகுமோனு. பொண்ணு வீட்டுக்காரங்களை எத்தனை நாளைக்குத் தான் காக்க வைக்கிறது, அவங்க நம்மளைப் பத்தி என்ன நினைப்பாங்க?

அதான், இந்தத் தடவை எப்படியும் மொழியனை சம்மதிக்க வச்சிடணும்னு முடிவா இருக்கேன்..!" என அவர் பேசிக் கொண்டிருக்கும் போதே, "முதல் மனைவி இருக்கிறப்ப, ரெண்டாவது கல்யாணம் செய்யிறது சட்டப்படி தப்பு அண்ணி..!" என்ற குரலில் தந்தையும் மகளும் வாயிலின் புறம் திரும்பினர்.

அத்தியாயம் 14

வீட்டு வாயிலில் தமக்கைத் தம்பி இருவரையும் கண்டு சிவநாதனும், பார்கவியும் அதிர்ந்து நிற்க.. மெல்லிய புன்னகையை உதிர்த்து, "உள்ள வரலாமா மாமா?" என்று வினவினாள் சாரா.

முகத்தில் மகிழ்ச்சியும் குழப்பமும் மாறி மாறிப் போட்டியிட, "வாம்மா.." என மனநிறைவுடன் வரவேற்றார் அவர்.

"வா சாகி.." என்று தம்பியை அழைத்து விட்டு, வலதுகாலை வைத்து உள்ளே நுழைந்தவள், "எப்படி இருக்கீங்க மாமா, பீபி டேப்லெட் எல்லாம் கரெக்ட்டாப் போடுறீங்களா?" எனக் கேட்க, கண்கலங்க வியப்புடன் பார்த்த நாதன், சாகியின் புறம் திரும்பினார்.

பெரியவரின் பார்வையில் தொக்கி நின்ற கேள்விக்கு, "அக்காக்கு சரியாகிடுச்சு மாமா.."

சாராவின் அருகே சென்று அவளது தலையை வருடிவிட்ட நாதன், "நீ எப்படிமா இருக்க?"

"நல்லா இருக்கேன் மாமா.." எனப் புன்னகைத்தவள் பார்கவியிடம், "என்ன அண்ணி அப்படிப் பார்க்கிறீங்க, நான் இப்பவும் பைத்தியக்காரி மாதிரி தெரியிறேனா?"

அவர் பதில் சொல்ல முடியாது திணற, மகளின் நிலையை எண்ணி வந்த சிரிப்பைக் கட்டுப்படுத்திக் கொண்ட சிவநாதன், "ஒரு நிமிஷம் மா, மொழியனுக்கு ஃபோன் போடுறேன்.."

"இல்ல மாமா வேண்டாம்..!"

புரியாமல் பார்த்தவரிடம், "ஏதாவது முக்கியமான வேலையில இருக்கப் போறாங்க மாமா, வேலை முடிஞ்சு வரட்டும். அப்புறம் சொல்லிக்கலாம்.." என்றவள், விழிகளைச் சுழற்றி வீட்டைப் பார்வையிட்டாள்.

"உட்காரு மா, எப்ப வந்தீங்க? இவ்வளவு நாள் எங்க இருந்தீங்க? எப்ப உனக்குக் குணமாச்சு, எங்க எல்லாரையும் ஞாபகம் இருக்கா சாராமா...?" என வரிசையாய் தன் மனதில் தோன்றியதை எல்லாம் கேட்டுக் கொண்டிருந்த சிவநாதன், ஓரிடத்தில் அவளது கண்கள் நிலைத்ததைப் பார்த்து, "மொழியனோட அம்மா கனகவள்ளி.." எனப் புகைப்படத்தில் இருந்த தன் மனைவியை அவளுக்கு அறிமுகம் செய்வித்தார்.

பெரியவர் கூறியதைத் தலையசைத்து ஏற்றுப் புன்னகைத்தவள், "ஒரு நிமிஷம் மாமா, வந்து உங்க கேள்விக்குப் பதில் சொல்றேன்.."

புகைப்படத்தின் அருகே சென்று வணங்கி, அங்கிருந்த குங்குமத்தை எடுத்து தன் நெற்றியில் இட்டுக் கொண்டாள். மற்ற மூவரது பார்வையும் அவளிடமே நிலைத்திருக்க, திரும்பி தன் தம்பியைப் பார்த்து புன்னகைத்தாள் சாரா.

தமக்கையிடம் தலையசைத்தவன் சிவநாதனின் புறம் திரும்பி, "சரி மாமா, நான் கிளம்புறேன்.."

அவர் திகைத்து, "எங்கப்பா போற?"

"வந்த வேலை முடிஞ்சிருச்சு மாமா, அதான் கிளம்புறேன்.."

"ஏன்பா இப்படிப் பட்டும் படாம பேசுற? நடந்த விஷயம் உன் மனசை ரொம்பக் காயப் படுத்தியிருக்கும் தான். அதை அவ்வளவு சீக்கிரம் மறக்க முடியாது, இருந்தாலும் அதை எதையும் மனசுல வச்சிக்காத ப்பா.

நடந்ததுக்காக நான் உன்கிட்ட மன்னிப்பு கேட்.." எனக் கைக்கூப்பியவரைக் கண்டு, பதற்றத்துடன், "என்ன மாமா இது.?" என்று அவரது கைகளைக் கீழிறிக்கி விட்டு, பெரியவரது பேச்சைப் பாதியிலேயே நிறுத்தினான் சாகி.

அவன் கலக்கத்துடன் தமக்கையைப் பார்க்க, முகத்தில் எதையும் பிரதிபலிக்காது அமைதியாய் நின்றிருந்தாள் சாரா.

'அது நீ கடந்து வந்த சூழல், அதற்கான பதிலையும் நீயே தான் கொடுக்க வேண்டும்!' என்ற ரீதியில் இருந்தது, அவளது பார்வை.

தனக்கு முன் பிறந்தவள் வெளிப்படையாய் உரைக்காவிடினும், அவளின் மன எண்ணத்தை உணர்ந்த தம்பியானவன், "நான் எதையுமே மனசுல வச்சுக்கல மாமா, நீங்க இப்படிப் பெரிய வார்த்தை எல்லாம் பேசாதீங்க. அன்னைக்கு யாரும் இல்லாம அனாதையா வந்து நின்ன எங்களுக்கு, நீங்களும் அத்தானும் தான் அடைக்கலம் கொடுத்தீங்க.

ஒரு வார்த்தை நீங்க மறுத்துச் சொல்லியிருந்தாலும், எங்க நிலைமை என்னாகி இருக்கும்னு தெரியல. உண்மையைச் சொல்லணும்னா நான்தான் மாமா, உங்களுக்கு நிறைய நன்றிக்கடன் பட்டிருக்கேன். அதை எல்லாம் எப்படித் தீர்க்கப் போறேன்னு தெரியல.."

"அதெல்லாம் ஒண்ணும் இல்ல சாகி. என்னால அன்னைக்கு எதுவும் பேச முடியல, சூழ்நிலை அந்த மாதிரி அமைஞ்சுப் போச்சு. பிரஷர் அதிகமாகி ஹாஸ்பிடல்ல படுத்திட்டேன். நான் ஏதாவது செஞ்சு, உங்களை வீட்டை விட்டு வெளியப் போகாம தடுத்திருக்கலாம்.." என அவர் அன்றைய தன் நிலையையும், இயலாமையையும் வருத்தத்துடன் உரைத்தார்.

"இல்ல மாமா, ஒருவேளை நீங்க அப்படிச் செஞ்சிருந்தா நான் எனக்கான பொறுப்பை அத்தான் தலையில கட்டுன மாதிரி ஆகியிருக்கும். சாராவைப்

பார்த்துக்க வேண்டியது என்னோட கடமை. தாலிக் கட்டுனதுக்காக, மொத்த பாரத்தையும் அவர் மேல சுமத்துறது நியாயமாகாது மாமா!

அவளைத் திரும்பவும் உங்க வீட்டுல ஒப்படைச்சிட்டேன், இப்பதான் மனசுக்கு நிம்மதியா இருக்கு மாமா..!"

"சின்னப் பையனா இருந்தாலும், உனக்குப் பெரிய மனசுடா சாகி.." என அவனின் கன்னத்தில் தட்டிக்கொடுத்துத் தலையை வருடிட, மெலிதாய் புன்னகைத்தவன் சாராவைப் பார்த்தான்.

கலங்கியிருந்த விழிகளைத் தம்பிக்குக் காட்டாது, வேறுபுறம் திரும்பி அதை மறைத்துக் கொண்டிருந்தாள் அவள்.

"நீங்க எதை நினைச்சும் சங்கடப்படாதீங்க மாமா, எனக்கு எந்த வருத்தமும் இல்ல. அக்காவை விடத்தான் வந்தேன், இனிமேலும் இங்க இருக்கிறது அவ்வளவு நல்லாயிருக்காது மாமா!"

பார்கவியை ஒருமுறை பார்த்து விட்டு, "பொண்ணு கொடுத்த வீட்டுல, உட்காந்து சாப்பிடுறது அசிங்கம் மாமா. நான் அந்தளவுக்கு ஒண்ணும் தரம் தாழ்ந்து போயிடல. ஏதோ என்னால முடிஞ்ச அளவுக்குச் சம்பாதிக்கிறேன். அதுலயே என்னையும் பார்த்துக்கிட்டு, என் அக்காவுக்குச் சீரும் செய்ய முடியும்.." என்றவனின் பதிலில்.. சிவநாதனின் முகத்தில் வேதனை படர, பார்கவியின் முகமோ கருத்துப் போனது.

"சரிக்கா, கிளம்பட்டுமா?" எனச் சாராவிடம் வினவியவனுக்கு, தலையசைப்பைப் பதிலாகக் கொடுத்தாள்.

"கூட்டிட்டுப் போன நானே அக்காவைக் கொண்டு வந்து விட்டுட்டேன். அத்தான் கிட்டச் சொல்லீடுங்க, நான் நாளைக்கு வந்து அவரைப் பார்க்கிறேன்.."

சிவநாதன் சற்றே கமறிய குரலில், "இங்கேயே இரேன் சாகி, சென்னையில உனக்கு யாரையும் தெரியாதே?"

"நான் இன்னும் அதே சின்னப்பையன் இல்ல மாமா. புது ஊர்ல பேசுற பேச்சும் புரியாம, மனுஷங்களைப் பத்தியும் தெரியாம.. என் அக்காவோட ரெண்டு வருஷத்துக்கும் மேல இருந்திருக்கேன். சென்னையில இருக்கிறதா கஷ்டம்? நான் பார்த்துக்கிறேன் மாமா.."

பின் தமக்கையிடம் ஒரு பையை நீட்டி, "அக்கா இதுல இருக்க டிரஸ்ஸை வச்சுக் கொஞ்சம் அட்ஜஸ்ட் பண்ணிக்கோ. நான் ஒரு வாரத்துக்குள்ள வைசாக்ல இருக்க வீட்டைக் காலி செஞ்சிட்டு, உன்னோட திங்க்ஸ் எல்லாம் கொண்டு வந்து தர்றேன். அத்தான் ரொம்ப நல்லவருக்கா, பார்த்துக்கோ.."

பார்கவியிடம் திரும்பி, "போயிட்டு வர்றேன் அண்ணி.." என விடை பெற்றுச் சென்றான்.

பார்கவி தனது பிறந்த வீட்டில் இயல்பாய் நிற்க முடியாது, ஏதோ நெருப்பில் நிற்பது போல் தவித்தார்.

அவரருகே சென்ற சாரா, "என்னோட தாலிக்கயிறு எங்க அண்ணி?" என்று வினவ, சற்றே திடுக்கிட்டுப் போனார் அவர்.

"இங்க இருக்குமா.." என்ற சிவநாதன், தன் மனைவியின் படத்திற்கு முன்னால் இருந்த சிறு பெட்டியை எடுத்து நீட்டினார்.

அதை வாங்கி, உள்ளிருந்த மஞ்சள் கயிற்றை எடுத்துப் பார்த்தாள்.

அதில் கட்டியிருந்த மஞ்சள் கிழங்கு அப்படியே இருந்தது. பூச்சி எதுவும் அதை அரித்து விடாமல் இருக்க, சிவநாதன் ஏதோ வாசனைப் பொருளைச் சேர்த்துள்ளார் என்று புரிந்து கொண்டாள்.

அவரிடம் நன்றி கலந்த பார்வையைச் செலுத்தியவள்.. பார்கவியிடம், "நான் இங்க கல்யாணம் ஆகி அஞ்சுமாசம் இருந்தேன். தாலிப் பிரிச்சுக் கோர்க்கவே இல்லையா அண்ணி?

மாமாவும் உங்க தம்பியும் ஆம்பளைங்க, அவங்களுக்குத் தான் முறையெல்லாம் சரியாத் தெரியல.

பெரியவங்க நீங்க, வீட்டுக்கு மூத்த பொண்ணு வேற. உங்களுக்கு இதெல்லாம் நல்லாத் தெரிஞ்சிருக்குமே, ஏன் செய்யல அண்ணி..?"

'அண்ணி' என்ற சொல்லுக்கு அதீத அழுத்தம் கொடுத்து வினவ, அவளது பார்வையை எதிர்கொள்ள முடியாமல் நின்றிருந்தார்.

"ஏன் அண்ணி எதுவுமே பேச மாட்டிறீங்க? நீங்க நல்லா பேசுவீங்கன்னு சாகி சொன்னான், நான் கேட்டதுக்குப் பதில் கூடச் சொல்லலையே! இந்தப் பைத்தியக்காரியை எப்படியும் வீட்டை விட்டுத் துரத்தப் போறோம். அப்புறம் எதுக்கு இந்த முறை எல்லாம் செய்யணும்னு, அப்படியே விட்டுட்டீங்களா?"

அவர் முகம் சிவந்து, "அப்பா எனக்கு வீட்டுல வேலை இருக்கு, நான் கிளம்புறேன்.." என்று கூறியவாறே, தம்பி மனைவியைத் திரும்பி ஒரு பார்வைப் பார்த்துவிட்டு, வீட்டிலிருந்து வெளியேறினார்.

வாயிலையே பார்த்துக் கொண்டு நின்றிருந்த சிவநாதனிடம், "ஸாரி மாமா.."

சாராவைப் பார்த்துப் புன்னகைத்தவர், "சாகி எல்லாரைப் பத்தியும் சொன்னானா மா?"

'ஆம்' எனத் தலையசைத்தவள், "என்கிட்ட இருந்து தாலியைக் கழட்டி வாங்கின விஷயம், உங்க மகனுக்குத் தெரியாதா மாமா?"

மருமகளை மெச்சுதலான பார்வைப் பார்த்தவர், "தெரியாது மா. தெரிஞ்சா ரொம்பக் கோபப் பட்டிருப்பான். நீங்க வீட்டை விட்டுப் போன அன்னைக்குப் பார்கவி பேசுனதைக் கேள்வி பட்டதுக்கே, மாசக் கணக்குல அவளோட பேசாம இருந்தான்.

இந்த விஷயம் தெரிஞ்சா, தன் அக்காவோட உறவையே முறிச்சுக்கிட்டாலும் ஆச்சர்யப் படுறதுக்கு இல்ல.." என்றவரின் குரலில் 'இனிமேலும் அவனுக்குத் தெரிய வேண்டாமே..?' என்ற வேண்டுதல் இருந்தது.

அதை உணர்ந்து கொண்ட சாரா மெலிதாய் புன்னகைத்துவிட்டு.. மஞ்சள் கயிற்றைப் பெட்டியினுள் வைத்து, மீண்டும் அதே இடத்திலேயே வைத்தாள்.

சிவநாதன் அவளைக் கேள்வியாய் பார்க்க, "உங்க மகனுக்கு, நான் வந்த விஷயம் இன்னும் தெரியாது மாமா.."

"சரி மா, நீ உட்காரு. நான் போய்க் காஃபி போட்டுக் கொண்டு வர்றேன்.."

"இல்ல மாமா, நீங்க இருங்க. நான் போட்டுக் கொண்டு வர்றேன்.."

"இன்னைக்குத் தான வந்திருக்க, முதல்ல ரெஸ்ட் எடு. இது உன் வீடு, இனிமேல் நீதான் எல்லாத்தையும் பார்த்துக்கப் போற.." என்றவர், அவள் வந்துவிட்ட மனநிறைவுடன் சென்றார்.

இருவரும் இணைந்தே குளம்பியை அருந்தியவாறு, இரண்டாண்டு கால இடைவெளியில் நடந்த நிகழ்வுகளைப் பகிர்ந்து கொண்டனர். பின் சாராவிற்கு மொழியனின் அறையைக் காட்டிய சிவநாதன், அவளை ஓய்வெடுக்குமாறு கூறிவிட்டு தன் அறை நோக்கிச் சென்றார்.

மகனிடம் சாராவைப் பற்றிச் சொல்வதற்குப் பரபரத்த மனதை, கடினப்பட்டு அடக்கி வைத்தார், ஏனோ இனம் புரியாத பயம் அவருக்குள்!

'சாராவிற்குச் சுயநினைவு இல்லாத போது, நடந்த திருமணம் அது. உண்மையிலேயே அவள் அதை மனதார ஏற்றுக் கொண்டாளா? இல்லையேல் ஏதேனும் கோபம் உள்ளுக்குள் இருக்குமா?' என்று கேள்வி எழுந்தது.

ஆனால் அவருக்கு ஒன்று மட்டும் புரிந்தது, 'பார்கவி முன்பு போல் வீட்டிற்கு வந்து செல்ல இயலாது, சாரா அதற்கு அனுமதிக்கவும் மாட்டாள்!' என்று உணர்ந்து கொண்டார்.

சிவநாதனின் மனதில் அனிச்சையாய் ஒருவித நிம்மதி பரவியது. அவருக்கு நன்றாகத் தெரியும், மொழியன்

சாராவைத் தவிர வேறு எந்தப் பெண்ணையும் மனைவியாய் ஏற்க மாட்டான் என்று!

'எங்கே தன் மகன் வாழ்நாள் முழுவதும் தனியாய் இருந்து விடுவானோ?' என்ற பயம் அவருக்குள் இருந்துகொண்டே இருந்தது. இப்போது அந்தப் பயம் நீங்கி, 'அவனது வாழ்வு மகிழ்ச்சியாய் அமைய வேண்டும்..' என இறைவனிடம் பிரார்த்தித்துக் கொண்டார்.

* * *

மொழியனின் அறை வாயிலில் நின்றிருந்தாள் சாரா. ஏனோ மனம் படபடவென்று அடித்துக் கொண்டது. இரண்டு ஆண்டுகளுக்கு முன் அவளும் அந்த அறையில் தான் இருந்திருக்கிறாள், ஆனால் இன்று உள்ளே செல்வதை எண்ணி ஒருவித தயக்கம் உருவானது.

'செல்லலாமா, வேண்டாமா?' என்று இருபது நிமிடங்களுக்கும் மேலாக மனதிற்குள் பட்டிமன்றம் நடத்தி, 'வீட்டிற்கே வந்தாயிற்று, அறைக்குள் செல்வதற்கு ஏன் இவ்வளவு குழப்பம்?' என்று மூளை கேள்வி எழுப்ப.. அதன் சொல்லை ஏற்று உள்ளே நுழைந்தாள்.

இடதுபக்கச் சுவற்றில் அவளும் மொழியனும் ஒன்றாய் இருந்த புகைப்படம் பார்வையில் பட்டு, கண்களில் நீரையும் இதழ்களில் புன்னகையையும் வரவைத்தது.

தன் விரல்களினால் அவனது நிழல் படத்தை மென்மையாய் வருடியவள், "நான் உனக்கு வேண்டாமா? அப்புறம் எதுக்குடா என் கழுத்துல தாலிக் கட்டுன? என் பொண்டாட்டியை ஏன் கூட்டிக்கிட்டு வந்தன்னு என் தம்பியை அடிச்சிட்டு, அவன்கிட்டயே வேண்டாம்னு சொல்லி விட்டிருக்க! உனக்கு அவ்வளவு தைரியமா? வீட்டுக்கு வா, உன்னைக் கவனிச்சிக்கிறேன் ராஸ்கல்.!" என்று அவனுடன் சண்டையிட்டு ஓத்திகைப் பார்த்தாள்.

பின் தனது செயலை நினைத்துச் சிரித்தவள், விழியோரம் வழிந்த உவர்நீரைத் துடைத்துக் கொண்டு..

அறையைச் சுற்றிலும் பார்வையிட்டாள்.

மொழியனின் அறை நேர்த்தியாய் பொருட்கள் அனைத்தும் அதற்கான இடத்தில் அடுக்கப்பட்டு அழகாக இருந்தது. விசாகப் பட்டினத்தில் இருந்து நேராய் வீட்டிற்கு வந்தவன், உடனே அலுவலகத்திற்குச் சென்று விட்டதாய்க் கூறியிருந்தார் சிவநாதன்.

'நான்கு நாட்களாகவா வீட்டிற்கு வராமல் இருக்கிறான்?' என்று தான் தோன்றியது சாராவிற்கு. அறையின் தூய்மை சிவநாதனின் கைவேலை எனத் தெரிந்து கொண்டாள். ஏனோ மொழியனை விட அவரை நினைத்து மனம் வருந்தியது.

'வயதான காலத்தில் தனிமையின் வலியினை, முகத்தில் புன்னகையோடு கடந்து செல்கிறார். பிரச்சனைகள் செய்தாலும் அவ்வப்போது வந்து போகும் மகள் பார்கவி தான், அவரின் துணையாய் பலநேரம் இருக்கிறார்!' என்று தோன்றியது.

'மொழியனிடம் மகளைப் பற்றிக் கூறாமல் இருந்ததற்கு, அதுக்கூடக் காரணமாக இருந்திருக்கலாம்.!' என மனம்.. அவரது செயலுக்கான காரணத்தை ஆராய்ந்தது. நீண்ட மூச்சு ஒன்றை இழுத்து வெளியிட்டுத் தன்னை நிகழ்வுக்கு மீட்டுக் கொண்டாள் சாரா.

முதல் நாள் பயணம் உடலில் சோர்வை ஏற்படுத்தியிருக்க, 'விழிகள் சற்று அயர்ந்து கொள்ளட்டுமா?' என்று கேட்டுக் கொண்டிருந்தது பெண்மகளிடத்தில். கீழே கூடத்தில் இருந்த தன் உடைமைப் பையை எடுத்துக் கொண்டு, சிவநாதனைத் தேடினாள்.

ஓரமாய்ச் சற்றே திறந்திருந்த கதவு, அவர் உள்ளே இருப்பதாய் தெரிவிக்க.. அந்த அறை நோக்கிச் சென்றாள். படுக்கையில் ஆழ்ந்த உறக்கத்தில் இருந்தவருக்கு இடையூறு செய்ய விரும்பாது, அறைக் கதவை சத்தம் வராமல் மெதுவாய் மூடிவிட்டு, மாடிப் படிகளில் ஏறினாள்.

* * *

வழக்கமாய் இரவு ஒன்பது மணிக்கு மேல் வீட்டிற்கு வரும் மொழியன், அன்று காலை பார்கவி அழைப்பு விடுத்திருந்ததால் ஏழு மணிக்கே வந்து சேர்ந்தான்.

பொதுவாக அவனது தமக்கை வீட்டிற்கு வந்தால், அரை நிமிடத்திற்கு ஒருமுறை பார்கவியின் குரல் ஓங்கி ஒலிக்கும். அன்று இயல்புக்கு மாறாய் அமைதியாய் இருந்த இல்லம், அவனுக்குப் புதிதாய் தோன்றியது.

"அப்பா.."

வெளியே வந்த சிவநாதன், "வா மொழியா, இப்பதான் வீட்டு நினைப்பு வந்துச்சா உனக்கு?"

"கொஞ்சம் வேலைப்பா அதான். எங்க அக்காவைக் காணோம்?"

"அவ வீட்டுக்குப் போயிட்டாப்பா.."

"என்கிட்டப் பேசணும், வர்ற வரைக்கும் இருக்கேனு சொன்னாங்களே? அதான் வீட்டுக்கு வந்தேன்.."

"அப்ப அதுக்காகத்தான் வீட்டுக்கு வந்திருக்க, இல்லையினா இப்பவும் வந்திருக்க மாட்ட அப்படித்தான?"

"என்னப்பா நீங்களும், அக்காவை மாதிரியே பேசுறீங்க?"

"சரி சரி அதைவிடு, ரூமுக்கு போயி ஃப்ரஷ் ஆகிட்டு வா. உனக்குச் சாப்பிட எதாவது எடுத்து வைக்கிறேன்.."

"சரி ப்பா.." என்றவன், 'எப்படி அக்கா என்கிட்ட பேசாம வீட்டுக்குப் போனாங்க? அவங்க அப்படி ஒண்ணும் விடுற ஆள் இல்லையே? எதுவா இருந்தா நமக்கு என்ன, இப்போதைக்கு இந்தக் கல்யாணப் பேச்சு இல்ல..!' என்று நிம்மதி மூச்சுவிட்டு அறைக்கதவைத் திறந்தான்.

உள்ளே சாராவைப் பார்த்து ஒரு நொடி திடுக்கிட்டவன், பின்பு கண்டும் காணாதது போல்.. தன் கைப்பையை அதற்குரிய இடத்தில் வைத்துவிட்டு, மாற்று உடைகளோடு ஓய்வறைக்குள் புகுந்து கொண்டான்.

குளித்து முடித்து.. இடை வேட்டியுடன் வெளியே வந்தவன், துவாலையால் முகத்தைத் துடைத்தவாறே நிலைக்கண்ணாடியின் முன் சென்று நின்றான்.

துவாலையைக் கழுத்தைச் சுற்றி முன்புறமாகப் போட்டுக் கொண்ட மொழியன், தலையை வார.. கண்ணாடியில் சாராவதியின் பிம்பம் தெரிந்தது.

"அஞ்சு மாசம் அவளோடவே இங்க இருந்ததால.. ரூம்ல எங்கப் பார்த்தாலும், அவ இருக்கிற மாதிரியே தெரியுது. வழக்கமா எப்பவும் பாவடை சட்டையில தான் தெரிவா, இப்ப எல்லாம் என்னமோ புடவையில தெரியிறா. நினைக்காதனு சொன்னா, இந்தப் பாழாப்போன மனசும் கேட்டுத் தொலைய மாட்டீது..!" என்று புலம்பியவாறே தனது வேலையை முடித்துக் கொண்டு திரும்பினான்.

கணவனே என்ற போதும்.. நினைவு திரும்பியதற்குப் பின் முதன்முறையாய் ஓர் ஆடவனை மேல் சட்டை இல்லாது கண்டதும் திகைத்து நின்ற சாராவை.. இடித்துக் கொண்டு சென்ற மொழியனும், எதையோ உணர்ந்தது போல் திடுக்கிட்டு நின்றான்.

அத்தியாயம் 15

'தான் உணர்ந்தது மெய்தானா?' என ஆடவனுக்குள் சந்தேகம் எழ, வலக்கையின் சுட்டுவிரலை அவளை நோக்கி நீட்டினான் மொழியன்.

கணவனானவனின் விரல் தன் தேகம் தீண்டும் முன்னரே, "கனவெல்லாம் இல்ல, நிஜம் தான்!" என்ற அவளது சொல்லில் அவனின், விரல் மட்டும் அல்ல, மொத்த தேகமும் ஏன் உணர்வுகளும் கூட.. நொடிப் பொழுது வேலை நிறுத்தம் செய்து, மீண்டும் தங்களது இயக்கத்தைத் துவங்கியது.

ஆடவனின் வலக்கரம் மீண்டும் அவன் வசமே வந்து சேர, தன் கண்முன் நிற்கும் சாராவை நம்பமுடியாமல் பார்த்தான் மொழியன்.

ஆம்! சாரா தான், ஏனோ அவனின் சாரலாக அவளைப் பார்க்க இயலவில்லை. சாரலின் கண்களில் மொழியனைக் கண்டதும் நொடியில் ஒளிரும் மின்னலும், இதழில் தோன்றும் புன்னகையும் தற்போது எதிரே நிற்பவளிடம் இல்லை.

மொழியன் அறியாத புதியவளான சாராவதி, அவனை அணுஅணுவாக ஆராய்ந்து கொண்டிருந்தாள் என்றுதான் சொல்ல வேண்டும். தன்னைக் கண்ட நொடி முதல், அவனது முகத்தில் தோன்றும் மாற்றங்கள் ஒவ்வொன்றையும் கூர்ந்து நோக்கினாள் அவள்.

பாவையின் பார்வையை உணர்ந்தவன், ஏதோ தவறு செய்துவிட்ட குழந்தை போலத் தவிப்போடு நின்றிருந்தான்.

அவளது முகத்தைப் பார்க்கவும் இயலாமல், ‘உன்னோட சாரல் திரும்பி வந்திருக்கா, பாரு மொழியா!’ என உள்ளமானது குதூகலிக்க.. அதற்கு மாறாக, ‘ஆனா திருப்பி வந்தவளுக்குத் தான் உன்னைத் தெரியலையே, அப்ப எப்படி அவ உன்னோட சாரலாக முடியும்?’ என மூளையானது நிதர்சனத்தை எடுத்துரைத்தது.

கடந்த நாட்களில் அடைந்த வலியும், ஏமாற்றமும் இன்னும் தன் ரணத்தைக் குறைத்துக் கொள்ளாது அப்படியே மனதில் பதிந்திருக்க.. மீண்டும் அதை ஏற்க இயலாமல், இம்முறை மூளை உரைத்ததை மனம் ஏற்று அமைதியானது.

ஆசையுடன் தவிக்கும் மனதின் எண்ணங்களை ஓர் ஓரமாய்த் தள்ளிவிட்டு, மூளையின் சிந்தனைகளை முன்னிருத்தி அவளை ஏறிட்டவன், "யார் நீ?"

‘அட கோபம் போலச் சாருக்கு!’ என்றெண்ணியவள், "ஏன் தெரியாதா, நான் யாருன்னு!" என்றவாறே அவனை நோக்கி ஓர் அடி எடுத்து வைத்தாள் சாரா.

அனிச்சையாய் அவனின் கால்கள் பின்னோக்கி நகர, என்னவென்று புரியாத உணர்வலைகள் மேலெழுந்து ஆடவனின் உடலையும், உள்ளத்தையும் பதற்றமடைய வைத்தது.

அவளோடு இருந்த நாட்களில் பாவையுடனான நெருக்கமும், தனிமையும் அவனுக்கும் பழக்கமானவை தான். ஆனால் இரண்டாண்டு இடைவெளிக்குப் பின்பான அவன் துளியும் அறிந்திடாத சாராவதி என்பவளின் குரலின் அழுத்தமும், பார்வையின் ஊடுருவலும், காற்றோடு கலந்து தீண்டும் அவளின் சுவாசமும் என ஆணவனை நிலை குலைய வைத்தது.

தொண்டை வறண்டு விட, 'கண்கள் என்னால் கட்டுப்படுத்த முடியவில்லை!' எனத் தனது இயலாமையை உரைத்து.. உவர்நீரை உற்பத்திச் செய்தது.

பெண்மைக்கு மட்டும் தான் பயமும், பதற்றமும் வருமா என்ன? ஒவ்வொரு ஆண்மைக்குள்ளும் பெண்மையின் சிலத்துளிகள் இருக்குமல்லவா!

தாய், தமக்கை, அவரின் மகள் ஸ்ருதி, தங்கை, அவளின் பெண்குழந்தை, பின் சாரல் என மொழியனின் வாழ்வினில் பெண்களின் ஆதிக்கமே அதிகம். அதனால் இயல்பை விடவும் மொழியனுக்குள் பெண்மையின் துளிகள் அதிகம். பேராண்மையின் முதல்துளி பெண்மையின் உணர்வே!

மூளையானது கண் நரம்புகளிடம் தன் அதிகாரத்தைச் செலுத்த, மேலிருந்து உரைப்பவனின் கட்டளையை ஏற்று விழிகள் உவர்நீரினை உள்வாங்கிக் கொள்ள, அவ்விடத்தை நிதானமும் சிந்தனையும் நிரப்ப.. தன் பதற்றத்தை விடுத்து அவளைக் கூர்ந்து நோக்கினான் மொழியன்.

தற்போது சாராவின் நிலைதான் திண்டாட்டமானது. ஆடவனது கண்களை எதிர்கொள்ள இயலாது, பாவையின் இமைகள் நிலம் நோக்கிக் கவிழ தலையும் சற்றே கீழிறங்கியது.

"யார் நீ?" என்று மீண்டும் அவன் அதே கேள்வியைக் கேட்க, அதில் சட்டென்று நிமிர்ந்தவள் தன்னியல்புடன், "இதுக்கு நான் ஏற்கனவே பதில் சொல்லிட்டேன்னு நினைக்கிறேன்!"

"அது பதில் இல்ல, ஒரு கேள்விக்கு இன்னொரு கேள்வி பதிலாக முடியாது!"

"கேள்விகள் அதிகமாகும் போது தான் பதிலுக்கான தேடல் துரிதமாகும். தேடுங்க பதிலை!"

"எனக்கு அது அவசியமில்லாதது!"

"அப்ப உங்க கேள்விக்கு என்னைக்குமே பதில் கிடைக்காது மிஸ்டர் மொழியன்!" என இருகைகளையும் மார்புக்குக் குறுக்கே கட்டியபடி சாரா புன்னகைக்க, அவளைக் கூர்ந்து நோக்கினான் மொழியன்.

அவனின் பார்வையை உணர்ந்து, "ஏன்னா நான் எப்பவும் அதுக்கான பதிலை உங்கக்கிட்ட சொல்லமாட்டேன்!" எனச் சிரித்தவளைக் கண்டு இயலாமையில் அவனுக்குச் சினமும், அழுகையும் ஒன்றாய் வந்தது.

ஆடவனுக்கு அப்படியே எதிரான மனநிலையில் இருந்தாள் பாவையவள். சாகியின் வாய்மொழியாக மட்டுமே அறிந்தவனை, இன்று நேருக்கு நேர் கண்டு பேசி.. அவனின் உணர்வுகளைத் துளித்துளியாய் தனக்குள் உள் வாங்கினாள்.

'மொழியனின் மனதில் சாரா என்பவள் மட்டுமே இருக்கிறாள்!' என்பதை அவனைக் கண்ட உடனே புரிந்து கொண்டாள். அவனது நினைவுகளில், சுவாசத்தில் என ஆடவனின் உணர்வுகளில் தான் இருப்பதை.. சற்று முன் நடந்த நிகழ்வும், கண்ணாடியின் முன்நின்று அவன் உரைத்த சொற்களும் ஐயம் திரிபட அவளுக்கு உணர்த்திவிட்டது.

விசாகப்பட்டினத்தில் அவளைக் கண்ட போது அவனுள் எழுந்த உணர்வுகளின் தாக்கமும், அதனால் விளைந்த சினமும், அதைச் சாகித்யனை உரிமையுடன் அடித்து வெளிப்படுத்தியதும், ஸ்ரீனுவிடம் சாரலைப் பற்றிப் பகிர்ந்து கொண்ட சொற்களிலும் என அவனது மனதில் தனக்கான இடத்தை முழுமையாய் அறிந்து கொண்டாள் சாரா.

"என்ன மிஸ்டர் பேச்சைக் காணோம்..?" என அவனைச் சீண்டலாய் வினவ, எதுவும் பேசாமல் வேறுபுறம் பார்வையைத் திருப்பினான் மொழியன்.

அதைக் கண்டவளுக்குச் சிரிப்பு வர, "உனக்குக் கொஞ்சம் கூட வெட்கமா இல்லையா, ஒரு பொண்ணு முன்னாடி சர்ட் இல்லாம நிக்கிறோமேன்னு..?" என அடுத்தத் தாக்குதலைச் செலுத்தினாள்.

நினைவில் இல்லாத அவனுடனான நெருக்கம் உணர்வுகளில் கலந்திருந்ததால், மரியாதை அழைப்பெல்லாம் காணாமல் போய்த் தன்னை அறியாமலேயே ஒருமைக்குத் தாவி இருந்தாள் சாரா.

அதை உணராத மொழியனும், "என் சாரல் முன்னாடி எனக்கொண்ணும் இது புதுசில்ல. ஆனா நீ..?" என்று கேள்வியாய் நிறுத்தியவன், அலமாரியைத் திறந்து மேலாடையை எடுத்து அணியத் துவங்கினான்.

'அச்சச்சோ என்னதிது அம்பை நம்மப் பக்கம் திருப்பி விட்டுட்டான் இவன். அப்ப என் முன்னாடி சர்ட் எல்லாம் மாத்துவானா? இந்தளவுக்கா அவனோட க்ளோஸா இருந்திருக்கேன். சாகிக்கூடச் சொன்னானே.. என்னோட டிரஸ்க்கு ஜிப், கொக்கி எல்லாம் போட ஹெல்ப் பண்ணுவான், தலைப்பின்னி விடுவான்னு. இதெல்லாம் அவனுக்குத் தெரிஞ்சது.

ஹாஸ்டல்ல இருந்த டைம்ல, அவனுக்குத் தெரியாம இன்னும் என்னெல்லாம் நடந்துச்சோ? நாம வேற மாசக் கணக்குல இவனோட ஒரே ரூம்ல இருந்திருக்குறோம்.

மனைவின்ற பேரோட மட்டும் இருந்தோமா, இல்ல மனைவியாவே இருந்தோமான்னு தெரியலையே..?' எனப் பெண்மகளின் மனம் அடித்துக் கொள்ள, 'இப்ப நீ அதைத் தெரிஞ்சிக்கிட்டு என்ன செய்யப் போற. எது நடந்திருந்தாலும் உன்னால அதை மாத்த முடியுமா?' என மூளை கேள்வி எழுப்பியது.

'மாத்த முடியாது தான், அதுக்காக ஒண்ணுமே தெரிஞ்சிக்காம எப்படி?' என்று மனமானது முரண்டு

பிடிக்க, 'சரி எப்படித் தெரிஞ்சிக்குவ, யார்கிட்ட கேட்ப?'

'வேற யார்கிட்ட கேட்க முடியும், அவன் கிட்டதான்!'

'அவன் உண்மையைச் சொல்லுவான்னு என்ன கியாரண்டி?'

'ஆமால்ல பொய் சொல்லிட்டா?'

'ம்ம், எப்படி அவன் சொல்லுறதை நம்ப முடியும்..?' என மீண்டும் மூளை கேள்வியுடன் நிறுத்த.. மனமோ சிந்தித்துவிட்டு, 'அடக்கடவுளே, அவன் முதல்ல கேட்டா சொல்லுவானானே தெரியல. இதுல உண்மை பொய்யின்னு நீ வேற இம்சை பண்ணிட்டு இருக்க!

இந்தச் சாகி சொன்னதையும், அவன் நாலு நாளா "வாக்கா அத்தான்கிட்ட போகலாம்னு.." கெஞ்சுனதாலையும் கிளம்பி வந்து இப்படி மாட்டிக்கிட்டோமே..?' என அவளின் மனம் புலம்ப, 'அவன் கூப்பிட்டதாலயா வந்த..?' எனக் கேலியாய் வினவியது மூளை.

'ஒழுங்கு மரியாதையா ஓடிப்போய் மண்டைக்குள்ள கப்சிப்ன்னு தூங்கிடு, இதுக்கு மேல ஏதாவது கேட்ட, நான் செமக் கடுப்பாகிடுவேன்..!' என அவளின் மனம் எச்சரிக்க, 'எனக்கென்ன நீயாச்சு அவனாச்சு, என்னமோ செஞ்சுத் தொலை..!' என ஓய்வெடுக்கச் சென்று விட்டது அது.

தெளிவாய் இருக்கும் மனதை, மூளை வினாக்கள் எழுப்பித் திணற வைப்பதாலும்.. மூளை அலசி ஆராய்ந்து சிந்தித்து ஒரு முடிவை எடுக்கும் தருணங்களில், மனமானது உணர்வுப் பூர்வமாய் அதை அணுகுவதாலும் ஏற்படும் விளைவுகள், பல நேரங்களில் நம்மைக் குழப்பத்தின் வாயிலில் நிறுத்தி விடுகிறது.

தற்போது சாராவின் நிலையும் அதுதான்! பத்து வயது சாராவின் மூளையே அடுக்கடுக்கான கேள்விகள் கேட்டு அதற்கான ஆதாரங்களைத் தேடும் என்றால், இருபத்திரண்டு வயது பெண்மையின் நிலையைச் சொல்லவா வேண்டும்?

தன் வாழ்வுடன் ஒன்றிணைந்த மொழியனுடனான நாட்களைப் பற்றிய கணக்கற்றக் கேள்விகளை மொத்தமாய்க் குத்தகைக்கு எடுத்தபடி நின்றிருந்தாள் சாரா.

அவளுக்குப் பதில்கள் வேண்டும், அதுவும் அவனிடமிருந்து! அவனால் மட்டுமே அவளுக்குத் தெளிவைக் கொடுக்க இயலும். அதற்கு உரிமையானவனும் மொழியன் ஒருவன் மட்டுமே! ஆனால் கேட்பதற்குத்தான் பாவைக்கு நா எழவில்லை.

சாகி உரைத்தது உண்மைதான். 'அவர்கிட்ட உன்னால கேட்க முடியாது சாரா! என்கிட்ட கேட்கிற மாதிரி கேள்வி எல்லாம் கேட்க உனக்கு வாய் வராது!' எனத் தம்பியானவன் உரைத்ததை, இந்நொடி தன்னுள் உணர்ந்து, இருவருக்கும் இடையேயான உறவின் ஆழத்தைத் தெரிந்து கொண்டாள்.

அவனிடம் கேட்கத் தோன்றவில்லை, உணர ஆசைக் கொண்டது மனம் தன் வினாக்களுக்கான விடையை ஆடவனிடத்தில்!

சாராவிற்கு மொழியனின் மேல் உண்டான உணர்விற்குப் பொருள் என்னவோ? அதை அவள் ஆராய விரும்பவில்லை. ஆனால் அவனைப் பிடித்தது, நினைவுகள் திரும்பியதற்குப் பின்பான அவனைப் பார்த்த முதல் சந்திப்பிலேயே!

மொழியனின் பார்வையும், பேச்சும், அசைவுகளும், அதில் தெரிந்த மென்மையும், அவள் உணர்ந்த உண்மையும் என அவனைக் காரணமின்றியே விரும்பியது மனம்!

அவன் தனது கணவன் என்பதைக் கடந்து.. பெண்மையின் உணர்வுகளுக்கான தேடலின் முடிவானது, அவனின் உரிமையான ஒரு நொடிப் பொழுதின் பார்வையில் கிட்டியது சாராவிற்கு! அது ஒன்று மட்டுமே, அவளுக்குப் போதுமானதாய் இருந்தது.

சாகித்யனிடம் தன்னை மனைவி என்று உரிமையுடன் கூறியதை, மனதில் ஒருவித விளக்க முடியாத

இன்பத்துடன் ரசித்தாள்.

தாலிக் கயிற்றைத் தேடி, அவளது கழுத்தில் ஆடவனின் பார்வை அழுத்தமாய்ப் பதிந்த போது, பெண்மைக்குள் தோன்றிய மெலிதான நடுக்கம் அவனுக்கு மட்டுமே உரித்தானது. வேறு எவரேனும் அதுபோல் பார்த்திருந்தால், சாராவின் எதிர்வினையே வேறாக இருந்திருக்கும்!

ஸ்ரீனு தன் விருப்பத்தைத் தெரிவித்த போது தோன்றிய குழப்பங்களும், கேள்விகளும்.. மொழியனுடனான தன் திருமணத்தைப் பற்றி அறிந்த போது சாராவிற்குத் தோன்றவில்லை.

'ஏன் இப்படிச் செய்தான்?' என்ற வினாக்கூடப் பெண்மனதில் எழ வில்லை. 'சாகித்யன் ஏன் மறைத்தான்?' எனத் தம்பியின் மீதே சினம் தோன்றியது.

கடந்த காலத்தை மறந்து விட்டாலும், அவனுடன் பகிர்ந்து கொண்ட நிகழ்வுகளின் தடம், அவளின் நினைவுகளில் பதிந்து விட்டது போலும்! மொழியனுடன் பழகிய நாட்களைப் பற்றியும், கணவனாய் இருந்தவன் தன்மேல் கொண்டிருந்த மொத்த அன்பையும் அறிந்து கொள்ள மனம் ஏங்கியது.

இதோ இந்த நொடிக்கூட.. அவளைப் பார்க்கும் போது ஆடவனின் மனதில் இருப்பதை அப்படியே பிரதிபலிக்கும் முகத்தின் பாவமும், உடல் மொழியில் எதிரொலிக்கும் பதற்றமும், பாவையின் ஓர் அடிக்கே பின்வாங்கும் அவனது படபடப்புமாய்.. மொழியனது அசைவுகளை ரசித்தது அவளின் விழிகள்!

தான் கேட்டதற்கு எந்தப் பதிலும் உரைக்காது, விழியெடுக்காமல் தன்னையே பார்த்துக் கொண்டிருந்த மனையாளின் விழிவீச்சில் ஒருநொடித் தடுமாறித்தான் போனான் ஆடவன்.

உடனே தன்னை மீட்டுக் கொண்டவன், அனல் பார்வையை அவளிடம் செலுத்தி.. குரலில் அழுத்தத்துடனும் உறுதியுடனும், "நீ எதுக்கு இங்க வந்த?"

அவனைப் பார்த்து புன்னகைத்தவள், "ஏன் வரக்கூடாதா, எனக்கு உரிமை இல்லையா?"

"எப்ப நீ இந்த வீட்டை விட்டு போனியோ, அப்பவே உனக்கான உரிமையும் கைவிட்டுப் போச்சு.."

"நானா ஒண்ணும் போகலையே..?"

"அது எனக்குத் தேவையில்லாதது. இப்ப நீ கிளம்பு!"

"எங்க?"

"உன்னோட வீட்டுக்கு.."

"இதுதான் என்னோட வீடு. கல்யாணம் ஆகிட்டா புகுந்த வீடுதான் சொந்தம். பிறந்த வீடு என்னைக்கும் நிரந்தரம் இல்ல பொண்ணுங்களுக்கு..!"

"உனக்கு எப்படி வீடு தெரியும்?"

"சாகிதான் கூட்டிட்டு வந்தான்.."

"எங்க அவன், வீட்டுல தான் இருக்கானா? சாகி.. சாகி.." என அவன் குரல் கொடுக்க, "என்னை இங்க விட்டதுமே கிளம்பிப் போயிட்டான்..!" என அவனது அழைப்பிற்கு முற்றுப்புள்ளி வைத்தாள் சாரா.

சாகித்யனிடம் இருந்த சினத்தை அவளிடம் கடுமையான குரலாய் மாற்றி, "என்னவாம் திடீர்னு உன்தம்பி ஏதேதோ வேலை எல்லாம் செய்யிறான்?"

"இப்ப என்ன செஞ்சிட்டான் அவன்?"

"அதான் நாங்க எல்லாம் வேண்டாம்னு கூட்டிட்டுப் போனான்ல? அப்புறம் எதுக்கு இப்ப வந்து விட்டுட்டுப் போயிருக்கான்?"

"கல்யாணம் ஆன பொண்ணை, புருஷன் நீ இருக்கும் போது, அவன்கூட எப்படி வச்சிருக்க முடியும்?"

"ஏன் இப்பதான் உனக்குக் கல்யாணம் ஆனது ஞாபகம் வந்துச்சா அவனுக்கு? இந்த ரெண்டு வருஷமா, எல்லாத்தையும் அம்னீஸியா வந்து மறந்துட்டானோ!

நீதான சுத்தி நடக்கிறது எதையும் புரிஞ்சிக்க முடியாம இருந்த! இல்ல அவனும் மூளைக் குழம்பி போய் இருந்தானா? ஆமா என்ன சொன்ன, புருஷனா யாரது? அப்படி எல்லாம் யாரும் இங்க இல்ல..!"

மொழியனின் சொற்களில் சாராவிற்குச் சற்றே சினம் துளிர்க்க.. அதுவரை அவள் இழுத்துப் பிடித்து வைத்திருந்த பொறுமை முற்றிலுமாய்க் கரைந்து, "உனக்கு இப்ப என்ன தான்டா பிரச்சனை? அவன் என்னைக் கூட்டிட்டு போனதா, இல்ல நான் திரும்ப வந்ததா?"

பதிலேதும் சொல்லாமல் சாராவை முறைத்துவிட்டு அவன் வெளியேற, எட்டி மொழியனின் கைப்பற்றி நிறுத்தினாள். அவன் திரும்பிக் கேள்வியாய் பார்க்க, "பதிலைச் சொல்லீட்டுப் போ..!".

சாராவைக் கூர்ந்து பார்த்தவன் குரலில் அழுத்தத்துடன், "எனக்கு நீ வேண்டாம், இங்க இருந்து போ. இவ்வளவு நாள் எப்படி இருந்தியோ, அப்படியே இனிமேலும் இருந்துக்கோ. எனக்கும் உனக்கும் இருந்த உறவுக்கான சாட்சியே இல்லாதப்ப, நீ இங்க இருக்கிறது சரியில்ல. என்னோட வாழ்க்கையில குறுக்கிடாத..!"

"நீ சொன்னா, நான் செய்யணுமா? மத்தவங்க சொல்லுறதைத் தான், நீ செய்யிறியா? யாரைக் கேட்டுடா என் கழுத்துல தாலிக் கட்டின, எல்லாமே உன் இஷ்டமா? நீயா கல்யாணம் பண்ணி கூடவே வச்சிக்குவ. நினைச்சா, வேண்டாம் வெளியப் போன்னு சொல்லுவ? இல்ல, உன் மனசுல என்னதான் நினைச்சிக்கிட்டு இருக்க?

நான் போக மாட்டேன், இங்கதான் இருப்பேன்! உனக்கு என்கூட இருக்க இஷ்டம் இருந்தா இரு, இல்லைன்னா நீ போ! இதுக்கு மேலயும் என்னை வெளியப் போன்னு சொன்னா, என்னோட அனுமதி இல்லாம என் கழுத்துல தாலிக் கட்டிட்டான்னு உன்மேல போலீஸ் கம்ப்ளைண்ட் கொடுப்பேன்.

உன்மேல மட்டும் இல்ல, உன் மொத்த ஃபேமிலியோட சேர்த்து என்கூடப் பிறந்தானே அவன் மேலயும் தான். லூசுப்பையன் நீ தாலிக்கட்டுறதை நின்னு எனக்கென்னனு வேடிக்கைப் பார்த்திட்டு இருந்திருக்கான் பாரு! இருங்க எல்லாரையும் கவனிச்சுக்கிறேன்..!" என அவளின் இதழ்கள் உரைக்க, கைகளோ தனக்கான உடைமைகளில்

எதையோ தேடிக் கொண்டிருந்தது.

சாரா உதிர்த்தச் சொற்களைக் கேட்டு, திகைத்து நின்றிருந்தான் மொழியன்.

மாற்று உடையை எடுத்துக் கொண்டு திரும்பியவளுக்கு.. கணவனது தோற்றத்தையும், பார்வையையும் கண்டு சிரிப்பு தான் வந்தது. அவனது சினத்தின் காரணமும் புரிந்தது. 'அதை விரைவிலேயே சரிசெய்ய வேண்டும்!' எனத் தனக்குள் முடிவெடுத்துக் கொண்டாள்.

பின், "ஹலோ மிஸ்டர், என்ன அப்படியே அரண்டு போய் நின்னுட்டீங்க..?" எனக் கேட்டு ஆடவனின் முகத்திற்கு அருகே சொடுக்கிட்டு அவனை நிகழ்வுக்கு இழுத்து வந்தாள்.

அதிர்ச்சியில் இருந்து விடுபட்டு, "கம்ப்ளைண்ட் தான கொடுத்துக்கோ. உன்னைக் கடத்திவச்சு தான் கல்யாணம் செஞ்சேன் நான். அதையும் சேர்த்துச் சொல்லு..!" எனத் தன் ஆதங்கத்தை வெளிப்படுத்தினான் மொழியன்

"ஓஹோ சரி, இன்னும் என்னென்ன செஞ்சிருக்கன்னு முழுசா தெரிஞ்சிக்கிட்டு மொத்தமா சேர்த்து நாளைக்குக் கம்ப்ளைண்ட் கொடுத்துக்கிறேன். இப்பக் கொஞ்சம் வெளியில போறியா? நான் டிரஸ் சேஞ்ச் பண்ணனும்!" எனக் கட்டளையாய் உரைத்தவளை, முறைக்க மட்டுமே முடிந்தது.

"ஹலோ இப்படிப் பார்த்தா என்ன அர்த்தம்? வாசல் அந்தப் பக்கம் இருக்கு..!" எனக் கண்ணைக் காட்டிட, வேறு வழியின்றி அறையிலிருந்து வெளியேறினான்.

அத்தியாயம் 16

தன்னறையில் இருந்து வெளியேறிய மொழியன், சிந்தனையுடன் உணவு மேஜையில் வந்து அமர்ந்தான்.

மகனுக்கு இரவு உணவைப் பரிமாறிய தந்தையிடம், "ஏன்ப்பா சாரல் வந்ததை, என்கிட்ட சொல்லல?"

அவர் வாய் திறக்கும் முன்பே, "நான் தான் சொல்ல வேண்டாம்னு சொன்னேன்.!" என்ற பதிலோடு அங்கு வந்து சேர்ந்தாள் சாரா.

"நீங்களும் உட்காருங்க மாமா, சாப்பிடுங்க.." என அமர வைத்து மாமனாருக்கும் உணவை பரிமாறியவள், மொழியனுக்கும் எடுத்து வைத்தாள்.

அவன் அதை உண்ணாமல் பாதியிலேயே எழுந்து விட.. சிவநாதன், "மொழியா என்ன பழக்கம் இது, இப்படிதான் சாப்பாட்டை வீணாக்குறதா?"

வேறு வழியின்றித் தட்டில் இருந்த உணவை வயிற்றுக்கு இடம் மாற்றினான். அவனது வீட்டில் எழுதப்படாத விதி, உணவை வீணாக்கக் கூடாது என்பது.

இருவரது முகத்தையும் வலுக்கட்டாயமாய்ப் பார்ப்பதைத் தவிர்த்தவன், முடிந்த மட்டும் துரிதமாய் உணவை முடித்துக் கொண்டு அங்கிருந்து நகர்ந்தான்.

ஏனோ தந்தையின் மீதும் கோபம் துளிர்த்தது, அவரும் மருமகளுடன் சேர்ந்துவிட்டார் என்று! சட்டென்று தனிமை உணர்வு மனதை ஆட்கொள்ள, வேதனையில் உழன்றான் ஆடவன்.

எப்போதும் தனக்குச் சோதனையான நேரங்களில் மொழியன் தேடுவது, நண்பன் வருணைத் தான். சாராவின் வருகை அவனுக்குச் சோதனை என்று சொல்வதற்கில்லை.

ஆனால் அவளை முழுமனதுடன் ஏற்கவும் இயலவில்லை. ‘போகட்டுமே!’ என்று விலக்கி வைக்கவும் முடியவில்லை. அவளோடு இருந்தது ஐந்து மாத காலமே என்ற போதும், ஒவ்வொரு நொடிப் பொழுதும் அவனது உணர்வுகளில் கலந்து விட்டவள் மொழியனின் சாரல்.

அவளது கெஞ்சலான பார்வையிலும், அவ்வப்போது கண்சிமிட்டி சிரிக்கும் அழகிலும், எப்பொழுதேனும் கீழுதடு பிதுக்கி நுனிநாசி சிவந்து பெண்மகள் கொள்ளும் சினத்திலும், கொலுசொலி செவி நிறைக்கப் புள்ளிமானாய் துள்ளிடும் நடையிலும், ‘இனியா’ என்ற அவளுக்கு மட்டுமே உரித்தான அழைப்பிலுமாய் எனப் பலமுறை

தன்னைத் தொலைத்திருக்கிறான் மொழியன்.

மீண்டும் அந்த நாட்களுக்காக மனம் ஏங்கியது. அவளை மனைவியாய் மட்டும் எண்ணியிருந்தால், தற்போது வந்திருக்கும் சாராவை இயல்பாக ஏற்றிருப்பானோ என்னவோ?

ஆனால் உரிமைக்காக மாங்கல்யம் பூட்டிவிட்டு, சாரலைத் தனது முதல் சேயாய் மடி ஏந்தியதால், அந்தக் குழந்தை முகத்தையே அவன் கண்கள் தேடியது.

குமரி உருவத்தில் குழந்தையாய் இருந்தவளை அணைத்திடவோ, இதழ் பதிக்கவோ அவனுக்குள் தயக்கம் எழுந்ததில்லை. ஆனால் இன்று பார்வை, பேச்சு, மூச்சு, செயல், உறுதி என அனைத்திலும் பெண்மையின் முழு உருவமாய் ஆளுமையுடன் முன் நிற்பவளை, நெருங்கிட இயலாது விலக நினைக்கிறது அவனது ஆண்மை!

உண்மையில் மொழியனால் முன்பு போல் அவளிடம் இயல்பாகப் பேச, பழக, நெருங்க இயலவில்லை. அவன் தொலைத்த அதே சாரலாக வந்திருந்தால், கண்ட நொடிதனில் அவளை அள்ளி அரவணைத்திருப்பான்.

ஆனால் பெண்மையின் இலக்கணத்தோடும், அடையாளத்தோடும் வந்திருப்பவளிடம் அவனுக்குத் தயக்கமும், ஏமாற்றமும், குழப்பமுமே மிஞ்சியது.

இரண்டரை ஆண்டுகள் கடந்து விட்டப் பின்பும், தன்னவளைப் பிரிந்து தான் இன்றளவும் துடிக்கையில்.. அவளால் மட்டும் எப்படித் தன்னை விட்டுச் செல்ல முடிந்தது என்ற வினா அவனுக்குள்!

‘சாகித்யன் அழைத்ததும் சென்று விட்டாளே? அவனளவிற்குச் சாராவிடம் அன்பு காட்டத் தன்னால் இயலவில்லையோ?’ என்று தோன்றியது மொழியனுக்கு.

‘உறவுகள் அனைத்தையும் சற்றே விலக்கி வைத்து, அவளையே முதன்மையாய் தன்மனம் ஏற்றிருக்க.. அவளுக்குத் தன்னை அப்படி நினைக்கத் தோன்றவில்லையே!’ என மனம் வலித்தது.

கணவனாய் சிந்தித்தவனுக்கு, ‘அவளது கழுத்தில் தான் முடிச்சிட்ட மஞ்சள் கயிறு இல்லை’ என்ற ஒற்றைக் காரணமே, அவளிடம் சினம் கொள்வதற்குப் போதுமானதாய் இருந்தது.

வீட்டின் பக்கவாட்டில் இருந்த இடத்தினில், நிலவு தேவதையின் வெண்ணொளியில்.. அங்கும் இங்குமாய் நடைபயின்று கொண்டிருந்தான் மொழியன். மனம் ஒரு நிலையில் இல்லை. சாராவை பற்றிய குழப்பமே ஆடவனது மொத்த கவனத்தையும் தன்புறம் இழுத்து, அவனைப் பாடாய் படுத்திக் கொண்டிருந்தது.

விசாகப்பட்டினத்தில் நடந்த நிகழ்வில் இருந்து தன்னை மீட்டுக் கொள்வதற்காக நான்கு நாட்களுக்காய் இரவு பகல் பார்க்காது அலுவலகப் பணியிலேயே மூழ்கியிருந்தவனது உடல், தற்போது ஓய்வு கேட்டுக் கெஞ்சிக் கொண்டிருந்தது.

ஆனால் படுக்கையில் போய்ச் சாய்வதற்கு மனம் சம்மதம் தராது, ‘அங்குச் சென்றால் அவள் இருப்பாள்’ என முணுமுணுத்து தனது தயக்கத்தை வெளிப்படுத்தி, தேகத்திற்குச் சமாதானம் உரைத்தது.

ஏன் என்று தெரியவில்லை. மொழியனுக்குச் சாராவை எதிர்கொள்ளும் தைரியமில்லை. ‘அன்றைய சூழலை மட்டும் சிந்தித்து, மனம் தெளிந்த பின் பாவையின் உணர்வுகள் எப்படி இருக்கும் என்பதைப் பற்றி யோசிக்காது போனோமோ.?’ என்ற குற்ற உணர்வில் தவித்தான்.

ஒரு பெருமூச்சை வெளியிட்டவன், தனது சிந்தனையை ஒருநிலைப் படுத்த முயன்று நொடிகளின் நகர்வில் மெல்ல மெல்லத் தோற்றுக் கொண்டிருந்தான். அதன் அழுத்தத்தை ஏற்க இயலாது.. தெளிவைத் தேடிய ஆடவனின் கைகள், அனிச்சையாய் கைப்பேசியில் நண்பனின் எண்களை அழுத்தியிருந்தன.

* * *

தன் மூன்றரை வயது குழந்தையுடன் விளையாடிக் கொண்டிருந்த வருண்.. கைபேசித் திரையில் ஒளிர்ந்த மொழியனின் பெயரைக் கண்டதும், மனைவி வசுவிடம் மகளை ஒப்படைத்துவிட்டு நண்பனிடம் பேச்சைத் துவக்கினான்.

"சொல்லு மொழியா, என்ன இந்த நேரத்துக்குக் கால் பண்ணிருக்க? ஆஃபிஸ்ல இருந்து போய் ஒன் ஹவர் தான ஆகுது, எதாவது முக்கியமான விஷயமா?"

"ம்ம்.."

"என்னடா உம் கொட்டிக்கிட்டு இருக்க? என்ன விஷயம்னு சொல்லு!"

"சாராவதி.."

"திரும்பவும் ஆரம்பிச்சிட்டியா? ஆமா எப்பவும் சாரல்னு தான சொல்லுவ, இன்னைக்கு என்ன சாராவதியா மாறிடுச்சு!"

"அவளே மாறித்தான் வந்திருக்கா.."

"வந்திருக்கானா என்னடா அர்த்தம்?"

"இங்க வீட்ல இருக்கா.."

வருண் திகைத்து, "மொழியா தெளிவா சொல்லு, எப்பவும் போலக் கனவு கண்டுட்டு உளறாத?"

"டேய் நீ வேற ஏன்டா? நிஜமாவே சாரா சரியாகி வந்திருக்கா. எப்படி என் கழுத்துல நீ தாலிக் கட்டலாம்னு கேட்குறா?"

"வழக்கமா அந்த மாதிரி கேள்வியெல்லாம் உன் கனவுல வர்றப்ப, அவ கேட்க மாட்டாளே! என்ன திடீர்னு இந்த மாதி கொஸ்டின்லாம் கேட்க ஆரம்பிச்சிருக்கா!" என்று சிரிப்புடன் கேட்ட வருணிற்கு, நடந்ததை எப்படிப் புரிய வைப்பது என்றே மொழியனுக்குத் தெரியவில்லை.

நண்பனது கேலியில் பல்லைக் கடித்தவன், "உன்கிட்ட போய்ச் சொன்னேன் பாரு, போடா.." என்று கைப்பேசியை அணைத்து விட, வருணின் முகம் யோசனையில் சுருங்கியது. சிவநாதனுக்கு அழைப்பு விடுக்க, அதுவோ தொடர்பு எல்லைக்கு அப்பால் உள்ளதாகச் செய்தி

அளித்தது.

"என்னங்க.." என்ற வசுவின் குரலுக்கு, "இதோ வரேன் மா.." எனப் பதிலளித்தவாறே, தன் சிந்தனையைச் சற்றே தள்ளி வைத்துவிட்டு மனைவியைத் தேடிச் சென்றான் வருண்.

* * *

சாப்பாட்டு மேஜையில் உணவை விரல்களால் அலைந்து கொண்டிருந்த மருமகளைச் சிந்தனையுடன் பார்த்தார் சிவநாதன். தான் உணவை முடித்துவிட்ட பிறகும், தனியே உண்ணும் மருமகளுக்குத் துணையாக அமர்ந்திருந்தார்.

சாராவின் நடவடிக்கையைக் கண்டவர், "என்னாச்சு மா? முன்னாடி உன் முகத்தில இருந்த தெளிவு, மொழியன் வந்ததுக்கு அப்புறம் இல்லையே! என்ன விஷயம்?"

"அதெல்லாம் ஒண்ணும் இல்ல மாமா"

புன்னகைத்தவர், "எனக்கு உன்னைப் பத்தி சரியாத் தெரியாதுமா, ஆனா என் மகனைப் பத்தி நல்லாவே தெரியும். இவ்வளவு நாளா உன்னையே நினைச்சுக்கிட்டு இருந்தவனோட முகத்துல, இன்னைக்கு உன்னைப் பார்த்ததும் நியாயமா சந்தோஷமும், சிரிப்பும் வந்திருக்கணும்.

ஆனா என்னைக்கும் இல்லாத அளவுக்குக் குழப்பம் தான் இருந்துச்சு. இப்ப நீயும் அப்படித்தான் இருக்கிற.."

மெலிதாய் புன்னகைத்த சாரா, "அவருக்கு என்மேல கோபம் மாமா.."

பதிலுக்குச் சிரித்தவர், "கோபமா.. அதுவும் உன்மேலயா? என் மகன்றதுக்காகச் சொல்லல மா, மொழியனுக்குக் கோபமே படத்தெரியாது! அவனோட கோபத்தோட இன்னொரு பேர் அமைதி.."

அவள் விளங்கிக் கொள்ள முடியாப் பார்வையுடன், "என்ன மாமா சொல்லுறீங்க? எனக்குப் புரியல.."

"அவனுக்குக் கோபம் வந்தா பேசவே மாட்டான். பார்கவிக்கூட அஞ்சு மாசமா பேசாம இருந்தான்னு சொன்னேன்ல? அவ நடந்துக்கிட்ட முறைக்கு, மொழியனுக்கு அவனோட அக்கா மேல வந்த கோபத்தோட வெளிப்பாடு அது..!"

"ஹோ, ஆனா என்கிட்ட அவர் பேசினாரு மாமா.." என்றவள், பின் சற்றே உள்ளே போன குரலில், "என்னைப் போகச் சொல்றாரு.." எனக் கூறியவளின் கண்கள் மெலிதாகக் கலங்கி இருந்தது.

மொழியனிடம் பேசும் போது, சாகியின் மூலம் அறிந்த அவனின் குணத்தை ஓரளவுக்குக் கணித்து ஏதோ ஒரு குருட்டுத் தைரியத்தில் பதில் கொடுத்துவிட்டாள் தான் சாரா.

ஆனால் உண்மையில் அவனது, 'யார் நீ, நீ எனக்கு வேண்டாம்..!' என்ற சொற்கள் பாவையின் மனதைப் பெரிதும் பாதித்திருந்தது.

ஏனோ அவனது நிராகரிப்பை அவளால் ஏற்க இயலவில்லை. அதேநேரம் தானும் சாகியும் எந்தத் தகவலையும் தெரிவிக்காது, பிரிந்து சென்ற பொழுது ஆடவனின் மனம் எந்த அளவிற்கு வேதனை அடைந்திருக்கும் என்றும் அவளால் உணர முடிந்தது.

சிவநாதன், எழுந்து வந்து அவளின் தோளில் அழுத்தம் கொடுத்து ஆதரவாய் தட்டி, "மொழியன் ஏன் இப்படி நடந்துக்கிறான்னு உனக்குத் தெரியுமா சாராமா. நீ இன்னொரு தடவை பிரிஞ்சுப் போயிட்டா, அவனால தாங்கிக்க முடியாது. அந்தப் பயம் தான், அவனை அப்படிப் பேச வச்சிருக்கு. உன்னை ரொம்பக் கஷ்டப்படுத்திட்டானா, நான் அவன்கிட்ட பேசட்டுமா?"

“இல்ல மாமா, வேண்டாம். நானே அவர்கிட்ட பேசிக்கிறேன்.."

"சரிமா, சாப்பிட்டுப் போய் ரெஸ்ட் எடு, கண்டதையும் நினைச்சு மனசைக் குழப்பிக்காத. சீக்கிரமே எல்லாம்

சரியாயிடும்.." என ஆருடம் கூறிவிட்டுத் தன்னறை நோக்கிச் சென்றார் அவர்.

* * *

வருணிடம் பேசினால் தன் குழப்பத்திற்கு ஒரு தீர்வு கிடைக்கும் என்றெண்ணிய மொழியனுக்கு ஏமாற்றமே மிஞ்ச, அலைப்புறும் மனதை அமைதிப் படுத்துவதற்காக வெளியிலேயே சிறிதுநேரம் இருந்துவிட்டு வந்தான்.

அறைக்குள் நுழைந்தவனைக் கண்டதும், பாவையின் மனதில் இருந்த வலி மறைந்து விட, அனிச்சையாய் விழிகள் அவன் வசம் சென்றது.

தன் இயல்பை உடனே மீட்டெடுத்துக் கொண்டவள், "என்ன மிஸ்டர் மொழியன், திரும்ப வந்துட்டீங்க?"

அவன் புரியாமல் பார்க்க, "என்னமோ முகத்தைத் திருப்பிக்கிட்டுப் போனீங்க? நான்கூட இங்க என்கூட இருக்க விருப்பம் இல்லாம, வெளியப் போகப் போறீங்கன்னுல நினைச்சேன்.

ஹோ உங்களோட திங்க்ஸ் எதுவும் எடுக்கலையோ? ஹெல்ப் எதுவும் பண்ணட்டுமா, பேக் பண்ணுறதுக்கு..?" எனக் கேட்டவளை, முறைத்துவிட்டு ஓய்வறைக்குள் சென்றான்.

தற்போது ஒருமையில் இருந்து பன்மைக்கு மாறியிருந்தது அவளின் அழைப்பு.

தானாய் சிரித்து, 'ரொம்பச் சீண்டுறோமோ அவனை.?' எனக் கேட்டுக் கொண்டவளின் மனசாட்சியோ, 'அம்மா தாயே இப்பவாது யோசிச்சியே, பாவம் அவன் விட்டுடு..' என மொழியனுக்காகப் பரிந்து பேச, 'அதெப்படி விட முடியும், நீ யாருன்னு கேட்டிருக்கான் என்னை.. அனுபவிக்கட்டும்!' என்றவள் மீண்டும் தன் பழைய நிலைக்கே வந்திருக்க, சரியாய் வெளியே வந்தான் மொழியன்.

படுப்பதற்கு மனமில்லாமல் தன் மடிக்கணினியை திறந்து வைத்தபடி, அதன் முன்னே அவன் அமர்ந்து கொள்ள.. சாராவும் ஆடவனைக் கண்டும் காணாதது போல் அறையிலிருந்த அலமாரிகளை எல்லாம் திறந்து பார்த்து ஒவ்வொன்றாய் ஆராய்ந்து கொண்டிருந்தாள்.

அவள் முன்பு உடுத்திய உடைகள் அனைத்தும் அப்படியே இருக்க, மெலிதான முறுவலொன்று தோன்றியது இதழ்களில். திரும்பி மொழியனைப் பார்க்க, அவனோ உறங்கத் தவித்த கண்களைக் கசக்கி தெளிய வைத்து, பணியினில் கவனத்தைப் பதிய வைக்க முயன்றான்.

‘எதுக்கு இவ்வளவு கஷ்டப்பட்டு வேலைப் பார்க்கிறான்? தூங்கி எழுந்திரிச்சு காலையிலப் பார்க்க வேண்டியது தான..?’ என மனதோடு எண்ணியவள்.. அவனிடம் நேரடியாய் கூற விருப்பமின்றி, "எனக்குத் தூக்கம் வருது மிஸ்டர் மொழியன். என்ன முடிவு எடுத்திருக்கீங்க?" என வினவ, குழப்பத்துடன் திரும்பினான்.

"இங்கயே இருக்க ஓகேவா, இல்ல வெளிய எங்கேயும் போறீங்களா?"

"இது என்னோட வீடு!" என்ற அவனது அழுத்தமான பதிலில், "ஓகே, இங்கேயே இருந்துட்டுப் போங்க. எனக்கொன்னும் ஆட்சேபனை இல்ல. சரி, எங்கத் தூங்குறீங்க?"

‘உனக்கு இப்ப என்னதான் பிரச்சனை, எதுக்கு இப்படிப் பேசி பேசி என்னை இம்சைப் பண்ணுற?’ என்ற ரீதியில் பார்த்தவனிடம், "என்னால வேற ரூம்லயோ, தரையிலயோ எல்லாம் படுக்க முடியாது. நான் பெட்ல தான் தூங்குவேன். உங்களுக்குச் சரினா பெட்டை சேர் பண்ணிக்கலாம். இல்லைன்னா இந்தாங்க பெட்சீட்.."

மூடுதிரை ஒன்றை அவனிடம் தூக்கிப் போட்டவள், "கீழ விரிச்சுப் படுத்தாலும் சரி, ஒருவேளை விருப்பம் இல்லைன்னா ஹால்ல இருக்கச் சோஃபாவை யூஸ் பண்ணிக்கோங்க. அதுவும் வேண்டாம்னா மாமா

தனியாத்தான் தூங்குறாரு, அவருக்குப் போய்க் கம்பெனி கொடுங்க..!" என்று படுக்கையில் சாய்ந்தாள்.

'அடிப்பாவி, என்ன பேச்சுப் பேசுறா? இவளை..' என அவனால் மனதிற்குள் தான் திட்ட முடிந்தது. ஏனோ வாய்விட்டுப் பேச தோன்றவில்லை. சாரலின் வாடிப்போகும் குழந்தை முகம் நினைவிற்கு வந்து, ஆடவனின் கோபத்திற்குத் தடையிட்டுவிட்டது.

மடிக்கணினியை அணைத்து எடுத்து வைத்துவிட்டு.. மறுபுறம் சென்று மூடுதிரைக்குள் தன்னை நுழைத்துக் கொண்டு, படுக்கையில் சரிந்தான் மொழியன்.

நீண்ட நாட்களுக்குப் பின்பான அவளது வாசம் நாசியைத் தீண்ட, உள்ளே கூச்சலிட்டுக் கொண்டிருந்த ஆடவனின் மனது ஒருநிலைக்கு வந்தது.

உடல் சோர்ந்து துவண்டு விழும் அளவிற்கு உழைத்துவிட்டு வந்து, எவ்வளவு இறைஞ்சினாலும் அவனது கண்சேராது கண்ணாம்மூச்சி ஆடும் நித்திராதேவி, அன்று சில நிமிடங்களிலேயே மொழியனை மெல்லத் தழுவத் துவங்கினாள்.

அவனுக்கு மாறாகச் சாராவிற்குத்தான் உறக்கம் பறிபோனது. இன்று மட்டும் அல்ல, மொழியனைப் பற்றி அறிந்த நாளில் இருந்தே அப்படித்தான்!

துயில் தொலைத்து, 'தன்னவனை எப்படிச் சமாதானம் செய்வது?' என்ற சிந்தனையில் இருந்தாள் பெண்மகள்.

அசைவு உணர்ந்து அவள் தன் விழிகளைத் திருப்ப, தூக்கத்தில் திரும்பிப் படுத்துக் கொண்டிருந்தான் மொழியன். அவளது இதழ்களில் அனிச்சையாய் புன்னகை மலர, அவனது முக வடிவினை கண்களில் நிரப்பத் துவங்கினாள். அவனை இத்தனை அருகிலும், ஆழமாகவும் பார்க்கும் வாய்ப்பு இதுவரை அவளுக்குக் கிட்டவில்லை.

மாநிறத்தை விட நிறம் சற்றுக் குறைந்தே இருந்தான். எப்போதும் நிதானமான பார்வையைச் சிந்தும் கண்களை, இமைகள் தனக்குள் பதுக்கிக் கொண்டிருந்தன.

எப்பொழுதாவது பொருந்தாத அவன் கோபப் பார்வைக்குத் துணை நிற்பது போலான, அடர்ந்த கருமையில் இரு புருவங்கள்.

சற்றே பெரிய நாசி, ஆனால் அவனுக்குப் பொருத்தமாய் இருந்தது. கூரான முற்களாய் மீசை முடிகள், அதன் கீழே ரசிக்கத் தூண்டும் இதழ்கள். சிரித்தால் அழகாய் இருக்கும் என்று தோன்றியது. ஆனால் அவள் வந்ததில் இருந்து அவன் ஒருமுறை கூடப் புன்னகைக்கவில்லை.

‘அழுத்தக்காரன், எப்படி இவனால இப்படி இருக்க முடியுது?’ எனத் தனக்குத்தானே கேட்டுக் கொண்டாள்.

‘ஏன் நீ மட்டும் என்ன, உனக்காகத்தான்டா வந்தேன்னு ஒரு வார்த்தை சொல்லலாம்ல? அவனுக்கு உன்மேல கோபம் எல்லாம் இல்ல சாரா, நினைவுத் திரும்பின நீ அவனுக்குப் புதுசா இருக்க. அதுனால அக்செப்ட் பண்ண முடியாமத் தவிக்கிறான்..’ என மனசாட்சி எடுத்துரைக்க..

‘உன்னை நான் கூப்பிட்டனா? எதுக்கு இப்ப தேவையில்லாம வந்து ஆஜர் ஆகி, சாட்சிச் சொல்லிக்கிட்டு இருக்க? எனக்குத் தெரியும் அவனை என்ன செய்யணும், எப்படிக் கேண்டில் பண்ணனும்னு. நீ முதல்ல உன் வேலையைப் பார்த்துக்கிட்டுக் கிளம்பு!’ என அதனைத் துரத்தினாள்.

கண்கள் ஆடவனின் மேல் நிலைத்தது. அன்றாட வாழ்வினில் கடந்து செல்லும் பலக்கோடி மனிதர்களில் அவனும் ஒருவனாய்த் தெரிந்தான். அவனைத் தனித்துக் காட்டுவதற்கோ, அடையாளப்படுத்துவதற்கோ என்று மொழியனின் தோற்றத்தில் சிறப்பாய் ஏதுமில்லை.

சாராவின் மனதில் ஆடவனின் புறத்தோற்றம் பதிவதற்கு முன்பாக, மனதழகு சாகித்யனின் மூலம் பதிந்து விட்டதாலோ என்னவோ.. அவளுக்கு மொழியன் தனித்துவமாய்த் தெரிந்தான். ஆணழகனாய்! இல்லை இல்லை அதீதப் பேரழகனாய்!

அகத்தின் அழகு முகத்தில் தெரியும் என்பது உண்மைதானோ என்னவோ? அதைவிட 'நாம் நேசிப்பவர்கள், நம் கண்களுக்கு அழகாகத் தான் தெரிவர்' என்பதே நிதர்சனம்!

பெண்மகளின் கை அனிச்சையாய் நீண்டு, தன் தந்தையிடம் விளையாடும் நினைவில்.. அவனது மீசையின் ஓரத்தை லேசாய் பிடித்து இழுத்தது.

"ப்ச்ச் சாரல்மா, தூங்குறப்ப என்ன விளையாட்டு இது? எத்தனை தடவை சொன்னாலும், கேட்கவே மாட்டிற.." என மொழிந்தவன், கடந்து வந்த நாட்களின் வழக்கமாய் அவளின் கைப்பற்றிச் செயலுக்குத் தடைவிதித்து, அத்தோடு விடாது பெண்மகளை இழுத்து தனக்குள் மொத்தமாய்ச் சிறைச்செய்து, "தூங்கு.." என்றவாறே முதுகினில் தட்டிக் கொடுத்தான்.

'என்னடா இது, அப்ப இதே மாதிரி ஏற்கனவே செஞ்சிருக்கேனா? அய்யோ இன்னும் உன்கிட்ட நான் எப்படி எல்லாம் நடந்துக்கிட்டேனோ? அதுக்குப் பதிலா நீ என்னெல்லாம் செஞ்சியோ..?' என அவனிடம் மனதிற்குள்ளேயே கேட்டுக் கொண்டவளின் விழியோரம், இன்னதென்று காரணம் புரியாது நீர் துளிர்த்தது.

நியாயமாய்ப் பாவைக்குள் உருவெடுக்க வேண்டிய எச்சரிக்கை உணர்வு எதுவும் எழாமல், தன் தேகம் ஆடவனது கைகளுக்குள் இயல்பாய் அடங்குவதை.. ஒருவித வலியுடனும் வியப்புடனும் உணர்ந்தாள் சாரா.

அவனது தொடுகை வேறுபாடாய் இல்லாது, அவளுக்கு மிகவும் பழக்கமான ஒன்றாய் தோன்ற.. விழிகளில் துளிர்த்திருந்த நீருக்கு, அவனது மார்பில் தலையைச் சாய்த்து அணைகட்டி நிறுத்தினாள்.

தனக்குள் எழுந்த கேள்விகளையும் குழப்பங்களையும் சற்றே விலக்கி வைத்துவிட்டு.. மேலும் அவனுக்குள் புதைந்த சாரா, உரிய இடத்திற்கு வந்து சேர்ந்துவிட்ட நிம்மதியில் சில நிமிடங்களிலேயே ஆழ்ந்த உறக்கத்திற்குச் சென்றிருந்தாள்.

அத்தியாயம் 17

அதிகாலையே விழித்து விடுவது மொழியனின் வழக்கம். அன்றும் அதேபோல் இமைகளைத் துயில் தேவதையிடம் இருந்து பிரித்து, உடலைத் திருப்பித் தூக்கத்தை முழுமையாக விரட்ட முயன்றான்.

அதை எங்கே செய்வது, அவனால் தான் திரும்ப முடியவில்லையே? ஆண்மகனின் உடல் பெண்மையின் கைகளுக்குள் அல்லவா சிறைபட்டிருந்தது!

இரண்டு ஆண்டுகளுக்கு முன்பான அவனின் சாரல் நினைவிற்கு வர, இதழ்கள் தானாய் மலர்ந்தன. அனிச்சையாய் கண்கள் தன்னவளை ரசிக்கத்துவங்க, உறங்கும் பெண்மையின் முகத்தில் இருந்த மென்மையும், குழந்தைத்தனமும் ஆடவனை அவள்புறம் ஈர்த்தது.

பாவையின் அருகாமையில் தொலைந்தவன், பழைய வழக்கமாய்ப் பெண்மகளின் நெற்றியில் இதழ்களை ஒற்றினான்.

தூக்கத்தில் இருந்தவளுக்கு அனைத்தும் கனவாய் தோன்ற, இதழ்களின் ஓரம் மெலிதானப் புன்னகைப் பூத்தது. அதைக் கண்ட மொழியனின் இதழ்கள் மேலும் விரிந்து வெண்பற்கள் வெளிப்பட.. சிரிப்புடனே படுக்கையில் இருந்து எழுந்து நின்றான்.

சோம்பலை முறித்தவனது பார்வை மீண்டும் அவளைத் தீண்டிட, தூக்கம் முற்றிலுமாய்க் கலைந்து முன்தினம் நடந்த நிகழ்வுகள் எல்லாம் நினைவிற்கு வந்தன. அதேபோல் சற்றுமுன் அவளுக்கு நெருக்கமாய் இருந்ததும்.

உடலிலும் மனதிலும் மெலிதான நடுக்கம் தோன்ற, "அச்சச்சோ சும்மாவே பக்கம் பக்கமா பேசிக் கடுப்பேத்துவா. இப்ப நடந்தது மட்டும் தெரிஞ்சது.. 'நேத்து என்னமோ பெரிய இவன் மாதிரி போ போன்னு சொன்ன, இப்ப எந்தத் தைரியத்துலடா என் பக்கத்துல வந்த?' ன்னு கேட்டு அசிங்கப்படுத்திடுவா.

உனக்குக் கொஞ்சம் கூடப் புத்தியே இல்லடா, இப்படியா எதையும் யோசிக்காம நடந்துக்குவ? முதல்ல தூங்கிக்கிட்டு இருக்கிற புயல் கரையைக் கடக்குறதுக்குள்ள இடத்தைக் காலி பண்ணிடுடா..!" என மூளை அறிவுறுத்த, ஏனோ தன்னை நினைத்தே.. வந்த சிரிப்பை அடக்கிக்கொண்டு, தந்தையைக் காணச் சென்றான்.

சிவநாதன் வழக்கம் போல் மகனுக்குத் தேநீர் தயாரித்து வைத்திருக்க, அதன் சுவையோடு அன்றைய நாளிதழில் கண்களைப் பதித்தவாறு, கூடத்தில் இருந்த இருக்கையில் அமர்ந்தான் மொழியன். சில நிமிடங்கள் அதில் கரைந்து போக.. தந்தையும் மகனுமாய் உலக நடப்புகளையும், குடும்ப நிலவரங்களையும் பற்றிய பேச்சைத் துவக்கினர்.

முந்தைய நாள் இருந்த குழப்பம் மறைந்து சற்றே தெளிவுடன் தென்பட்ட மகனை ஆராய்ந்த தந்தையானவர், "சாரா எழுந்திருச்சுட்டாளா மொழியா?"

"இல்லப்பா அவ என்னைக்கு இவ்வளவு சீக்கிரம் எழுந்திருச்சிருக்கா. எட்டு மணிக்குத் தான முழிப்பா.."

"அது பழைய சாரா மொழியா. ஆனா இப்ப வந்திருக்கவ, அவ இல்லையே..?" என்றிட, நாளிதழில் இருந்த கண்களைத் தந்தையின் புறம் திருப்பினான்.

குழப்பமான பார்வையைப் பிரதிபலித்தவனிடம், "என்னப்பா..?"

"ஒண்ணும் இல்லப்பா.." என்றவாறே அவ்விடம் விட்டு நடந்தான்.

"மொழியா.." என்றழைத்த சிவநாதனின் குரலில் திரும்பிக் கேள்வியாய் பார்த்தவனிடம், "அம்மாக்கிட்ட வா.." என்றுவிட்டு, கூடத்தில் இருந்த கனகவள்ளியின் புகைப்படத்தின் அருகே சென்றார்.

அவன் நகராது அங்கேயே நிற்பதைக் கண்டவர், "என்ன மொழியா?"

"இல்லப்பா நான் இன்னும் குளிக்கல. அப்புறம் வந்து அம்மாவைக் கும்பிட்டுக்கிறேன்.."

"எந்தத்தாயும் தன் பிள்ளைக்கிட்ட இதை எல்லாம் எதிர்பார்க்கிறதில்ல மொழியா. நீ பிறந்தப்ப, முகம் கழுவுறதுக்குக்கூட நீ எப்ப தூங்குவன்னு காத்திருப்பா உங்கம்மா. ஏன்னா உன்னை விட்டு ஒருஅடி நகர்ந்தாலும், நீ உடனே அழுக ஆரம்பிச்சிடுவ.." எனப் புன்னகைத்தவர் கண்களாலேயே, 'வா..' என அழைக்க, தந்தையின் சொல்லுக்குக் கட்டுப்பட்டுச் சென்றான்.

"நேத்து நைட் சாராக்கிட்டப் பேசும்போது ஒரு விஷயம் சொன்னா. நீ அவளைப் போகச் சொன்னியா மொழியா?" என வினவ, அவனோ பதிலின்றித் தலைகுனிந்து நின்றான்.

"மருமக எதுவும் சொல்லல. நானா தான் கேட்டுத் தெரிஞ்சிக்கிட்டேன். விரோதியே வீட்டுக்கு வந்தாலும் வான்னு சொல்லித்தான் பழக்கம் நமக்கு. எந்த ஒரு வார்த்தையும் சொல்லுறதுக்கு முன்னாடி கொஞ்சம் யோசிக்கணும் மொழியா.

உனக்கு நான் சொல்லத் தேவையில்ல, பார்கவி மூலமா நாம பல நேரங்கள்ல அனுபவப் பூர்வமா அதை உணர்ந்திருக்கோம்! அதோட அடையாளமாத்தான் நீ இப்ப நிக்கிற.

எனக்கு நல்லாத் தெரியும், உன்னால சாராவோட நினைவுகளோடவே வாழ்ந்திட முடியும்! ஆனா அது மட்டுமே வாழ்க்கைக்கான நிறைவைக் கொடுத்திடாது மொழியா. பழசைத் தேடாத, கண்முன்னாடி இருக்கிறதைப் புரிஞ்சிக்க முயற்சி பண்ணு..!"

"ஸாரிப்பா.."

"என்கிட்ட ஏன் ஸாரி கேட்கிற மொழியா? நீ ஏன் சாராக்கிட்ட அப்படிச் சொன்னன்னு தெரியல. ஆனா ஒருவேளை அதுக்கு இதுதான் காரணமா இருந்தா..?" எனப் பாதியிலேயே நிறுத்தியவர், தன் மனைவி கனகவள்ளியின் படத்திற்கு முன்பிருந்த பெட்டியை எடுத்து மகனிடம் கொடுத்தார்.

அதைக் கையில் வாங்கியவன், “என்னப்பா இது?”

“நீயே பாரு..”

குழப்பத்துடன் பெட்டியைத் திறந்து, உள்ளிருந்த மஞ்சள் கயிற்றைப் பார்த்தவன் அதிர்வுடன் தந்தையை ஏறிட, அவரோ அமைதி காத்தார்.

"அப்பா இது.?"

"நீ சாராவோட கழுத்துல கட்டினது தான்! இது இவ்வளவு நாளா, நம்ம வீட்டுலதான் இருந்தது மொழியா.."

"ஏன் ப்பா என்கிட்ட சொல்லல..?"

"நீ தான் சாரா வீட்டுல இல்லைன்னு தெரிஞ்சதுமே, வெளியப் போயிட்டியே..!"

அவன் என்ன சொல்வது என்று புரியாமல் நிற்க, "திரும்பி வந்தப்ப, பழைய விஷயங்களைச் சொல்லி உன்னைக் காயப்படுத்த விரும்பல நான். அதான் சொல்லல.!"

‘சரி’ என்பதாய் தலையசைத்தவன், "இது எப்படி இங்க, யார் கழட்டினது?"

"தெரியல. நான் குணமாகி ஹாஸ்பிடல்ல இருந்து வீட்டுக்கு வந்தப்ப உன் அம்மாவோட படத்துக்கு முன்னாடி இருந்தது. எடுத்துப் பத்திரமா வச்சிருந்தேன். அதான் இப்ப சாரா வந்துட்டா இல்ல, ஒரு நல்ல நாள் பார்த்துப் பக்கத்துல ஏதாவது ஒரு கோவில்ல வச்சு அவளோட கழுத்துல கட்டிடு.."

"இல்லப்பா வேண்டாம்.."

மகனைக் கேள்வியாய் பார்த்தவரின் கையில் அதைத் திருப்பிக் கொடுத்த மொழியன், தனது மன எண்ணங்களைப் பகிர்ந்து கொண்டான். அவனது சொல்லில் இருந்த உண்மையை உணர்ந்த சிவநாதனும் மகனின் விருப்பத்திற்குச் செவிசாய்த்துத் தன் சம்மதத்தைத் தெரிவித்தார்.

இருவரும் வந்து இருக்கையில் அமர, சில நிமிடங்கள் நிசப்தமாய் நகர்ந்திருந்தது. அதன் அமைதியைக் கலைத்த சிவநாதன், "உன்கிட்ட ஒரு முக்கியமான விஷயம் சொல்லணும் மொழியா!"

'இன்னும் என்னென்ன வரப்போகுதோ..?' என்றெண்ணியபடி அவன் நிமிர்ந்து பார்த்தான்.

முதல்நாள் சாராவும் சாகியும் வந்தபோது நடந்த நிகழ்வுகளை மகனிடம் பகிர்ந்து கொண்டு, மகள் மேல் இருந்த அன்பினால் பார்கவியைப் பற்றிய விவரங்களை மட்டும் முழுவதுமாய் உரைக்காமல், 'வேண்டாம்' என அவர் நினைத்த சில விஷயங்களை மட்டும் மறைத்துக் கூறினார் தந்தையானவர்.

அவர் சொல்லாது போனாலும் இரவு தான் வீட்டிற்கு வரும் முன்பே தன் தமக்கைக் கிளம்பிவிட்டதற்கான காரணத்தை ஊகித்த மொழியன்.. தந்தையின் மனதை வருத்த விரும்பாது, அதைப்பற்றிக் கேட்காமலேயே இருந்து கொண்டான்.

தாலியைப் பற்றி மனதில் எழுந்த வினாவிற்காக விடையைத் தேடி, 'அவளுக்குத் தெரியுமா?' என்ற சிந்தனையோடு தனதறைக்குச் சென்றான் மொழியன்.

துயில் மீளாது, கலைந்த கார்குழலும், இதழோரம் வழிந்த சிறுதுளி எச்சிலுமாய்ப் படுக்கையில் அமர்ந்து கண்களைத் தேய்த்துக் கொண்டிருந்தாள் சாரா.

உள்ளே வந்தவன் அவளைக் கண்ட நொடிதனில் இருவரும் பிரிந்திருந்த, அந்த இடைப்பட்ட காலத்தினை முற்றிலுமாய் மறந்து போனான். ஏனோ முன்தினம் அவளைக் கண்டபோது, எழுந்த தயக்கமும் குழப்பமும் மொழியனுக்கு இப்போது எழவில்லை.

முன்னிரவில் அவள் உதிர்த்த உரிமையான சொற்களினாலும், இரவின் தனிமையில் இத்தனை நாட்களாய் அவன் தொலைத்திருந்த பெண்மகளின் ஸ்பரிசம் கிடைத்துவிட்டதிலும் இயல்பான மனநிலைக்கு

வந்திருந்தான். மேலும் சிவநாதன் உரைத்த விஷயங்கள் அவனின் குழப்பங்களைத் தெளிய வைத்திருக்க, பழைய சாரலாகத்தான் ஆடவனின் கண்களுக்குத் தெரிந்தாள்.

"என்ன மேடம், இன்னும் தூக்கம் கலையலயா?"

"ஹாவ்.." எனக் கொட்டாவியை வெளிவிட்ட சாரா, தன் வலதுகையால் வாயில் மெல்லத் தட்டிக் கொண்டு, "ஆமா.."

"அப்ப தூங்குறது தான, மேடம் எழுந்திருச்சி என்ன பெரிசா வேலைச் செய்யப் போறீங்க?"

அவனது பேச்சைச் சற்றே வியப்புடன் ரசித்தவள், "ஹா ஆமால! அப்ப நான் படுத்துக்கட்டுமா?"

அவளைப் பார்த்துத் தலையசைத்துச் சிரித்தவன் ஓய்வறைக்குள் செல்ல, மீண்டும் படுக்கையில் விழுந்தாள்.

உறக்கத்தின் இறுதியான மிச்சமாய்.. சில நொடிகளுக்காக ஏங்கிய மென்தேகத்திற்கு அந்தச் சுகத்தைக் கொடுத்து.. அத்தோடு ஆடவனின் முகத்தில் கண்டப் புன்னகையையும் தனக்குள் முழுமையாய் ரசித்துவிட்டு எழுந்தாள் சாரா.

இரு கைகளையும் கோர்த்து முன்பக்கமாய் நீட்டித் திருப்பி உடலின் இயக்கத்தை அதிகரித்தவள்.. இருபுற தோள்களிலும் பரவி இடையைத் தொட்டுக் கொண்டிருந்த, கரும் காட்டினை அள்ளி முடிந்து கொண்டையிட்டாள். ஏனோ இதழ்களில் தோன்றிய மென்னகை, அப்படியே ஒட்டிக் கொண்டது.

அறையில் இருந்த சாளரத்தின் வழியே வெளிப்புறத்தைப் பார்வையிட்டவளின் கவனத்தைத் கதவு திறக்கப்படும் ஒலி, தன்பக்கம் இழுத்தது.

குளியலறையில் இருந்து மொழியன் வருவதைக் கண்டு.. கண்கள் சிரிக்க மின்னல் புன்னகையைச் சிந்தி, "குட்மார்னிங் புருஷா.." என்றவளைப் பார்த்து முதலில் திகைத்தவன், பின் சட்டென்று சிரித்துவிட்டான்.

ஆடவனின் செய்கையில் முகம் சிவந்தவள், அவனெதிரே வந்து நின்று, "இப்ப எதுக்குச் சிரிக்கிறீங்க?"

தனது சிரிப்பைத் தொடர்ந்து கொண்டே, "இந்தப் புருஷன்ற வேர்ட் எதுக்கு? எனக்கு ஞாபகப் படுத்தவா, இல்ல உனக்கு நீயே மனசுல பதிய வச்சிக்கிறதுக்கா?"

அவன் என்னவோ விளையாட்டாய் தான் கேட்டான், ஆனால் சாராவின் முகம் சட்டென்று சுருங்கிவிட்டது. அவளின் நினைவில் இல்லாத ஒன்று, ஆனால் நிதர்சனமான உறவு. இரவில் அவன் உரிமையுடன் அணைத்ததையும், அதில் தான் அடங்கியதையும் எண்ணி மனம் வலித்தது.

கடந்த காலத்திற்கும் நிகழ் காலத்திற்கும் இடையே நடக்கும் போராட்டத்தில் தன்னவளின் அடையாளத்தைத் தேடி அவனும்.. அவனுக்குத் தன்னைப் புரிய வைத்திடும் முயற்சியில் அவளுமாய், இருவருமே தத்தமது சூழ்நிலையில் அகத்தில் திணறிக்கொண்டு புறத்தில் எதையும் காட்டாது தங்களது நிலையிலேயே உறுதியாய் நின்றனர்.

ஆடவனின் வினாவில்.. சற்று முன் இருந்த புன்னகை தொலைந்து இயலாமையைப் பிரதிபலித்தது அவளின் முகம்.

தொட்டாச் சிணுங்கியாய் ஒற்றைச் சொல்லுக்கே வாடிப்போனவளைக் கண்டு அவனின் மனம் தவிக்க.. அவளின் கைகளைப் பற்றி, "சாரல்மா இங்க பாரேன்.."

கணவனின் சொல்லுக்குச் செவிசாய்த்து அவள் வலிநிறைந்த கண்களுடன் ஏறிட, "நான் சும்மா தான் சொன்னேன், சரியா? இதுக்கெல்லாம் வருத்தப்படக் கூடாது..!"

"ஆனா அதுதான் உண்மை. எனக்கு ஞாபகம் இல்ல.."

"அப்புறம் ஏன் அப்படிச் சொன்ன?"

"தெரியல, தோணுச்சு, பிடிச்சிருந்தது, சொன்னேன்!" எனத் தன் கையை அவனிடமிருந்து பிரித்துக் கொண்டு அங்கிருந்து நகர்ந்தாள்.

சாளரத்தின் கம்பிகளைப் பிடித்தபடி அவள் நின்று கொள்ள.. அருகே சென்றவன் ஒருவித எதிர்பார்ப்புடன், "பிடிச்சிருந்ததுன்னா என்ன அர்த்தம் சாரா?"

அவன் புறம் திரும்பியவள், "ஏன் அப்பப்ப சாரலும், சாராவும் மாறி மாறி வருது உங்களுக்கு?"

"ப்ச்ச் நான் என்ன கேட்கிறேன். நீ என்ன பேசுற?"

"என்னோட கேள்விக்கான உங்களோட பதில் தான், உங்களோட கேள்விக்கான என்னோட பதிலும்..!"

அவளைக் குழப்பத்துடன் பார்த்தவனிடம், "உங்களுக்கு என்மேலக் கோபம் இருந்ததே, அப்புறம் எப்படி என்கூடப் பேசுறீங்க?"

"ஏன் உனக்கும் கூடத்தான் என்மேல போலீஸ் ஸ்டேஷன்ல கம்ப்ளைண்ட் கொடுக்கிற அளவுக்குக் கோபம் இருந்தது. நீ என்கூட இப்பப் பேசல..?"

மெலிதாய் சிரித்தவள் மீண்டும் வெளிப்புறம் பார்வையைத் திருப்ப, "எனக்கு உன்மேல கோபம் எல்லாம் இல்ல. அது ஒரு வலி, உனக்குச் சொன்னாப் புரியுமானு தெரியல. இன்னொரு நாள் பேசலாம். இப்பப் போய்க் குளிச்சு, ரெடியாகிட்டு வா.." எனக்கூற, தலையசைத்துவிட்டுச் சென்றாள்.

பெண்மகளின் உடலானது அனிச்சையாய் தன்வேலையைச் செய்து கொண்டிருக்க, மனமோ கணவன் உதிர்த்த சொற்களிலேயே உழன்று கொண்டிருந்தது.

மொழியனுக்குத் தன்னிடமோ, சாகித்யனிடமோ கோபம் இல்லை என்பதை, முதல்நாள் சிவநாதனிடம் பேசியதுமே உணர்ந்து கொண்டாள் சாரா. ஆனால் அவனுக்குள் இருக்கும் வலியின் காரணம் தான் புரியவில்லை.

வெளியே வந்தவளிடம், "சாகி ஃபோன் வச்சிருக்கானா?"

"ம்ம்.."

"அவன்கிட்ட பேசணும், நம்பர் தர்றியா?"

"அவனே இன்னும் கொஞ்ச நேரத்துல வருவான், அப்பப் பேசிக்கோங்க.."

"அவன் வைசாக் போகலையா, இங்கேயா இருக்கான்?"

"ஆமா.."

"அப்புறம் ஏன் உன்னை மட்டும் இங்க விட்டுட்டுப் போனான், அவனும் இங்கதான இருந்திருக்கணும்..?"

"பொண்ணைக் கல்யாணம் செஞ்சிக் கொடுத்திட்டு, எந்த அம்மா அப்பாவும் அவளோடவே வந்து இருந்திடுறது இல்ல..!"

அவள் மறைமுகமாய் உதிர்த்த சொற்கள் அவனுக்கு எதையோ உணர்த்த, சிந்தித்தபடியே அறையிலிருந்து வெளியேறினான் மொழியன்.

மாடிப்படியினில் இறங்கி வந்தவனைக் கண்டதும், வேகமாய் எழுந்து சென்று முன்னே நின்றான் சாகித்யன்.

அவன் புரியாமல் பார்க்க, மச்சினனானவன் பாவமான முகத்துடன், "நேத்து அக்காவைச் சொன்ன மாதிரி, என்னை வெளியப் போடானுலாம் சொல்லிடாதீங்க அத்தான். அக்காவுக்குத் திடமான மனசு, அவ தாங்கிக்கிவா. என்னால முடியாது அத்தான், மனசு உடைஞ்சுப் போயிடுவேன்.."

இரண்டு நிமிடங்களுக்கும் மேலாய் கூர்ந்து நோக்கிய மொழியன்.. அவனைப் பொய்யாய் முறைத்து, "அக்காவும் தம்பியும் அப்டியே ஜெராக்ஸ் காபி எடுத்த மாதிரியே இருக்கீங்கடா. அவ முடியாதுன்னு ஆர்டரா சொல்லுறதை, நீ வேண்டாமேன்னு நல்லப்பையன் மாதிரி பவ்வியமா கேட்கிற!

நீ செஞ்ச வேலைக்கு உன்னை நல்லா நாலு விடலாம்னு இருந்தேன். ஆனா மனசு வரல.." என அவன் உரைக்க, மெலிதாய் சிரித்தான் சாகி.

மனம் தாங்காதவனாய், "எப்படிடா இருக்க?"

கண்களில் நிறைந்த நீருடன், சிரித்தபடித் தலையை மட்டும் அசைத்தான் அவன்.

அவனது சிரிப்பைக் கண்டு கொண்ட மொழியன், "உடனே உனக்கு ஃபோன் போட்டு, ஒப்பிச்சிட்டாளா உன்

அக்கா?"

"இல்ல அத்தான்.." என்று அவசரமாய் மறுத்துத் தலையசைத்தான் அவன்.

"ஓஹோ, அப்புறம் எப்படி நான் அவளைப் போகச் சொன்னது உனக்குத் தெரியும்?"

"நிஜமா தான் அத்தான். இங்க நடந்தது அப்படியே லைவ் ரிலே, ஆனா கொஞ்சம் டிலே.."

"ஏது வீடியோ எடுத்து அனுப்பினாளா? நான் சொல்லிக் கொடுத்ததை எனக்கே செஞ்சுக் காட்டுறீங்களா?"

"இல்ல ஆடியோ ரெக்கார்டட் ஒன்லி..!" என அவன் சிரிக்க, "அதெப்படிடா செய்யிறது எல்லாம் செஞ்சிட்டு, அப்பாவி மாதிரியே பேசுற?" என்றவனைப் பார்த்து மேலும் சிரித்தான் சாகி.

"உனக்குக் கிண்டலா இருக்கு, என்னைப் பார்த்தா!"

"என்ன அத்தான் நீங்க, என்னைப் பத்தி உங்களுக்குத் தெரியாதா?"

"அதுசரி, நல்லாப் பேசப் பழகிட்டடா.." என்றவன் தொடர்ந்து, "ஏன்டா அவளை விட்டுட்டு, நீ போன?"

"இனி அக்காக்கு நான் தேவையில்ல அத்தான், தம்பின்ற என்னோட உறவு மட்டுமே போதும். ஆனா உங்களுக்கு நிச்சயம் அவ வேணும், அவளுக்கும் தான்!"

இன்னதென்று புரியாத உணர்வுடன் மொழியன் பார்க்க, "அக்கா எதையும் சமாளிச்சிக்குவா அத்தான். அந்தத் தைரியத்துல தான் விட்டுட்டுப் போனேன்!"

"அதென்னவோ உண்மை தான். யார் கிட்ட எப்படிப் பேசணும்னு உங்கக்காக்கு நல்லாவே தெரிஞ்சிருக்கு..!" என்றவன், பார்கவியிடம் அவள் பேசியதை தந்தையின் மூலம் ஓரளவிற்கு அறிந்திருந்ததால் "எல்லாம் உன் வேலையா?" என்று, சாகித்யனின் முதுகினில் வலிக்காதவாறு ஓர் அடி வைத்தான் மொழியன்.

மலர்ந்த முகத்துடன் அதை ஏற்றுக் கொண்டு, "ஸாரி அத்தான், உங்களை ரொம்பக் கஷ்டப்படுத்திட்டேன்.."

சிறியவனைத் தட்டிக் கொடுத்த மொழியன், "நான்கூட உன்னைச் சின்னப்பையனு நினைச்சிட்டேன் சாகி. ஆனா என்னை விட, நீதான்டா ரொம்பக் கஷ்டப்பட்டிருக்க. தனியாளா சாரலையும் பார்த்து, மத்த வேலைகளையும் கவனிச்சுக்கிட்டு எப்படிடா சமாளிச்ச?"

மெலிதாய் புன்னகைத்தவன், "எனக்கு எந்தக் கஷ்டத்தையும் உங்க சாரல் கொடுக்கல அத்தான். உண்மையைச் சொல்லணும்னா நீங்கதான் அவளுக்கு நிறைய விஷயங்களைச் சொல்லிக் கொடுத்திருந்தீங்க.

நான் சொல்லுற எல்லாத்தையும், சாரா உடனே புரிஞ்சிக்கிட்டுச் செய்ய ஆரம்பிச்சிட்டா. டிரீட்மெண்டால ஆறு மாசத்துக்கு முன்னாடியே அக்காக்குக் கொஞ்சம் கொஞ்சமா நினைவு திரும்ப ஆரம்பிச்சிடுச்சு.."

வியப்புடன் பார்த்தவன், "டிரீட்மெண்டா..?"

"ஆமா அத்தான். இங்க இருந்து போன அஞ்சு மாசத்துல ஹாஸ்பிடல் எல்லாம் விசாரிச்சு.. என் அக்கவுண்ட்ல இருந்த பணத்தைக் கட்டி அக்காவை அங்க அட்மிட் பண்ணிட்டு, நானும் பக்கத்துலயே வேலைக்குச் சேர்ந்திட்டேன். தினமும் போய் அவளைப் பார்த்திட்டு வருவேன். ஆனா அவ முன்னாடிப் போகமாட்டேன்.."

"ஏன்?"

"என்னைப் பார்த்தா என்கூட வர்றேன்னு சாரா அழுவா. அப்புறம்.. உங்களையும் கேட்பா அத்தான்.." எனத் தயக்கத்துடன் உரைக்க, "நிஜமாவா சாகி..?" என்றவனது கண்கள் மெலிதாய்க் கலங்கியிருந்தது.

'ஆம்' என்பதாய் தலையசைத்தவன், "அக்காக்கு உங்க உறவு, முகம், பேர், அடையாளம் தான் ஞாபகம் இல்லையே தவிர, உங்களோட தாக்கம் அவளுக்குள்ள நிறையவே இருக்கு அத்தான்.

ஆனா அம்மா அப்பா இறந்ததுக்கு அப்புறம் நடந்த எதுவுமே அவளுக்குத் தெரியல. என்னாலயும் இங்க என்ன நிலைமைன்னு தெரிஞ்சிக்க முடியல. அதான் அவக்கிட்ட

உங்களைப் பத்திச் சொல்லாமையே இருந்திட்டேன்.."

சற்றுமுன் சாரா உரைத்த, "தெரியல, தோணுச்சு, பிடிச்சிருந்தது, சொன்னேன்.." என்பதற்கான பொருளைத் தற்போது உணர்ந்து கொண்டான் மொழியன்.

கடந்த நொடி வரை மனதில் இருந்த வலி முற்றிலும் மாயமாய் மறைந்து விட.. எதிர்பார்ப்பும் ஏக்கமுமாய், "குணமானதுக்கு அப்புறம் என்னைப் பத்தி ஏதாவது கேட்டாளா சாகி?"

"இல்ல அத்தான். ஆனா எதையோ மிஸ் பண்ண மாதிரி இருக்குன்னு அடிக்கடிச் சொல்லுவா. சாராவை உங்கக்கிட்ட இருந்து பிரிச்சுக் கூட்டிட்டுப் போனதால என்மேலக் கோபமா அத்தான்?"

ஆடவனுக்குள் இருந்த இறுக்கம் தளர்ந்து இயல்பானவன், "ஆமான்னு சொன்னா என்ன செய்வ?"

"பட்டுன்னு கால்ல விழுந்துடுவேன் அத்தான்.."

சட்டென்று சிரித்து, "உன் அக்காக்காக இன்னும் எவ்வளவு தான் செய்வ, போதும்டா..!" என இளையவனை அணைத்துக் கொண்டான் மொழியன்.

அத்தியாயம் 18

தயாராகி வந்த சாரல் கணவனும் தம்பியும் பேசிக்கொண்டிருப்பதைப் பார்த்து, மலர்ந்த முகத்துடன் கீழிறங்கி வந்தாள். பேச்சுச் சப்தம் செவியில் விழத்துவங்க, பாதிப் படியிலேயே நின்று கொண்டன அவளின் கால்கள்.

மொழியனின் வினாவிற்குச் சாகியின் விடைகளும், அதற்கான அவனின் பிரதிபலிப்பும் என இதுவரை அவள் அறிந்திடாத பலவற்றை உணர்த்தியது அவர்களின் உரையாடல்.

அதுவும் இறுதியாக, 'என்னைக் கேட்டாளா?' என்ற மொழியனின் கேள்வி.. அவளின் மனதில் இருந்த கணவன் என்பவனின் மீதான அதிகாரத்தையும், அன்பையும்,

ஆசையையும் இன்னும் ஒரு அடி ஆழத்தில் அழுத்தமாகவே பதித்து, விழிகளைக் கலங்க வைத்தது.

படியினில் நின்றிருந்த தமக்கையை முதலில் கண்டுவிட்ட சாகித்யன் அவளைப் பார்த்துப் புன்னகைக்க, கண்களைத் துடைத்துக் கொண்டு அவனை நோக்கி வந்தாள். மொழியனும் அவளிருந்த திசை நோக்கித் திரும்பிய நொடிதனில், இருவருக்கும் இடையே நுழைந்து பிரித்துவிட்டாள்.

ஏன் என்றே புரியாமல் கணவனிடம் கோபம் துளிர்த்தது பாவைக்கு. தன்னை விடச் சாகியுடனான அவனின் நெருக்கம், சற்றுப் பொறாமையைக் கூடக் கொடுத்தது எனலாம்.

'அவனை முழுமையாக உணர்ந்து கொள்ளத் தான் காத்திருக்க, தன்னை விட்டு விலகி விலகிச் செல்கிறானே?' என்ற அவளின் இயலாமை, கேலிச் சொற்களாய் வெளிவந்தன.

"பொண்டாட்டிய கட்டிப் பிடிக்கச் சொன்னா, மச்சினனைக் கட்டிப்பிடிச்சிட்டு இருக்கு இந்த மேதாவி. இவனெல்லாம் ஒரு தம்பியா? காலையிலயே என் வைத்தெரிச்சலைக் கொட்டிக்கிறான், லூசு பையன்..!" என முணுமுணுத்தவள், "தூக்கத்துல தான் என்னைப் பத்தின ஞாபகமே வரும் போல. இவனை வச்சிக்கிட்டு..!" என எவரது செவிக்கும் எட்டாது இதழ்களுக்குள்ளேயே உதிர்த்து, கணவனைப் பார்த்து முறைத்துவிட்டுச் சென்றாள்.

சாராவின் முற்பாதிச் சொற்களைக் கேட்டுவிட்ட தம்பியானவன், சட்டென்று சிரித்து விட.. எதுவுமே கேட்காத மொழியனோ அவள் முறைத்துச் சென்றதற்கான காரணம் புரியாமல் விழித்தான்.

எதிரே நிற்பவனின் நடவடிக்கைக்குப் பொருள் புரியாமல் பார்த்தவன், "நீ ஏன்டா, இப்படி லூசு மாதிரி சிரிச்சுக்கிட்டு இருக்க?"

"அக்காவும் அதையேத்தான் அத்தான் சொல்லீட்டுப் போனா.."

"உன்னை லூசுன்னா சொன்னா?"

"ஆமா! ஆனா.. உங்களை மட்டும் மேதாவினு சொல்லிட்டுப் போறா.."

மொழியன் சந்தேகப் பார்வையுடன், "இது நம்புற மாதிரி இல்லையே?"

"ஏன் அத்தான்?"

"உன் அக்கா எவ்வளவு முடியுமோ அந்தளவுக்கு, நேத்தே என்னை டேமேஜ் பண்ணிட்டா சாகி!"

"என்ன அத்தான் சொல்லுறீங்க?"

"ம்ம்.. போலீஸ் கம்ப்ளைண்ட் வரைக்கும் போயிடுச்சு.."

"அந்தளவுக்கு நீங்க என்ன அத்தான் செஞ்சீங்க?"

"அவளை விரும்பித் தொலைச்சிட்டேனே, அது போதாது...?"

"அப்பக் கண்டிப்பா ஜெயில்ல போட வேண்டியது தான்!"

"நான் மட்டும் இல்ல, நீயும் தான்..!"

"நானெதுக்கு..?"

"எனக்கு மச்சினனா ஆகிட்டியே அதுக்குத்தான்!"

"சரிதான்.. மலை ஏறுறதுக்குத்தான மச்சினன் துணை வேணும், ஜெயிலுக்குப் போறதுக்குமா?"

"எல்லாத்துக்கும் தான்!"

"சரி சரி.." என அவன் சிரிக்க, "என்னடா சிரிக்கிற, ஜெயிலுக்குப் போக ஓகேவா?"

"போயிட்டாப் போச்சு, சாராக்காகத் தான..?"

"அவளோட தம்பி வேற எப்படி இருப்ப, கொஞ்சம் கூட அசராம பதில் சொல்லுறியேடா..?"

"ஏன் அத்தான்..?"

"ப்ச்ச், இருந்தாலும் உன் அக்கா ரொம்பப் பேசுறாடா.."

"இதெல்லாம் ஜெஸ்ட் டிரைலர் தான் அத்தான், மெயின் பிக்சர் வரும் போது பாருங்க.."

"என்னடா இப்படிச் சொல்லுற?"

"உங்களுக்கு என் அக்காவைப் பத்தி சரியாத் தெரியல அத்தான்.."

"அப்பாவி மாதிரி இருந்த முகத்தைப் பார்த்து ஏமாந்து போயிட்டேனோ?" என்று மொழியன், வாய்விட்டுக் கேட்டே சிந்திக்க, "நிச்சயமா! பட், இட்ஸ் டூ லேட்.." எனத் தன் அத்தானின் சந்தேகத்திற்குப் பதிலளித்துச் சிரித்தான் சாகித்யன்.

மொழியனும் இணைந்து சிரித்து, "சரி வா, சாப்பிடலாம்.."

சிவநாதனும் வந்துவிட, உணவைப் பரிமாறினாள் சாரா. மொழியனது தட்டு மட்டும் வெறுமையாய் இருக்க, அவன் சாராவின் முகத்தைக் கேள்வியாய் பார்த்தான்.

"உங்களுக்கு ப்ரேக்ஃபாஸ்ட் கிடையாது.."

"ஏன், எதுக்கு..?"

"அதெப்படி நீங்க என் தம்பியை அடிக்கலாம்?"

"நான் எங்க அடிச்சேன்?"

"அப்ப வைசாக்ல, உங்களுக்கே தெரியாம உங்க கை மட்டும் தனியா பறந்து வந்து சாகியை அடிச்சிதா?"

"அது.. அது ஏதோ ஒரு கோபத்துல..?"

"இல்ல அது கோபம் இல்ல. மொழியனுக்குக் கோபம் வந்தா வாயே பேசாது, அப்புறம் எப்படிக் கைப் பேசும்..?" என அவள் புருவம் உயர்த்தி வினவ, மெலிதாய் புன்னகைத்தான் அவன்.

"இப்படிச் சிரிச்சா என்ன அர்த்தம்?"

"எனக்கு அவன்கிட்ட எல்லா உரிமையும் இருக்குன்னு அர்த்தம்!"

"அதுக்காக அடிப்பீங்களா..?"

"ஏன் அடிச்சேன்னு உனக்கு நல்லாவே தெரியும் சாரா! அவனே ஒண்ணும் சொல்லல, இப்ப உனக்கு என்ன பிரச்சனை?"

"ஏன்னா.. அவனுக்காகப் பேசுறதுக்கு நான் மட்டும் தான் இருக்கேன்!"

"சரி இப்ப என்ன செய்யணும்ற அதுக்கு?"

"ஸாரி சொல்லுங்க அவன்கிட்ட!" என்றவளை அவன் ஆழ்ந்து பார்க்க, சாகியோ தமக்கையைத் திகைப்புடன் ஏறிட்டான்.

"என்னடா எதுக்கு அப்படிப் பார்க்கிற?" என அவள் தம்பியின் புறம் திரும்ப, "அக்கா எதுக்கு இதெல்லாம்?"

"ரொம்பத்தான் மரியாதை அக்காவாம் அக்கா.." என்றவள் மொழியனிடம், "என்ன அமைதியா இருக்கீங்க?"

நாதன் நடப்பதைப் பார்த்துச் சிரித்துவிட்டு உணவில் கவனமாக, சாகியோ.. 'இதற்கு மேல் தமக்கையிடம் ஏதேனும் கூறினால் தனது பக்கம் சேதாரம் அதிகமாகி விடும்!' என்றெண்ணி தட்டிற்குள் தலையை நுழைக்காத குறையாக, கவிழ்ந்து அமர்ந்திருந்தான்.

இளையவனின் கைகள் தன் வேலையைச் செவ்வன்னே செய்து, வாய் வழியாக வயிற்றை நிரப்பும் பணியில் ஈடுபட்டிருந்தது.

மற்ற இருவரையும் ஒருபார்வைப் பார்த்த மொழியன்.. தனக்கு எவரிடமும் உதவி கிடைக்காது என்பதனை உணர்த்துக் கொண்டு, "நான் ஆஃபிஸ் கிளம்பணும் சாரா. டைம் ஆச்சு, நாம நைட் பேசிக்கலாம்.." என்று கூற, அவளோ மறுப்பாய் தலையசைத்தாள்.

நிமிடங்கள் கடக்க, இருவரது நிலையிலும் எந்த மாற்றமும் இல்லை. இதற்கிடையே நாதனும், சாகியும் உணவை முடித்துக் கொண்டு எழுந்து சென்றிருந்தனர்.

சாரா, "இப்படியே எவ்வளவு நேரம் உட்கார்ந்திருக்கிறதா உத்தேசம்..?"

"நீதான் சாப்பாடு தரமாட்டிறியே..?"

அவனைப் பொய்யாய் முறைத்துவிட்டு, அவள் உணவைப் பரிமாற.. அவனோ தன் இரு கைகளையும் மேஜையின் மீது வைத்து விரல்களை ஒன்றாய் கோர்த்து , அதில் தன் தாடையை வைத்தபடி அவளையே பார்த்திருந்தான்.

இந்தநொடி வரை அவள், ஆடவனிடம் இருந்து உணர்ந்திடாத பார்வை அது. காதல் பார்வை என்று

சொல்வதற்கில்லை, ஆனால் ஏதோ ஒன்று இருந்தது. அவளை அங்கு நிற்கவும் விடாமல், நகரவும் விடாமல் கட்டி இழுத்தது. பாவையின் முகத்தைத் தவிர அவனது கண்கள் வேறு எங்கும் நகரவில்லை.

'ஏன் இந்தப் பார்வை?' என்று கேட்பதற்காக இதழ்கள் பிரிக்க முயன்று தோற்றுப் போனாள்.

முதன்முதலாய்ப் பேசுவதற்குத் திராணியற்று இருந்தாள் சாரா. மெல்லிய தயக்கத்துடன் ஆடவனின் விழிகளை நோக்கியவள், அதிலிருந்த ஆராய்தலை உணர்ந்து தவித்த படி நின்றிருந்தாள்.

பாவைக்குள் ஏற்பட்ட மாற்றத்தினை அறிந்தவன், "உட்காரு.."

"ஹான்.."

மெலிதாய் புன்னகைத்தவன், "உட்காருடா.." என அவளின் கைப்பற்றி அருகிலிருந்த இருக்கையில் அமர வைத்தான்.

உணவை அவளின் முன் நகர்த்தியவன், "சாப்பிடு.." என்றதும், கண்கள் கரித்துக் கொண்டு வந்தது அவளுக்கு.

"ஏய் என்னாச்சு, ஏன் இவ்வளவு சைலண்டா இருக்க..?"

"ஒண்ணுமில்ல!"

"நேத்து அவ்வளவு பேசுன, இன்னைக்கு என்னாச்சு உனக்கு..?"

"உங்களுக்கு என்னாச்சு?"

"ஏன், எப்பவும் போலத் தான் இருக்கேன் நான்.."

"ஆனா எனக்குத் தெரியாதே.."

"என்ன தெரியாது..?"

"எப்பவும் எப்படி இருப்பீங்கன்னு! நேத்து நீங்க என்னைப் பார்த்ததுக்கும், இன்னைக்குப் பார்க்கிறதுக்கும் வித்தியாசம் தெரியிது!"

"சரி, வேற என்ன தெரியிது..?" என்றவாறே அவன் உணவை எடுத்து வாயருகே கொடுக்க, மறுத்துத் தலையசைத்தவள் ஆடவனின் கையைத்திருப்பி அவனின்

வாயருகே கொண்டு சென்றாள்.

அவன் கேள்வியாய் பார்க்க.. மெலிதாய் புன்னகைத்தவள், "நீங்க சாப்பிடுங்க.." என்றுவிட்டுத் தனக்கான உணவைப் பரிமாறிக் கொள்ள, "எப்பவும் உனக்கு நான்தான் ஊட்டுவேன் சாரா.." என்றான் மொழியன்.

"அது சாரலுக்கு, இந்தச் சாராவுக்கு இல்ல! அதேபோல எனக்கு மொழியனைப் பத்தித் தெரியாது. என் புருஷனைப் பத்தித் தெரிஞ்சிக்கணும்னு ரொம்ப ஆசை இருக்கு! நீங்க சொன்னதுதான், இன்னொரு நாள் பேசலாம். இப்பச் சாப்பிடுங்க.." எனத் தன் உணவில் கவனமானாள் சாராவதி. அவனும் மறுமொழி ஏதும் பேசாமல், தன் கடமையைச் செய்தான்.

மொழியன் அலுவலகம் கிளம்பும் போதே சாகியும் உடன் கிளம்ப, சாராவைத் தவிர மற்ற இருவரும் அவனைக் கேள்வியாய் பார்த்தனர்.

தமக்கையிடம் கண்களாலேயே செய்தி பரிமாறிவிட்டு, "நான் இன்னைக்கு வைசாக் கிளம்புறேன் அத்தான்.."

மொழியன் திகைத்து, "நாங்க எல்லாம் இங்க இருக்கும் போது, உனக்கு அங்க என்னடா வேலை?"

"வீட்டைக் காலி பண்ணனும் அத்தான். நான் வேலைப் பார்த்த இடத்திலயும் லீவு தான் சொல்லீட்டு வந்தேன். அவங்கக்கிட்டையும் விபரத்தைச் சொல்லணும். அம்பத்தூர்ல ஒரு வீடு பார்த்திருக்கேன் அத்தான். ஒரு வாரத்துல எல்லா வேலையையும் முடிச்சிட்டு, சென்னைக்கே குடி வந்திடுவேன்.."

அதைக் கேட்டு அதிர்ந்து, "எதுக்குடா தனியா வீடெல்லாம்?" என்று வினவ, மொழியனின் கையைப் பற்றிக் கொண்டாள் சாரா. அவளின் அழுத்தமான பிடி, ஆணவனை வாய்த் திறக்காமல் செய்துவிட்டது.

மொழியன் அவளையே பார்க்க, "சரி சாகி, பார்த்துப் போயிட்டு வா.." எனத் தன்னவனுக்கும் சேர்த்து, தானே தம்பிக்கு விடைக் கொடுத்தாள் சாரா. சிவநாதனிடம்

முன்தினமே அவள் இதைப்பற்றிக் கூறி இருந்ததால், அவரும் அரை மனதுடன் அமைதியாகிவிட்டார்.

சாகித்யன் கிளம்பியதும் சாராவும் தங்களது அறைக்குச் செல்ல, மனைவியைப் பின்தொடர்ந்து வந்த மொழியன்,

"ஏன் என்னைப் பேச விடல சாரா? எதுக்கு, சாகி இந்தமாதிரி ஒரு முடிவு எடுத்தான்?"

வருத்த முறுவல் ஒன்றை உதிர்த்தவள், "சாகி ஏன் என்னைக் கூட்டிட்டு போனானு தெரியுமாங்க?"

அவளை நேருக்கு நேர் காண இயலாதவனாய் பார்வையை வேறுபுறம் திருப்பிக் கொண்டவன்.. மெலிந்த குரலில், "அக்கா தான் காரணம்னு தெரியும். அப்பா ஒருசில விஷயம் சொன்னாரு.." என்றான்.

வலியுடன் கூடிய புன்னகை ஒன்றை உதிர்த்த சாரா, "இங்க என்ன நடந்துச்சுனு சாகியையும், உங்க அக்காவையும் தவிர யாருக்கும் தெரியாது. மாமா, அவருக்குத் தோணின காரணங்களைச் சொல்லியிருப்பாரு, இல்லைனா அண்ணிக்கிட்டப் பேசி தெரிஞ்சிட்டு இருந்திருப்பாரு.

எனக்கும் அப்ப நடந்ததெல்லாம் நினைவுல இல்ல. ஏன் வீட்டை விட்டு வந்தோம்ன்னு சாகிக்கிட்ட கேட்டப்ப, அவன்தான் சொன்னான். அதுவும் கூட முழுசா சொல்லல.."

"என்ன சொன்னான்...?" எனப் பயமும் தவிப்பும் கலந்து அவன் கேட்க, "பைத்தியமாம்.." என வலியுடன் சிரித்தவளின் கையை அவன் பற்ற, "நானும் சாகியும் அம்மா அப்பா இல்லாத அனாதைங்களாம், போக்கிடம் இல்லாதவங்களாம், உங்களுக்குப் பாரமா இருந்தோமாம், உங்க சம்பாத்தியத்தை எல்லாம் என்னோட ட்ரீட்மெண்டுக்கே பிடுங்கிக்கிறோமாம்.

என்னால உங்களுக்கு நல்ல பொண்டாட்டியா இருக்க முடியாதாம். எனக்குப் பிள்ளை பெத்துக் கொடுக்கிற தகுதி இல்லையாம். என் தம்பி பிச்சைக்காரனாம்.." உணர்ச்சி

துடைத்த குரலில் சொல்லிக் கொண்டே வந்தவளின் இதழ்களில் விரல் வைத்து, அவளின் பேச்சை நிறுத்திய மொழியன்.. கலங்கிய கண்களுடன் சாராவைத் தன்னோடு இழுத்து அணைத்துக் கொண்டான்.

சில நிமிடங்கள் அப்படியே கடந்திருக்க.. திடீரென்று, "எனக்குப் புருஷனுக்கும் மத்தவனுக்கும் வித்தியாசம் தெரியாதாங்க. உங்களை மாதிரியே யார் வந்து கூப்பிட்டாலும் நான்..?" என்று அதற்கு மேல் பேச இயலாது கேவினாள்.

மொழியன் சட்டென்று விலகி, சாராவை அதிர்வுடன் பார்க்க.. அவளோ ஆடவனின் உணர்வுகளைச் சோதனைச் செய்யும் விதமாய், விழிகளில் வழிந்த நீருடன் புன்னகையைச் சிந்தினாள்.

என்ன சமாதானம் சொல்வதென்று புரியாது தடுமாற்றத்துடன், "சாரல் மா.." என்றவனின் கழுத்தைச் சுற்றிக் கையிட்டு, மொழியன் விலக்கிய அணைப்பை இறுக்கமாக்கினாள் சாரா.

அவனாக விலக்கும் வரை அசைவில்லாது, தவிக்கும் மனதிற்கு அமைதியைத் தேடி தன்னவனின் கரங்களுக்குள் தஞ்சம் புகுந்தாள் பெண்மகள்.

அந்தச் சில நிமிடங்களில்.. அவள் அன்னையிடம் கிடைத்த அன்பு, தந்தையிடம் உணர்ந்த பாதுகாப்பு, சகோதரனிடம் கண்ட தோழமை என மூன்றையும் மொத்தமாய் மொழியனிடம் பெற்றிருந்தாள் சாரா. இந்த நொடி அவனது பழைய சாரலாய், கண்முன்னே நின்றிருந்தாள் அவள்.

அந்தப் பத்துவயது சிறுமியான சாரலுக்கு அனைத்திற்கும், மொழியன் தான் வேண்டும். அழுகையோ சிரிப்போ, மகிழ்ச்சியோ துக்கமோ, வலியோ வேதனையோ எல்லாவற்றிற்கும் மொழியனிடம் அவளுக்குப் பதில் கிடைக்கும். விடைக் கூற முடியா வினாக்களுக்கு, தெவிட்டாத தேனாய் தன் அன்பினைப் பரிசளிப்பான் ஆடவன்.

இன்றும் அவனிடம் பெண்மகளின் கேள்விகளுக்குப் பதில் இல்லை. ஆனால் அவளது வலிகளுக்கு மருந்தாய் அவன் இருந்தான்.

உதிர்க்கும் சொற்களை விட.. பரிவான ஒற்றைப் பார்வையும், ஆதரவான ஒரு வருடலும் ஓராயிரம் ஆறுதல் கூறும்! அதுவும் தனக்காகவே தன் துணையிடம் இருந்து கிடைக்கும் போது, வலிகளைக் கடக்கும் வல்லமையை அல்லவா தந்து விட்டுச் செல்லும்!

மொழியன் அவளுக்குச் சமாதானம் சொல்லவில்லை. அவனுக்குச் சொல்லத் தோன்றவும் இல்லை. கலங்கிய முகத்தோடு இருந்தவளின் விழிகளை ஊடுருவி கன்னத்தை வருடிவிட.. அவனது கையைப் பற்றிக் கொண்டாள் சாரா.

பெண்மகளின் நெற்றியை நீவிவிட்டு, புன்னகைத்த தன்னவனை இமைக்க மறந்து பார்த்துக் கொண்டிருந்தாள் அவள். மனம் அனிச்சையாய் அவனிடம் உரிமையுடன் எதையோ எதிர்பார்க்க.. அடுத்த நொடி சாராவைத் தூக்கிச் சுற்றியிருந்தான் மொழியன்.

முதலில் ஒன்றும் புரியாது விழித்தவளின் விழிகளில் மேலும் நீர் பெருகி வழிந்தோட, முகத்தில் இருந்த வலி மறைந்து இதழ்கள் சிரிப்பினில் மலர்ந்தன.

நான்கைந்து சுற்றுக்களுக்குப் பின் வியர்த்து விறுவிறுத்து மூச்சு வாங்கியபடி இறக்கிவிடச் சென்றவனின் தோளில் கைவைத்து, அழுத்தினாள் சாரா.

அவன் கேள்வியாய் பார்க்க, "வேணாம், இறக்காதீங்க. இன்னொரு தடவை.." என அவள் கெஞ்சலாய் வினவ, "ஏன்?" என்றான்.

"வேணும்..." என்ற அவளின் ஒற்றைச் சொல் பதிலில் புன்னகைத்தவன், நழுவிய கைகளுக்கு வலுவேற்றி தன் பிடியை இறுக்கி அவளை மேலும் தன்னுடன் நெருக்கினான்.

அதை உணர்ந்தவள், "வெயிட்டா இருக்கேனா, கை வலிக்கிதா?"

'இல்லை' என்பதாய் தலையசைத்தவன், "என்னால இப்பச் சுத்த முடியாது மூச்சு வாங்குது, அப்புறமா சுத்துறேன்.."

"சரி நான் இறங்கிக்கிறேன்.." என அவள் ஆடவனிடம் இருந்து விலக முயல, "இல்ல வேண்டாம்.." என இம்முறை அவன் மறுத்தான்.

கண்கள் சிரிக்க அவனைப் பார்த்தவள், "இது என்ன பழக்கம்?"

"அழுகிற குழந்தையைச் சமாதானம் படுத்துறதுக்கான வழி. என்னோட சாரல்காக நான் செய்யிறது!"

"இன்னும் எனக்காக என்னெல்லாம் செஞ்சீங்க? அப்படி என்ன அவசியம், யாரோ தான நான்..?" என அவள், முன்தினம் இரவு மனதில் தோன்றியதைத் தற்போது நேரடியாகவே கேட்டுவிட, "அவசியம், காரணம்னு எதுவும் தேவையில்லடா!

ஏன்னா.. என்னோட சாரல் நீ! உனக்காகச் செய்யிறதை நான் கணக்கும் பார்க்கிறதில்ல, மனசுலயும் வச்சிக்கிறது இல்ல.."

"சாகி ஏன் இப்படி அத்தான் அத்தானு உருகிறான்னு இப்பத்தான் புரியிது.." என அவள் சிரிக்க, "ஸாரிமா.." என்றான் அவன்.

அவள் புரியாது விழித்து, "ஏன் ஸாரி, எதுக்குத் திடீர்னு இப்படிச் சொல்லுறீங்க?"

"நடந்த எல்லாத்துக்கும், நீயும் சாகியும் அனுபவிச்ச வலிக்கும்!"

"முடிஞ்சதைப் பத்திப் பேச வேணாமே ப்ளீஸ்.."

"ம்ம்.. சாகியை நம்மக்கூடவே இருக்கச் சொல்லேன்!"

"இல்லங்க வேண்டாம். அன்னைக்கு அவன் மனசு எவ்வளவு தூரம் கஷ்டப்பட்டுச்சோ தெரியல. இங்க இருந்தா அவனுக்கு அது ஞாபகம் வந்திட்டே இருக்கும். அப்புறம் அண்ணி வேற அடிக்கடி வந்து போவாங்க. வீணான சங்கடம்..."

"ம்ம்.." என்று பெருமூச்சை வெளியிட்டவன், "என்னால நடந்து முடிஞ்ச எதையும் மாத்த முடியாது சாரல் மா. இப்ப நான் போய் அக்காக்கிட்ட கேட்டாலும், ஒரு பிரையோஜனமும் இல்ல.

பதிலுக்குப் பதில் பேசுறதாலையோ, சண்டைப் போடுறதாலையோ, ஏன் இப்படிச் செஞ்சீங்கனு கேள்விக் கேட்கிறதாலையோ சாகித்யனுக்கும் உனக்கும் மனசுல ஏற்பட்ட காயம் இல்லைனு ஆகிடாது. அந்த வலி குறைஞ்சும் போகாது.

ஆனா இனிமேல் இது மாதிரி நடக்காம, நான் பார்த்துக்கிறேன். சாகி உனக்கு மட்டும் இல்ல, எனக்கும் தம்பி தான். எந்தச் சூழ்நிலையிலயும் அவனுக்குக் கௌரவக் குறைச்சலா எதுவும் நடக்காது. அதுக்கு நான் பொறுப்பு. என் சாரலுக்கு இது போதுமா? இல்ல வேற ஏதாவது வேணுமா?"

"இதுக்கூடச் சேர்த்து எனக்கு இன்னும் ஒண்ணு வேணும்..!"

"என்ன மா?" என வினவியவனின் கண்களைக் கூர்ந்து நோக்கியவள் சற்றே குனிந்து ஆடவனின் நெற்றியில், முதன்முறையாய் தன் இதழ்களை ஒற்றினாள்.

மொழியனின் இமைகள் தானாய் மூடிக்கொள்ள, கைகள் அனிச்சையாய் தளர்ந்து சாராவை இறக்கிவிட்டது.

அவளது முதல் தீண்டல், முதல் முத்தம். இதுநாள் வரை மொழியன் அவளுக்குக் கொடுத்திருக்கிறானே தவிரப் பெற்றதில்லை. அவளிடம் மட்டும் அல்ல, நினைவு தெரிந்த நாளில் இருந்து எவரிடமிருந்தும் தான்!

வசுதா பிறந்த பின், தாயின் அணைப்பும் அவனுக்குக் குறைந்து போனது. தமக்கையாய் இருந்த பார்கவிக்கு, ஏதேனும் தேவை என்றால் தான் தம்பியின் நினைவே வரும். அத்தருணங்களில் மட்டும் அன்பு மழை பொழிந்து, தேன் சொட்டும் சொற்களால் நனைத்து விடுவார்.

வசுதா என்றைக்குமே அம்மா பிள்ளை. பெரும்பாலான நேரங்களில் கனகவள்ளியோடு ஒட்டிக் கொண்டு தான்

இருப்பாள். தமையனிடம் அன்பு உண்டுதான், ஆனால் உரிமையுடன் தொட்டுப் பேச மாட்டாள்.

மொழியனுக்குத் தோழிகள் என்று சொல்லிக் கொள்ளக் கூட ஒரு பெண்ணும் இல்லை. இல்லை என்பதை விட, அவன் எந்தப் பெண்ணிடமும் இயல்பாய் பழகவில்லை என்பதே உண்மை! எப்பொழுதும் ஓர் அடி தள்ளியே நிற்பான். பெண்மையின் வாசம் அறியாதவன். அவன் அறிந்த ஒரே பெண் சாரல் மட்டுமே.

சிறுமியாய் அறிமுகம் ஆனவள், மஞ்சள் கயிற்றின் முடிச்சினால் மனைவியின் இடத்தை ஏற்று, குழந்தையாய் அவன் மடி சேர்ந்தவள். உடனிருந்த நாட்களில் தாய்மையை அவனுள் புகுத்தி, பிரிந்து சென்று வலியின் உச்சம் காட்டியவள்.

மீண்டும் கண்ட நொடிதனில் நெருப்புச் சொற்களால் செந்தனல் முகம் காட்டி, ஆடவனை உருக்கியவள். விலகி வந்தவனை, தேடி அடைந்து.. உருக்குலைந்து போயிருந்தவனை இறுக்கிப் பிடித்துத் திடமேற்றியவள்.

முதல் நாள் உரிமையுடன் கேள்விக் கனைகள் தொடுத்து, ஆடவனுக்குள் விடை தேடியவள்.

சற்றுமுன் அவனது கைகளுக்குள் சேயாய் தவழ்ந்து, நொடிகளின் நகர்வில் காதலியாய் உருமாற்றம் பெற்று, தோழியாய் சிரித்து மகிழ்ந்து, அன்னையாய் அரவணைத்து முத்தமிட்டு, பெண்மையின் வலிமையை உணர்த்தி, தீண்டலின் பொருள் உரைத்து, அன்பினால் தன்னவனின் மனதை முற்றும் முதலுமாய் ஆட்கொண்டு, இதோ அவனிடம் ஒன்றைக் கேட்டு நிற்கிறாள் தனக்கு வேண்டும் எனக்கூறி..!

"என்னோட சுயநினைவோட, உங்க கையாலத் தாலிக் கட்டிக்கணும்..!" என்று அவள் உதிர்த்தச் சொற்களில், தன்னை முற்றிலுமாய்த் தொலைத்து, சாரலின் இனியனாய் மாறி நின்றான் மொழியன்.

அத்தியாயம் 19

தன் மனைவி வசுதாவை அழைத்துக் கொண்டு, அவளது பிறந்தகத்திற்கு வந்திருந்தான் வருண்.

முதல்நாள் மொழியனிடம் உரையாடியது, அவனுக்குப் பெரும் குழப்பத்தை ஏற்படுத்தியிருந்தது. அலுவலத்தில் இருந்து வீட்டிற்கு வந்த உடனே மொழியன் அழைத்திருந்ததால், வசுதாவிடம் அதுவரை அவன் பேசியிருக்கவில்லை.

மாமனாரின் எண்ணிற்கு அழைத்து அவரையும் தொடர்பு கொள்ள முடியாமல் போக, மனைவியின் குரலுக்குச் செவி சாய்த்து அவளிடம் சென்றுவிட்டான் வருண்.

இரவின் தனிமையில் வசுதா, சாரா மீண்டும் வந்திருப்பதைப் பற்றித் தெரிவித்தாள். அதன்பின்பு நடந்த நிகழ்வுகளைப் பற்றித் தந்தையின் மூலம் தான் அறிந்ததையும், கணவனிடம் பகிர்ந்து கொண்டாள்.

செய்தியை அறிந்த வருண், மறுநாள் மொழியனின் வீட்டிற்குச் செல்ல முடிவெடுக்க, வசுதாவும் ஏற்கனவே அந்த எண்ணத்தில் இருந்ததால்.. தங்களது அன்றாடக் காலை வேலைகளை முடித்துவிட்டு, கணவன் மனைவி இருவரும் குழந்தையுடன் சாராவைக் காண்பதற்காக வந்து சேர்ந்தனர்.

தங்களுக்கு இடையேயான உணர்வுகளில் சிக்குண்டு இருந்த மொழியனும் சாராவும்.. கூடத்தில் கேட்டப் பேச்சொலியில் சற்றே இயல்புக்கு மீண்டனர்.

கணவனது கைவளைவில் இருந்த சாரா, "என்னங்க, யாரோ வந்திருக்காங்கனு நினைக்கிறேன்?"

"யாரோ இல்ல. வசுவும், வருணும் உன்னைப் பார்க்கத்தான் வந்திருக்காங்க.."

"உங்களுக்கு எப்படித் தெரியும், முன்னாடியே சொல்லி இருந்தாங்களா?"

அவன் மெலிதாய் சிரித்து, "அதெல்லாம் ஒண்ணும் சொல்லல, எனக்கு வசுவையும் வருணையும் பத்தி நல்லாவே தெரியும்.."

"சரி வாங்க, கீழப் போகலாம்.."

"ஒன் மினிட்.." என்ற மொழியன், அழுகையில் சற்றே சிவந்திருந்த அவளது முகம் கண்டு புன்னகைத்தான்.

பின்னலில் இருந்து தன்னைப் பிரித்துக் கொண்டு காற்றுடன் கலந்து கவிதை பேசிக் கொண்டிருந்த பெண்மகளின் மெலிதான ஒன்றிரண்டு குழல்களை.. அவளின் காதோரம் ஒதுக்கிச் சரிசெய்து விட்டவன், "உன்னைச் சிரிக்க வைக்கிறதுக்காகத் தூக்கிச் சுத்துனதுல புடவை எல்லாம் கசங்கிடுச்சு. சேரி மாத்திட்டு, அப்டியே முகத்தையும் வாஷ் பண்ணீட்டு வா. நான் முன்னாடிப் போறேன்.." என்றவாறு அறையில் இருந்து வெளியேறினான்.

பத்து நிமிடங்களில் தயாராகி வந்த சாராவின் புறம் அனைவரது கவனமும் செல்ல, வருணும் வசுவும் அவளை வியப்புடன் பார்த்தனர்.

எப்போதும் அவளது முகத்தில் இருக்கும் குழந்தைத் தனமும், சற்றே பயம் கலந்த பார்வையும் தொலைந்து.. நிதானத்தையும் கனிவையும் தத்தெடுத்த கண்களுடன் தெளிவான முகமாய்க் காட்சியளித்தாள்.

கணவனின் உறவுகளைப் புன்னகையுடன் எதிர்கொண்டவள், "என்னாச்சு, ஏன் அப்படிப் பார்க்கிறீங்க?"

வருண் இயல்பாய், "நிறைய மாறிட்டமா.."

தலையசைத்து அவனது சொல்லை ஏற்றுக் கொண்டவள், "உட்காருங்க அண்ணா.." என்றுவிட்டு வசுதாவிடம், "எத்தனை மாசம் ஆகுது அண்ணி?"

அவள் கேள்வியாய் பார்க்க, "மாமா நேத்துச் சொன்னாரு.."

“மூணு மாசம் அண்ணி.." எனப் பதில் அளித்தாள்.

மொழியன் விசாகப்பட்டினத்திற்குக் கிளம்பிய பின், மருத்துவரை சந்தித்த வசு.. தான் இரண்டாம் முறையாகக் கருத்தரித்து இருப்பதை உறுதி செய்திருந்தாள்.

மனைவியுடன் மருத்துவமனை செல்ல வேண்டிய காரணத்தினால் வருணின் பயணம் தடைபட, அவனுக்குப் பதிலாய் தான் மொழியன் நிறுவனம் சம்பந்தமான ஒப்பந்தத்தைக் கையெழுத்திடச் சென்றான்.

எதிர்பாராத அந்தப் பயணம், அவனது வாழ்வின் பெரும் திருப்பு முனையாக அமைந்து போனது என்னவோ விதியின் நல்லெண்ண விளையாட்டு தான் போலும்!

"எதுக்கு அண்ணின்னு எல்லாம் சொல்லுறீங்க. நான் உங்களை விடச் சின்னப் பொண்ணுதான். சும்மா பேர் சொல்லியே கூப்பிடுங்க.." என்ற சாராவின் சொற்களைச் செவியில் வாங்கியவாறு தமையனைப் பார்த்தாள் வசு.

அவன் மெலிதாய் புன்னகைக்க, "இல்ல அண்ணி, இது என் கூடப் பிறந்தவருக்கு நான் கொடுக்கிற மரியாதை. அவர்கூட வாழ்க்கையைப் பகிர்ந்துக்கிற நீங்க, அவரோட சரிபாதி. சோ, எனக்கு எப்பவும் நீங்க அண்ணி தான்.."

வசுவின் கையை இறுக்கமாய்ப் பற்றிக் கொண்ட சாராவின் விழிகள் மெலிதாய்க் கலங்கியிருந்தது. தன்னை உடனே சமன் செய்து கொண்டவள், அதை மற்றவர்களுக்குக் காட்டாமல் மறைத்தாள். ஆனால் உரிமையானவன் ஏற்கனவே கண்டுவிட்டு, அங்கிருந்து நகர்ந்திருந்தான்.

சமையலறையில் இருந்து வெளிவந்த சிவநாதன் மருமகனிடம் அவனது குடும்பத்தாரைப் பற்றிக் கேட்க, வசுவின் நலத்தை விசாரித்துக் கொண்டிருந்தாள் சாரா.

பேச்சின் நடுவே அவள், "ஸாரி அண்ணி.."

புரியாமல் விழித்த சாரா, "எதுக்கு?"

"உண்மையைச் சொல்லணும்னா அண்ணா உங்களைக் கல்யாணம் செஞ்சிக்கிட்டதுல எனக்கு விருப்பமில்லை."

மெலிதாய் புன்னகைத்தவள், "முன்னப்பின்ன தெரியாதவளை வீட்டுக்கு மருமகளா கூட்டிட்டு வந்தா யாருக்குத் தான் பிடிக்கும்? அதுவும் நான் இருந்த நிலைமையில.."

"இல்ல, ஒரு ரெண்டு மூணு தடவை உங்களைக் கஷ்டப்படுத்துற மாதிரி பேசிட்டேன்.."

"நீங்க அப்படிப் பேசுற அளவுக்கு, என்ன செஞ்சேன் நான்..?" என்றவளின் குரலில் ஆர்வம் மட்டுமே மேலோங்கி இருக்க, "சாகி காலேஜ்ல ஜாய்ன் பண்ணதுக்கு அப்புறம், அண்ணா உங்களை வீட்டுக்குக் கூட்டிட்டு வந்திருந்தாரு.

அவர் தான், புதுசா கல்யாணம் ஆனவங்களுக்கு விருந்து வைக்கணும்னு சொல்லி, வரச் சொன்னாரு. ஆனா எனக்குப் பிடிக்கல, இருந்தாலும் அண்ணனுக்காகனு அரை மனசோட ஏத்துக்கிட்டேன்.

வீட்டுக்கு வந்திருந்தப்ப குழந்தையைத் தூக்குறேன்னு சொல்லிக் கேட்டீங்க. நான் முடியாதுன்னு சொல்லி உங்கக்கிட்ட கொடுக்கல. கொஞ்ச நேரத்துல அவ கீழ இறங்கித் தவழ்ந்து போகவும், எங்களுக்குத் தெரியாம நீங்க அவளோட காலைப் பிடிச்சுத் தலைகீழா தூக்கிட்டீங்க.."

"அச்சச்சோ, குழந்தைக்கு ஒண்ணும் ஆகலைல.." என்று அன்று தான் செய்த செயலின் விபரீதத்தை இன்று பரிதவிப்புடன் வினவ, மறுப்பாய் தலையசைத்த வசு, "இல்ல அண்ணி ஒண்ணும் ஆகல.."

"என்னால புரிஞ்சிக்க முடியிது, உங்களுக்கு அந்தச் சூழ்நிலையில எப்படி இருந்திருக்கும்னு. இதுக்கு நான்தான் ஸாரி சொல்லணும், நீங்க எதுக்குச் சொன்னீங்க?"

"ப்ச்ச் அந்தக் கோபத்துல லூசு, அறிவிருக்கா உனக்கு? அப்படின்னு ஏதேதோ வாய்க்கு வந்ததெல்லாம் பேசிட்டேன். அதுனால அண்ணா உங்களை அங்க இருந்து உடனே கூட்டிட்டுக் கிளம்பிட்டாரு.

நீங்க போனதுக்கு அப்புறம் தான் என்னோட மாமியார் சொன்னாங்க, குழந்தைத் தவழ்ந்து மாடிப்படிக்கிட்ட

போயிடுச்சு. அவங்க அதைக் கவனிச்சு எழுந்து போகிறதுக்கு முன்னாடி, நீங்க தூக்கிட்டீங்கன்னு. அப்பதான் தெரிஞ்சது பதட்டத்துல எப்படித் தூக்குறதுன்னு தெரியாம, காலைப் பிடிச்சு இழுத்துட்டீங்கன்னு.."

மெலிதாய் சிரித்தவள், "சரி விடுங்க அண்ணி, அதை எதுக்கு இப்பச் சொல்லுறீங்க?"

"இல்ல.. ஆனா மறுநாள் நான் வீட்டுக்கு வந்தப்ப நான் திட்டுனது எதையும் ஞாபகம் வச்சிக்காம.. பாப்பா எங்க, பாப்பாக்கு அடி பட்டிடுச்சான்னு கேட்டப்ப ரொம்ப ஒருமாதிரி ஆகிடுச்சு. இருந்தாலும் அப்ப ஸாரி கேட்க மனசுவரல.."

"இதுக்கு அவசியமே இல்ல அண்ணி. ஏன்னா எனக்கு நடந்த எதுவுமே ஞாபகத்துல இல்ல. நீங்க வீணா இதை நினைச்சு வருத்தப்படாதீங்க.." என்றவளின் கண்கள் எதையோ தேடியது.

"யாரைத் தேடுறீங்க அண்ணி, அண்ணனையா?"

சின்னச் சிரிப்புடன், "எங்க ராணிக் குட்டியைக் காணோம், நீங்க மட்டும் தான் வந்தீங்களா? இல்ல எனக்குப் பயந்து வீட்டுலயே விட்டுட்டு வந்துட்டீங்களா..?"

"அதெல்லாம் இல்ல அண்ணி.." என வசு தமையனது மனையாளின் எண்ணத்தை மறுத்துரைக்க, "அவ கிட்சன்ல இருக்காமா.." என்று வருண் பதிலளித்தான்.

புரியாத பார்வையுடன், "கிட்சன்ல அவளுக்கு என்ன வேலை?" என்று சாரா வினவ, அதற்கு விடையாய்.. மொழியனுடன் வெளியே வந்தாள் அவர்களது வீட்டுக் குட்டி இளவரசி.

"ஹை வந்திட்டோம், நம்ம ராணிக் குட்டி எல்லாருக்கும் காஃபி போட்டுக் கொண்டு வராங்களே!" என்றவாறே, குளம்பிக் கோப்பைகளை அடுக்கிய தட்டினைப் பெயருக்குக் குழந்தையின் கையில் கொடுத்தவாறு, பின்னிருந்து பிடித்துக் கொண்டு வந்தான் மொழியன்.

இருவரது செய்கையிலும் அனைவரது முகமும் மலர.. வசு வருணின் மூன்றரை வயது செல்வப்புதல்வி மிருதுளா ராணி, ஒவ்வொருவரது முன்னிலையிலும் வந்து நிற்க, குளம்பிக் கோப்பையை எடுத்துக் கொண்டனர்.

இறுதியாய் சாராவின் எதிரே வர, அவளோ கோப்பையை எடுக்காது குழந்தையைப் பார்த்துக் கொண்டிருந்தாள்.

ராணி புரியாது விழித்து, "மாமா?" என்றழைத்து, பின்புறம் நின்றிருந்த தன் மாமனைப் பார்க்க, "காஃபி எடுத்துக்கோங்கனு சொல்லுடா.." என்று மருமகளுக்குச் சொல்லிக் கொடுத்தான் அவன்.

குழந்தையும், "காபி எத்துத்தோ.." என்று தன் மழலை மொழியில் கூற, சாராவோ ‘மாட்டேன்!’ என்பது போல் மறுத்துத் தலையசைத்தாள்.

ராணி மீண்டும் குழப்பத்துடன் மொழியனைப் பார்க்க, அவனும் கீழுதடுப் பிதுக்கி ‘தெரியலேயே!’ என்பதாய் செய்கைச் செய்து, "ப்ச்ச்.." எனத் தோளைக் குலுக்கினான்.

குழந்தை சாராவைப் பாவமாய்ப் பார்க்க, "ஒரு கிஸ் கொடு, நான் காஃபி எடுத்துக்கிறேன்.." என ராணியை நெருங்கிக் கன்னத்தைக் காட்ட, அவள் வேகமாய்த் தலையை இடவலமாக ஆட்டி ஓரடி பின்புறமாய் நகர்ந்து கொண்டாள்.

சாரா கெஞ்சல் பார்வையுடன், "ராணிக் குட்டி ப்ளீஸ் ஒண்ணே ஒண்ணு.."

சற்றே குனிந்த மொழியன் தன் குரலைத் தாழ்த்தி கண்கள் சிரிக்க, "நான் வேணும்னா தரவா சாரல்மா?"

அவனைப் பொய்யாய் முறைத்தவள், ராணியின் கையிலிருந்த கோப்பையை வாங்கி ஓரமாய் வைத்துவிட்டு, "சரி, எனக்கு நீ கிஸ் எல்லாம் கொடுக்க வேண்டாம். அத்தைக்கிட்ட வா, உன்னை ஒரு தடவை தூக்கிக்கிறேன்.."

ராணி திரும்பித் தன் பெற்றோரைப் பார்க்க, "நம்ம அத்தை தான் குட்டி.." என வசுவும், "கூப்பிடுறாங்கல,

போடா அம்முமா.." என வருணும் கூற, தயக்கத்துடன் சாராவின் அருகே சென்றாள்.

குழந்தையைத் தூக்கி இதழ்பதித்துக் கொஞ்சியவள், "ஏன் என்கிட்ட வர மாட்டிறீங்க, என்னைப் பார்த்தாப் பயமா இருக்கா ராணிக் குட்டிக்கு?" என வினவ, திருதிருவென விழித்தது குழந்தை.

மற்றவர்கள் அதைப் பார்த்துச் சிரிக்க.. மொழியன், "முன்னாடி எல்லாம் இங்க வந்தா, உன்கூடத் தான் விளையாடுவா சாரல்மா. இப்ப இரண்டரை வருஷம் ஆச்சுல, உன்னை மறந்திட்டா.."

சாரா ராணியிடம், "அச்சோ, அத்தையை மறந்திட்டீங்களா செல்லக்குட்டி. இனிமே நான் எங்கேயும் போக மாட்டேனாம், நீங்களும் என்னை ஞாபகம் வச்சு கேட்டதும் கிஸ் கொடுப்பீங்களாம்.." என மெதுவாய் குழந்தையிடம் பேச்சுக் கொடுக்க, சிறிது நேரத்தில் இயல்பாகி விட்டாள் ராணி.

சாராவும் அவளோடு குழந்தையாய் மாறி பேசிச் சிரித்து விளையாடிக் கொண்டிருக்க, மற்ற நால்வரும் அவர்களைப் புன்னகையுடன் பார்த்திருந்தனர்.

அவ்வப்போது மொழியனின் முகத்தை அளவிட்டுக் கொண்டிருந்த வருண்.. நண்பனின் புறம் மெல்ல சரிந்து, "மச்சான் ரொம்ப வழியிதுடா.."

அவன் புரியாமல் விழித்து, "என்னடா சொல்லுற?"

"இல்ல இப்படிப் பச்சையா சைட் அடிக்கிறியே.. மூஞ்சில லவ் ஓவர் லோட் ஆகி, வழிஞ்சு ஓடுதுனு சொன்னேன்.."

மொழியன் அவனைப் பொய்யாய் முறைக்க, அதை அசட்டைச் செய்த வருண், "நீ இந்தப் பார்வைப் பாக்கிற, ஆனா தங்கச்சிக்கிட்ட ஒரு ரியாக்ஷனையும் காணோமே மச்சான்?"

"ஏது அவக்கிட்ட ரியாக்ஷன் இல்லையா? இந்நேரம் என்னென்ன செய்யிறேன்னு எல்லாத்தையும் நோட்

பண்ணியிருப்பா.."

வருணிற்கு நண்பனது சொல் வியப்பை அளித்தாலும் வெளியே கேலியாய், "ஹான், அப்படியா?"

"அப்படியேத்தான்.."

"ஓஹோ.. அந்த அப்படி, எப்படி மச்சான்..?"

"நேத்து வந்ததுல இருந்து உன் தங்கச்சி அந்த வேலை தான் பார்க்கிறா.."

"எந்த வேலைன்னு கொஞ்சம் சொல்லுறீங்களா மச்சான்..!"

"என்னை ஆராய்ச்சிப் பண்ணுற வேலைதான். அவ பார்க்கிற பார்வை இருக்கே, அப்பா அவ்வளவு சார்ப். கண்ணாலயே மனசைக் கீறிவிட்டு மருந்தும் போட்டுடுறா. அவளுக்கு எதிர்ல நிக்கவே முடியல, திடுதிப்புன்னு கண்ணுல இருந்து தண்ணி வந்திடுது.

சில நேரம் மூச்சு முட்டுதுடா மச்சான், அவளோட முகத்தைப் பார்க்கவே அவ்வளவு தயக்கமா இருக்கு.

மனசு வேற அப்பப்ப படபடன்னு அடிச்சிக்கிது, சில டைம் கைகால் எல்லாம் நடுங்க ஆரம்பிச்சிடுது.." எனத் தன் உணர்வுகளை அவன் வெளிப்படுத்த, வருணோ சிரிப்பைக் கட்டுப்படுத்த போராடிக் கொண்டிருந்தான்.

அதைக் கண்ட மொழியன், "என் நிலைமை உனக்குச் சிரிப்பா இருக்கா மாப்பிள்ள?"

"வேற என்ன செய்யணும்ன்ற?"

"நீயும் இதேமாதிரி, எப்பவாது ஃபீல் பண்ணியிருக்கியா?"

"ம்ம்.."

"எப்ப?"

"வசுக்குப் பிரசவ வலி வந்து அவளை ஹாஸ்பிடல்ல சேர்த்தப்ப. நீ சொன்ன எல்லாத்தோடவும் சேர்த்து.. நிறையப் பயமும், எதிர்பார்ப்பும் இருந்தது..!"

மாப்பிள்ளையும் மச்சினனும் தங்களது உணர்வுகளைப் பரிமாறிக் கொண்டிருக்க, இருவரின் எதிரே வந்து நின்றாள் சாரா.

மொழியன் அவளைக் கேள்வியாய் பார்க்க, "நானும் ராணியும் ஐஸ்கிரீம் சாப்பிட வெளிய போறோம். உங்க வண்டி கீ வேணும்!"

"நீங்க எதுக்குப் போறீங்க? வீட்டுலயே இருங்க, நான் போய் வாங்கிட்டு வரேன்.."

"ஒண்ணும் வேணாம், நாங்களே போயிட்டு வரோம்.."

"சாரல் மா, உனக்கு இது புது இடம்டா. எப்படித் தனியாப் போவ?"

"அதெல்லாம் நான் பார்த்துக்கிறேன். பத்திரமா ராணிக் குட்டியோட வந்திடுவேன்.." என்றவாறே அவனது கையில் இருந்த திறவுகோலைப் பிடுங்கிக் கொண்டு, கணவனது சட்டைப் பையில் இருந்து பணத்தையும் எடுத்தாள்.

"ராணிக் குட்டி, போலாமா..?" எனக் குழந்தையிடம் திரும்பி வினவ.. அவளும் வியப்பில் விழிவிரித்து வேகமாய்த் தலையசைத்து, ஓடிவந்து அத்தையின் கையைப் பற்றிக் கொண்டாள்.

இரண்டடி எடுத்து வைத்தவள், "இன்னும் ஸ்கூட்டியைத் தான வச்சிருக்கீங்க? இல்ல வேற வண்டி எதுவும் மாத்தீட்டீங்களா?"

"எங்க.. நீ ஆசைப்பட்டுக் கேட்டேன்னு பிங்க் கலர்ல அப்ப வாங்கின அதே ஸ்கூட்டியைத் தான் இன்னும் வச்சிருக்கான் மச்சான்.

இப்ப கம்பெனிக்காகக் காரெல்லாம் பார்த்து ஃபார்மாலிட்டீஸ் எல்லாம் முடிச்சாச்சு. ஆனா சாருக்கு அதைச் சோரூம்ல இருந்து எடுத்திட்டு வர்றதுக்குத் தான் நேரமில்ல.." என வருண் நண்பனைப் பார்த்தவாறே, முறைப்புடன் உரைத்தான்.

'அப்படியா?' என்பது போல் அவள், மொழியனைப் பார்க்க அவனோ மெலிதாய் புன்னகைத்தான்.

ஆடவனின் இதழோரம் ஒட்டியிருந்த குறுஞ்சிரிப்பைக் கண்டவளது இதழ்களும் மலர, "இன்னைக்கு ஈவ்னிங் ரெண்டு பேரும் போயி, காரை எடுத்திட்டு வாங்கண்ணா.." என வருணிடம் கூறினாலும்.. பாவையின் கண்கள்

கணவனிடம், சொன்னதைச் செய்யுமாறு கட்டளையிட்டது.

கால்சராயில் இரு கைகளையும் நுழைத்தவாறு நின்றிருந்தவன், பார்வையாலேயே 'சரி' என்பதாய் உரைத்து தலையை மட்டும் அசைக்க, வெட்கப் புன்னகையுடன் திரும்பினாள்.

இருவருக்கும் இடையே நடந்த பார்வைப் பரிமாற்றத்தை ஆராய்தலுடன் கவனித்த வருண் சாராவிடம், "இந்த ரெண்டு வருஷமா, எங்க இருந்தீங்க மா?"

"வைசாக்ல அண்ணா.."

அவன் அடுத்த வினா எழுப்பும் முன், "வந்து உங்களுக்கு எல்லாத்தையும் விவரமா சொல்றேன்.." எனப் பேச்சை முடித்த சாரா, மற்றவரிடம் சொல்லிக் கொண்டு, மொழியனிடமும் தலையசைத்து விட்டு, ராணியுடன் வெளியே சென்றாள்.

வாயிலைப் பார்த்துக் கொண்டிருந்த மொழியன் உட்புறம் திரும்ப, அவனைக் கண்களாலேயே எரித்தான் வருண்.

நண்பனது எண்ணத்தை உணர்ந்து கொண்டு, அதைக் கண்டும் காணாமல் தந்தையிடம், "சரிப்பா நான் ஆஃபிஸ் கிளம்புறேன்.."

"உன் வண்டியைத் தான் சாரா எடுத்துக்கிட்டுப் போயிட்டாளே, எதுல போவ மச்சான்..?" என வருண் அவனை நிறுத்தி வைக்க முயல, "அதுக்கென்ன பஸ்ல போயிட்டாப் போச்சு. முன்னாடி அதுல தான போனேன்.."

"அப்படி என்ன அவசரம், ஆஃபிஸ்ல பெருசா எந்த வேலையும் இல்லையே? ப்ராஜெக்ட் வொர்க்கைக் கூட நேத்து ஈவ்னிங்கே முடிச்சிட்டியே? மெதுவாப் போகலாம்..!"

"அதுக்காக வீட்டுல இருக்க முடியுமா? அப்புறம் கம்பெனி நிலைமை என்னாகுறது?" என்றவன் தந்தையிடம் திரும்பினான்.

"வசு இன்னைக்கு நம்ம வீட்டிலயே இருக்கட்டும் ப்பா, மாப்பிள்ளை நீயும் இங்கேயே இரு. ஈவ்னிங் வீட்டுக்குப்

போகலாம். இன்னைக்கு நீ ஆஃபிஸ் கூட வரவேணாம். நான் பார்த்துக்குறேன்.." என நழுவ முயன்ற மொழியனியின் சட்டையைப் பற்றி இழுத்து, தனியே சென்றான் வருண்.

நண்பர்கள் இருவரைப் பற்றியும் நன்கு அறிந்திருந்ததால், அதைக் கண்டு கொள்ளாது.. சிவநாதனும் வசுவும் தங்களது பேச்சில் ஈடுபட்டிருந்தனர்.

அத்தியாயம் 20

வருண் மொழியனைப் பார்வையாலேயே துளைக்க, அவனோ வேறுபுறம் பார்த்தவாறு நின்று கொண்டிருந்தான்.

"டேய் இந்தப்பக்கம் திரும்புடா.." என நண்பனது உடையின் கழுத்துப் பட்டையைப் பற்றி இழுக்க, "எஸ் மிஸ்டர் வருண்.." என்று திரும்பியவனின் கையைப்பற்றி முறித்து, முதுகின் பின்புறமாய்க் கொண்டு சென்று இறுக்கினான்.

"டேய் டேய் வலிக்கிது, விடுடா.." எனக் கூறியவாறே, அவனது பிடியில் இருந்து தன்னை விடுவித்துக் கையை உதறிக் கொண்டான் மொழியன்.

"வைசாக்ல நீ சாராவைப் பார்த்த தான?"

"ஆமா, அதுக்கென்ன?"

"அடிங்க, எவ்வளவு அசால்ட்டா கேட்கிற? அன்னைக்கு நான் ஃபோன் பண்ணப்ப ஏன்டா சொல்லல?"

"என்னனு சொல்லுறதுடா, அவளுக்குத் தான் என்னை ஞாபகம் இல்லையே?"

அவன் புரியாது விழித்து, "என்னடா சொல்லுற?"

"ஆமா மாப்பிள்ள.." என்ற மொழியன், சாராவை விசாகப்பட்டினத்தில் சந்தித்த போது நடந்த நிகழ்வுகளை, பகிர்ந்து கொண்டான்.

வருண் குழப்பத்துடன், "அப்புறம் எப்படி இங்க வந்தா?"

"சாகி தான் கூட்டிட்டு வந்திருக்கான்.."

"அவன்தான கூட்டிட்டுப் போனான், இப்ப என்னவாம்?"

"ஒன்றரை வருஷமா சாரலுக்கு டிரீட்மெண்ட் நடந்திருக்கு வருண். அவளுக்கு நினைவு திரும்பினதுக்கு அப்புறம் இடையில நடந்ததெல்லாம் ஞாபகம் இல்ல. ஒருவேளை அவக்கிட்ட நடந்ததைச் சொன்னா, திரும்ப ஏதாவது பாதிப்பு வந்திடுமோனு பயந்து சொல்லாமலயே இருந்திட்டான்.."

"ம்ம், நியாயமான பயம் தான்.." என ஒரு பெருமூச்சு விட்ட வருண், "அதுசரி.. அவளுக்குத்தான் உன்னைத் தெரியாதே, அப்புறம் எப்படி உன்கூட இங்க?"

"நான் அவளை வைசாக்ல பார்ப்பேன்னு கொஞ்சம் கூட எதிர்பார்க்கல மாப்பிள்ள. நான் பேசுனதை வச்சு, என்னைப் பத்தி சாகிக்கிட்ட விசாரிச்சிருக்கா. அப்புறம் பார்த்தா திடீர்ன்னு நேத்து இங்க வந்து நிக்கிறா.."

குழப்பத்துடன் பார்த்தவன், "இப்ப சாராவுக்கு எல்லாம் தெரியுமா மச்சான்?" எனக் கேட்க, மெலிதானப் புன்னகையுடன் தலையசைத்தான் அவன்.

நண்பனைப் பார்த்துச் சிரித்த வருண், அவனது சட்டைப் பையில் இருந்து எட்டிப்பார்த்துக் கொண்டிருந்த ரூபாய் நோட்டுக்களைச் சரி செய்துவிட்டு, "இருந்தாலும் நான் இந்தளவுக்கு நினைச்சு பார்கலைடா.."

அவனது சொல்லின் பொருளை உணர்ந்த மொழியன் வேறுபுறம் திரும்பி நின்று கொள்ள, "அழகா வெட்கப்படுற அண்ணா, ஒரே நாள்ல எப்படி மாறீட்ட? அண்ணி மந்திரம் எதுவும் போட்டுட்டாங்களா என்ன!" என்றவாறே கணவனின் அருகே வந்து நின்றாள் வசுதா.

"ஆமா ஆமா, காதல் மந்திரம்.." என வருண் சிரிக்க, மொழியன் நண்பனை முறைத்தான்.

"ஏன் வசு, நீயுமா?" எனத் தங்கையிடம் கேட்டுவிட்டு, தன்னுள் எழுந்த பரவச உணர்வுகளைத் தலைகோதியவாறே அவன் சமாளிக்க.. கணவனும்

மனைவியும் சிரித்துவிட்டனர்.

சில நொடிகள் இதமாய்க் கழிந்திருக்க, "எங்க எல்லாரையும் அண்ணிக்குத் தெரிஞ்சிருக்கு ண்ணா, நீயா சொன்ன?"

"தன் பொண்டாட்டியைச் சைட் அடிக்கவே இவனுக்கு நேரம் பத்தலை. இவன் எங்க சொல்லியிருக்கப் போறான்?" என வருண் தன் மனைவிக்குப் பதிலளிக்க, மொழியனும் அதை உறுதி செய்யும் விதமாய், "நான் அவக்கிட்ட நம்ம குடும்பத்தைப் பத்தி எதுவுமே சொல்லல வசு. சாகி அவளுக்கு எல்லாத்தையும் சொல்லிதான் இங்க கூட்டிட்டு வந்திருக்கான்.."

வருண் கேள்வியாய், "ஆமா சாகி எங்க, ஆளையே காணோம்?"

"வைசாக் கிளம்பிட்டான் மாப்பிள்ள.." எனச் சாகித்யன் வந்து சென்ற விபரத்தைத் தெரிவித்தான் மொழியன்.

"எதுக்கு அண்ணா தனிவீடு, அவன் ஒருஆள் தான? நம்ம வீட்டிலேயே இருக்கச் சொல்லலாம் இல்ல?"

"நான் சொல்லியிருக்க மாட்டேனு நினைக்கிறியா வசு?" என்ற மொழியனின் குரலில் இருந்த வருத்தம் இருவருக்குமே புரிந்தது.

மூவருக்கும் எதுவும் பேசத் தோன்றாது, சில நிமிடங்கள் அமைதியாகவே கழித்தனர்.

"வசுமா இந்தா மாதுளை ஜூஸ், குடி.." என்றவாறே அவர்களை நோக்கி வந்த சிவநாதனைத் தடுத்தவள், "நீங்க எதுக்குப்பா அலையிறீங்க? அங்கேயே இருங்க, நான் வர்றேன்.." என அவ்விடம் விட்டு நகர்ந்தாள்.

சென்ற மனைவியிடம் இருந்து பார்வையை நண்பனிடம் திருப்பிய வருண், "சரி மச்சான், அடுத்து என்ன?"

மொழியன் புரியாது விழித்து, "என்ன அடுத்து?"

"சாராவும் வந்தாச்சு, லைஃப்ல அடுத்து மூவ் ஆகணும்ல?"

"ம்ம். அதுக்கு முன்னாடி முக்கியமான ஒரு வேலை இருக்கு, அதை முதல்ல பண்ணனும்.."

"என்ன மச்சான் அது?"

"கல்யாணம் மாப்பிள்ள.."

வருண் சற்றே திகைத்து, "என்னடா சொல்லுற, யாருக்குக் கல்யாணம்?"

மொழியன் சிரித்து, "சாரல் தாலிக் கட்டச் சொல்லி கேட்டா.." என்றதும் வியப்பு, மகிழ்ச்சி, குழப்பம் என மூன்றும் ஒருங்கே தோன்ற, இன்னதென்று புரியாத உணர்வுடன், "நேத்துத் தானடா சாரா வந்தா?"

"ஆமா மாப்பிள்ள, ஏன் இந்த டவுட்?"

"ஒரே நாள்ல, எப்படிடா இந்தளவுக்கு? இல்ல வைசாக்ல அவக்கிட்டப் பேசி சமாதானம் எதுவும் செஞ்சிட்டு வந்தியா?"

மொழியன் புன்னகைத்து, "எனக்கு ஒண்ணும் சாரல் முன்னப்பின்ன அறிமுகம் ஆகாதவ இல்ல வருண். எங்களுக்குக் கல்யாணம் ஆகி மூணு வருஷம் ஆச்சு.

கணவன் மனைவி உறவுல உடல்களைத் தாண்டின மனப்புரிதல் இருக்கணும். எனக்கு அவளைப் பத்தின புரிதல் நிறையவே இருக்கு வருண். அதுல பத்து வயசு சாரலும், இப்ப இருக்கச் சாராவதியும் சேர்த்து அடக்கம்.

அவளைத் திரும்பிப் பார்த்தப்ப ஏற்பட்ட சந்தோஷத்தை விட, என்னை விட்டுப் போயிட்டாளேன்ற வலிதான் அதிகமா இருந்தது. அதுவும் இல்லாம அவளுக்கு என்னை ஞாபகம் இல்ல. அதான் வேண்டாம்ன்னு சொல்லீட்டு வந்தேன்.

உனக்கே தெரியும் மாப்பிள்ள, என்னோட வாழ்க்கையில சாரலோட தாக்கம் எதுவரைக்கும் இருந்ததுன்னு. அவ என்னை விட்டு விலகி இருந்தா, மூணாவது மனுஷி ஆயிடுவாளா? இல்ல நான்தான் என்னோட உறவை மறந்திடுவேனா?

அவக்கூட இருந்தது என்னவோ அஞ்சு மாசம் தான். ஆனா என்னோட ரூமுக்குள்ள போகும் போது, இப்பவும்

அவளை உணர முடியுது.."

"உனக்கு அவ மனைவி தான் மொழியா, எத்தனை வருஷம் ஆனாலும் அவளோட நினைவுகளை நீ மறக்கவும் மாட்ட.. சரிதான்! ஆனா அவளுக்கு நீ புதுஉறவு இல்லையா, புது மனுஷன்.."

மறுத்து தலையசைத்த மொழியன், "சாராவைப் பொறுத்தளவு நான் அவளோட புருஷன், அவ்வளவு தான். ஒரு மனைவியா அவளுக்கு என்கிட்ட எல்லா உரிமையும் இருக்குன்னு நினைக்கிறா.

அதை அவ என்கிட்ட பேசி, சிரிச்சு, விளையாடி, கோபிச்சு, சண்டைப் போட்டு, உரிமையாக் கேட்டு, ஆர்டர் போட்டு இப்படி என்னெல்லாம் செய்ய முடியுமோ.. அப்படி எல்லாம் செஞ்சிக்கிறா.

சாரலுக்கு மொழியன் தான் புது மனுஷனே தவிர, இனியன் கிடையாது. என்ன அது அவளுக்கே இன்னும் புரியல. இனியன் அவளோட நினைவில் இல்லையே தவிர, உணர்வுகளோட கலந்து போனவன் வருண்.."

மொழியன் உதிர்க்கும் ஒவ்வொரு சொல்லையும் அவன் வியப்புடன் உள்வாங்கிக் கொண்டிருக்க, தன் எண்ணங்களை வார்த்தைகளாய்த் தொடர்ந்தான் அவன்.

"உண்மையச் சொல்லணும்னா, இந்த இரண்டரை வருஷ காலம்.. எங்களுக்குள்ள இருந்த உறவுக்கு ஒரு புது அர்த்தத்தையும், வலிமையையும் கொடுத்திருக்கு வருண்.

முதல்ல குழந்தையா இருந்து அன்பா ஆர்டர் போட்டவ, இப்ப மனைவியா உரிமையோட அதிகாரமா ஆர்டர் போடுறா.

என்னதான் ஒருத்தரோட வாழ்க்கையில, நடத்தையிலன்னு எவ்வளவோ மாற்றம் வந்தாலும்.. அவங்களோட இயல்பான குணம்னு ஒண்ணு இருக்கு மாப்பிள்ள. அது என்னைக்கும் மாறாது.

அடிச்சாலும் திரும்பக் குழந்தை, அதோட அம்மாவைத் தான் தேடும். தாய் மனசும் அப்படித்தான். அதேபோலத்தான் இதுவும்!

எனக்கு அவளோட இருக்கிற இந்த நிமிஷங்கள் போதும். எனக்குச் சாரலை, அவ இப்ப எப்படி இருக்கிறாளோ அப்படியே பிடிச்சிருக்கு. பழைய சாரலையும், என்னைச் சீண்டி வேடிக்கைப் பார்க்கிற இந்தச் சாராவையும் உணர்வுப்பூர்வமா நேசிக்கிறேன்.

நான் தவறவிட்ட இடைப்பட்ட காலத்துக்கும் சேர்த்து, வாழ்க்கை முழுக்க இதேபோல.. இல்ல இல்ல இதை விட அதிகமா, திகட்டத் திகட்ட அவளை நேசிக்கணும்.." எனப் புன்னகைத்த நண்பனை தன்னிலை மறந்து பார்த்துக் கொண்டிருந்தது வருண் மட்டுமல்ல, அவனின் பின்பக்கமாய் நின்றிருந்த சாராவும் தான்.

வீட்டிற்கு வந்ததும் ராணி, தனது தந்தைக்கும் மாமனுக்கும் பனிக்கூழைக் (ஐஸ்கிரீம்) கொடுக்கலாம் எனக் கூற, இருவருமாய் அவர்கள் இருக்கும் இடத்திற்கு எடுத்து வந்திருந்தனர்.

ஆண்கள் பேச்சு முனைப்பில் அவர்களைக் கவனிக்கத் தவறி விட, மொழியனது சொற்களைக் கேட்ட சாரா.. ராணியிடம் பேசாமல் இருக்கும் படி செய்கை செய்ய, குழந்தையும் அதை விளையாட்டு என நினைத்து அமைதியாக இருந்து கொண்டது.

மாமனது பேச்சு நின்றதும், "அய் மாமாவும் அப்பாவும் நமள கந்துபிதித்தல.." என ராணிக்குட்டிக் கைத்தட்டிச் சிரிக்க, இருவரும் குழந்தையின் குரல் கேட்டு திரும்பினர்.

மொழியன் சாராவைக் கண்டதும் பார்வையாலேயே என்னவென்று வினவ, அவளோ ஒன்றுமில்லை என்பதைப் போல் மறுத்துத் தலையசைத்தாள்.

வருண் சூழலை உணர்ந்து இருவருக்கும் தனிமைக் கொடுக்க எண்ணி, "அம்முக்குட்டியை அம்மா தேடிக்கிட்டு இருந்தாங்க, வாங்கப் போகலாம்.." எனக் குழந்தையுடன் நகர்ந்தான்.

வருண் சென்றதில் இருந்து மௌனச் சிலையாய் நின்றிருந்த சாராவைப் புரியாமல் பார்த்தான் மொழியன். அரைமணி நேரத்திற்கும் மேலாகக் கடந்துவிட்ட நிலையில்,

இனிமேலும் அமைதியாய் இருப்பது சரிவராது என்றெண்ணி அவனே பேச்சைத் துவக்கினான்.

"சாரல் மா.." என்றவனின் அழைப்பிற்குச் செவிசாய்த்து ஆடவனின் புறம் திரும்பியவளிடம், "என்னாச்சு மா?" என்று கேட்க, பதிலேதும் சொல்லாது அங்கிருந்த புல் தரையில் அமர்ந்தாள்.

அவனது கால்களும் அனிச்சையாய் மடங்கி அமர்ந்து கொள்ள.. சில நொடிகளில் தானாய் அவளின் தலை மொழியனின் தோளில் சாய்ந்தது. அவனுக்கு முதன் முதலில் சாரல் தன்மேல் சாய்ந்தது நினைவிற்கு வந்தது.

* * *

அன்று சாகித்யனைக் கல்லூரி விடுதியில் விட்டுவிட்டு மொழியனும் சாரலும் திரும்பி வந்து கொண்டிருந்தனர். தம்பியைப் பிரிந்து வந்ததால், கோபத்தில் இருந்தாள் பாவை இரு ஆண்களிடத்திலும். கல்லூரியில் இருந்து கிளம்பியதில் இருந்து.. தன்னவனின் முகத்தையும் பார்க்கவில்லை, ஒரு சொல் பேசவும் இல்லை.

பேருந்தினது சாளரக் கம்பியின் மேல் தன் தாடையைப் பதித்து, இருபுறமும் கைகளை வைத்தபடி வெளிப்புறம் வேடிக்கைப் பார்த்துக் கொண்டு வந்தாள் சாரா.

வாகனத்தின் வேகத்தில் காற்றில் கலந்திருந்த சில மண் துகள்கள், பாவையின் கண்களில் தன் வேலையைக் காட்ட, சட்டென்று திரும்பியவளின் தலை அருகே அமர்ந்திருந்த ஆடவனின் மூக்கினில் இடித்துவிட.. நொடிப்பொழுதில் ஏற்பட்ட வலியில் தன்னை மறந்து கத்திவிட்டான் மொழியன்.

ஆடவனின் சப்தத்தில் பயந்து போனவள், "ஐயோ என்னாச்சு?" என்றிட, அவனோ தன் மூக்கினைத் தொட்டுப் பார்த்தான்.

மூக்கின் இரு துவாரங்களுக்கும் இடையே இருக்கும் மெல்லிய சவ்வு சற்றே சேதமடைந்து அதிலிருந்து சில

குருதித்துளிகள் வெளியாயின.

வலி என்று பெரிதாக இல்லை எனினும், எதிர்பாராத நிகழ்வினால் ஏற்பட்ட அதிகப்படியான எரிச்சலின் காரணமாகவும், அத்தோடு மூளை வரை உண்டான அழுத்தத்தின் விளைவாகவும் ஆடவனின் கண்களில் மெலிதான நீர் படலம் உருவாகிவிட்டது.

மொழியன் தன்னையே இயல்பாக்க முயன்று கொண்டிருக்க, அதைக் கண்ட சாரலின் மௌனவிரதம் எல்லாம் காற்றோடு கரைந்து, "ஸாரி இனியா, ஸாரிடா. அச்சோ ப்ளட் வருது.."

"ஏய் ரிலாக்ஸ் ஒண்ணுமில்ல, கொஞ்ச நேரத்துல சரியாகிடும்.." என்றவன், தலையைப் பின்பக்கமாய்ச் சாய்த்துத் தன்னை ஆசுவாசப் படுத்திக் கொண்டான்.

சிறிது நேரத்தில் குருதி வெளியேறுவது நின்றுவிட, அதன்பின்பு தான் நிதானத்திற்கு வந்தாள் சாரா.

அவளின் முகத்தைப் பார்த்த மொழியன், "என்ன கோபம் போயிடுச்சா?"

"இல்ல, ஆனா நீ பாவம். என்னால அடிபட்டிடுச்சுல, அதான் பேசினேன்.." என்றவளைப் பார்த்துச் சிரித்தவன், மெதுவாய் அவளிடம் பேச்சுக் கொடுக்கத் துவங்கினான்.

தனது சிறுவயது கதைகளை உரைத்துக் கொண்டே வந்தவள், தன்னை மறந்து உறங்கி விட.. பேருந்தின் அசைவில் பாவையின் தலை தானாய் அவன் மீது சாய்ந்தது. மொழியனின் இதழ்கள் அதில் அனிச்சையாய் புன்னகை சிந்த, கண்களோ கையில் இருந்த புத்தகத்தில் பதிந்திருந்தது.

நொடிகளின் நகர்வில் அவள் நழுவி கீழே விழப்போக, சாராவின் தோள் பற்றி அமர வைத்தான் ஆடவன். அவனது தீண்டலில் தூக்கம் கலைந்தவள் விழித்துப் பார்த்துவிட்டு, சாளரக் கம்பியினில் தலை சாய்த்துக் கொண்டாள்.

காற்றிற்கு அவளின் குழல் வெளிப்புறம் பறக்கத்துவங்க, இழுத்து தன் தோளில் சாய்த்துக் கொண்டான் மொழியன்.

இமைகளைப் பிரித்தவள் மீண்டும் அவனிடமிருந்து விலக, "என்னாச்சு?"

"நீ சாகியை விட்டுட்டு வந்திட்டேல, நான் உன்மேல கோபமா இருக்கேன். அதுனால உன்மேல படுக்க மாட்டேன் போ.."

அவன் சிரித்து, "சாரல் குட்டிக்குத் தூக்கம் வருதுல, இப்படி அடிக்கடி நழுவி விழுந்தா உனக்கு அடிபட்டிடும். அதுனால இப்ப என்மேல படுத்துக்க. வீட்டுக்குப் போனதுக்கு அப்புறம் என்கிட்டச் சண்டைப் போட்டு, கோபத்தைக் காட்டிக்கலாம். என்ன..?" என்று கூற, அவளோ குழப்பத்துடன் பார்த்தாள்.

அவன், "என்னாச்சு?"

"நான் உன் மூக்கை இடிச்சேன்ல, உனக்கு என்மேல கோபம் இல்லையா?"

"இல்ல, அதான் நீ ஸாரி சொல்லீட்டேல?"

"ஸாரி சொன்னா, கோபம் போயிடுமா உனக்கு?"

அவன் 'ஆம்' எனத் தலையசைக்க.. சிரித்துவிட்டு அவனது வலக்கையைத் தன் இருக்கைகளாலும் பற்றித் தன்னோடு அணைத்தபடி தோளில் சாய்ந்து கொண்டாள் சாரா.

* * *

இன்று..

மௌனமாய் நீண்ட நிமிடங்களின் மயக்கத்தைக் கலைத்து, "சார.." எனப் பேச வாயெடுத்தவனை நிமிர்ந்து பார்த்தவள், அவனது இதழ்களில் விரல் வைத்துப் பேச்சை நிறுத்தி, "ப்ளீஸ் எதுவும் பேச வேண்டாம்.."

அவன் சின்னதாய் சிரித்துத் தலையை மட்டும் அசைக்க, "எனக்குக் குணமாகமலேயே இருந்திருக்கலாம்ன்னு தோணுது!"

"ஏன்?"

"ப்ச்ச் உங்களைப் பத்தி எதுவும் ஞாபகம் இல்லை. ரொம்பக் கஷ்டமா இருக்கு!"

"நீ குணமாகாம இருந்திருந்தா சாகி கூட்டிட்டு வந்திருக்க மாட்டானே..?"

"அவன் கூட்டிட்டு வரலைனா, நீங்க என்னைத் தேடி வர மாட்டீங்களா...?"

"எல்லாரோட தேடலும் கை சேருறது இல்ல சாரல்மா. பல பேருக்கு ஏமாற்றம் தான் மிஞ்சியிருக்கு. தப்பு என்மேல தான், நான் உன்னை என்கூடவே கூட்டிக்கிட்டுப் போயிருந்தா, இவ்வளவு பிரச்சனை வந்திருக்காது.."

"ம்ம், சாகி மேலயும் தப்பிருக்கு. உங்கக்கிட்ட ஒரு வார்த்தைச் சொல்லீட்டுக் கூட்டிட்டுப் போயிருக்கலாம்.."

"விடு அதான் எல்லாம் நடந்து முடிஞ்சிடுச்சே.." என்றவனை அவள் நிமிர்ந்து பார்க்க, "என்ன?" என்றான்.

"வருண் அண்ணா சொன்னாங்களே, நான் சொன்னேன்னு தான் ஸ்கூட்டி வாங்கினீங்களா?"

"பஸ்ஸில போகிறப்ப நீ பேசுறதையும், நடந்துக்கிறதையும் மத்தவங்க ஒருமாதிரிப் பார்ப்பாங்க. அடிக்கடி டிரீட்மெண்ட்டுக்காக ஹாஸ்பிடல் வேறப் போக வேண்டியது இருந்தது. அதான் பைக் வாங்கலாம்னு நினைச்சேன்.

அங்க போனதும் நீ ஸ்கூட்டியைப் பார்த்திட்டு, அதை வாங்கலாம்னு சொன்ன. அதான்.." என்றவனைப் பார்த்துச் சிரித்துவிட்டு, ஆடவனின் இடையில் கைக்கோர்த்து அணைத்துக் கொண்டாள் சாரா.

அவன், "எனக்கு உன்கிட்ட ஒண்ணு கேட்கணும் சாரல்மா.."

"என்ன?"

"என்மேல இருந்த கோபம் போயிடுச்சா?"

அவள் புரியாமல் விழித்து, "என்ன கோபம், யார் சொன்னா அப்படி?"

"யாரும் சொல்லல, நானா தான் கேட்கிறேன்.."

"ஏன் திடீர்னு இப்படிக் கேட்கிறீங்க? எனக்கெதுக்கு உங்க மேல கோபம் வரப்போகுது?"

"நீ நினைவில்லாம இருந்தப்ப, உனக்கே தெரியாம கல்யாணம் செஞ்சிருக்கேன்.."

"ம்ம், அதுனால என்ன?"

"நேத்து நீ சொன்னேல, நான் தான் உங்க மேலக் கோபப்படணும்னு அதான்.." எனக் குரல் உள்ளே போகக் கேட்டவனைப் பார்த்து சிரித்தவள், "நியாயமா கோபம் வந்திருக்கணும், பட் வரல.."

அவன் சற்றே எதிர்பார்ப்புடன், "ஏன்?"

"தெரியலையே..!" எனக் கீழுதட்டைப் பிதுக்கினாள் அவள்.

அதைக் கண்டு சிரித்த மொழியன், "சரி சொல்லு, உனக்கு எப்படிக் கல்யாணம் பண்ணிக்கணும்?"

"என்ன திடீர்னு?"

"நீதான காலையில கேட்ட? உனக்கு ஓகேன்னா, நாம திரும்பவும் கல்யாணம் பண்ணிக்கலாம்.."

முகம் மலர்ந்தவள், "நிஜமாவா?"

"நிஜமாதான்..!"

"எனக்காகவா?" என்றவளின் தலையில் லேசாய் முட்டியவன், "எனக்காகவும் தான்!" என அவளது கழுத்தை மென்மையாய் வருடிவிட்டான்.

ஆடவனது தீண்டலில் கூச்சம் மேலிட்டாலும், அதை வெளிக்காட்டாது தனக்குள்ளே மறைத்துக் கொண்டு, "உங்களோட கோபம் என்னாச்சு?"

"ஏது, உன்னை வெளியப் போன்னு சொன்னதைக் கேட்கிறியா?"

பொய்யாய் முறைத்தவள், "ஆமா அதைதான். எவ்வளவு தைரியம் இருந்தா அப்படிச் சொல்லுவீங்க?"

"அட நீ வேற.. எனக்கு உரிமையில்லையான்னு நீ கேட்ட அந்த நிமிஷமே, அதெல்லாம் காத்தோட போயிடுச்சு. அதுவும் காலையில புருஷன் கூப்பிட்டதும் எல்லாமே மறந்து போச்சு.." எனச் சிரித்தான்.

"எனக்கும் தெரியும், அந்தக் கோபம் எல்லாம் சும்மாதான்னு.."

"எப்படி?"

“அதை அப்புறம் சொல்லுறேன். இப்ப முக்கியமான விஷயத்தைப் பத்திப் பேசுவோமா? நம்ம குடும்பத்துல இருக்க எல்லாரையும் கூப்பிட்டுக் கல்யாணம் பண்ணனும். முக்கியமா பார்கவி அண்ணிய.." என்றவளின் மனவலி புரிந்தது அவனுக்கு.

தங்களது திருமணம் முடிந்த தினத்தன்று, "சொந்தபந்தம் யாரும் இல்லாம தாலிக்கட்டுனா, அது கல்யாணம்னு ஆகிடுமா? நான் கல்யாணத்தைப் பார்க்கவே இல்ல, அதுனால நான் அதை ஒத்துக்கிட மாட்டேன்.." என்றுரைத்த தன் தமக்கையின் சொற்கள் மொழியனுக்கு நினைவு வந்தன.

தன்னவளின் ஆசைகளை அறிந்திடும் பொருட்டு, "ம்ம் சரி, வேற யாரையாவது கூப்பிடணுமா?"

"வடிவு சித்தியைக் கூப்பிடணும். அன்னைக்கு நிலைமைல என்ன பண்ணுறதுனு தெரியாம நின்னப்ப, அவங்கதான் எனக்கும் சாகிக்கும் ஹெல்ப் பண்ணது.."

"ம்ம் நிச்சயமா கூப்பிடலாம்.."

"அவ்வளவு தாங்க. இது போதும், சிம்பிளா கோவில்ல கல்யாணம் பண்ணிக்கலாம்.."

"சரி.." எனத் தலையசைத்தவனின் மீசையைப் பற்றி இழுத்து, "தேங்ஸ்.." என்றுரைத்து அவனது கன்னத்தில் இதழ்களைப் பதித்தாள் சாரா.

மொழியன் அவளை வியப்புடன் பார்க்க, "ஒருத்தவங்க நமக்கு ஒண்ணு கொடுத்தா, நாமளும் ஏதாவது திருப்பிக் கொடுக்கணும் என் அழகு புருஷா.." என்றவளுக்கு அவன் மறுப்பைப் பதிலாகக் கொடுக்க, தன்னவனை முறைத்தாள்.

அவன் சிரிக்க, "எனக்கு இப்ப வேணும்!" எனக் குழந்தையைப் போல் பிடிவாதம் பிடித்து, "ப்ளீஸ்டா.."

எனக் கெஞ்சி, "முடியுமா முடியாதா..?" என்று மிரட்டி, இறுதியில் அவனிடம் இருந்து ஒன்றுக்கு இரண்டாய் தன் கன்னத்தில் பெற்றுக் கொண்டு, வீட்டினுள் சென்றாள்.

வெட்கமும் கூச்சமுமாய் நிறைவான மனதுடன் அவளைப் பார்த்துக் கொண்டிருந்த மொழியனின் கண்களில் அனிச்சையாய் நீர் துளிர்க்க, புன்னகையுடன் அதைத் துடைத்துக் கொண்டான் ஆடவன்.

அத்தியாயம் 21

"அக்கா.." என்ற அழைப்பில் அறை வாயிலின் புறம் திரும்பினாள் சாரா. சற்றே மொழியனின் சாயலில் கண்களில் வியப்பும், முகத்தில் மலர்ச்சியுமாய் நின்றிருந்தாள் அவள்.

சாராவின் முகத்தில் அனிச்சையாய் புன்னகை துளிர்க்க, "நீ..?"

"என்னைத் தெரியிதா..?" என்றவாறே உள்ளே வந்தவள், சாராவை முழுமையாய் ஆராய்ந்துவிட்டு, "வாவ், எப்படி மாறீட்டீங்க அக்கா? நான் இப்பதான் உங்களை ஃபர்ஸ்ட் டைம் சேரியில பார்க்கிறேன். எவ்வளவு அழகா இருக்கீங்க?" எனப் பெரியவளின் இரு கைகளையும் பற்றிக் கொண்டு அவள் சுற்றினாள் .

உள்ளே வந்த மொழியன் அவளின் தலையில் லேசாய் தட்டி, "ஏய் லூசு அவ என்ன பழைய சாரான்னு நினைச்சியா? இன்னும் சின்னப்பிள்ளை மாதிரி சுத்தி விளையாடிக்கிட்டு இருக்க..?"

"போங்க மாமா.." எனத் தலையைத் தேய்த்தவாறே அவள் முகத்தைச் சுருக்க, மனைவியின் பார்வையில் தொக்கி நின்ற கேள்வியை உணர்ந்தவன், "பார்கவி அக்கா பொண்ணு ஸ்ருதி.."

"ஹாய்.." எனச் சாரா கைநீட்ட, "ஹாய் ஹாய், மோஸ்ட் வெல்கம் மை டியர் சிஸ்டர். தங்களைத் தங்களது அதே பழைய புகுந்த வீட்டிற்கு வரவேற்கிறேன்.!" என்று

தமக்கை முறையில் ஏற்றவளின் கையைத் தட்டிவிட்டு அணைத்துக் கொண்டாள் ஸ்ருதி.

பின் அருகே நின்றிருந்த மாமனைப் பார்த்தவள், "என்ன மாமா இப்படிச் செஞ்சிட்டீங்க? என்னை இப்படி ஏமாத்தலாமா, இனி என்னோட வாழ்க்கை என்னாகுறது?" எனச் சோகக்கீதம் வாசிக்க, அவனோ புரியாமல் விழித்தான்.

சாரா கணவனையும் அவளையும் மாறி மாறிப் பார்க்க, மொழியன் 'தெரியவில்லை' என்பது போல் தோளைக் குலுக்கினான்.

"ஹய்யோ.. ஹய்யோ.. மூணு வருஷத்துல படிப்பை முடிச்சிட்டு, உங்களையே கல்யாணம் செஞ்சிக்கிட்டு வீட்டோட செட்டில் ஆயிடலாம்னு கனவு கண்டேனே. இப்படி அக்காவைத் திரும்பக் கூட்டிட்டு வந்து என் காதல் இதயத்தை உடைச்சிட்டீங்களே மாமா..?" என அவள் வராத கண்ணீரைத் துடைக்க.. மொழியனின் முகமோ இஞ்சிச்சாறு குடித்ததைப் போல மாற, சாராவோ தன்னவனைப் பார்வையாலேயே எரித்தாள்.

"ஸ்ருதி என்ன பேச்சு இது?" என அவன் கண்டிக்க, "என்ன அக்கா நீங்க, இவ்வளவு கம்மியா ரியாக்ஷன் கொடுக்குறீங்க? இந்நேரம் மாமாவை இரண்டு அடி போட்டிருக்க வேண்டாமா?"

"அடிதான.. வா, நான் தர்றேன்.." என மொழியன் நெருங்க, "அக்கா அக்கா காப்பாத்துங்க ப்ளீஸ். நான் உங்களுக்குக் குச்சி மிட்டாயும், குருவி ரொட்டியும் வாங்கித் தர்றேன்"

சாராவும் அதை ஏற்று, "நிஜமா வாங்கித் தருவியா?"

"அச்சோ அக்கா ப்ராமிஸ் ப்ராமிஸ், பார்கவி மதர் ப்ராமிஸ்.."

"சரி சரி, நீ முன்னாடி வா. அவர் உன்னை ஒண்ணும் செய்ய மாட்டாரு, நான் பார்த்துக்கிறேன்!"

"ஹை, சோ ஸ்வீட் அக்கா.." என முன்னே வந்தவளை மொழியன் நெருங்கும் முன், "என்

புருஷனையே என்கிட்ட கோர்த்து விடுறியா நீ?" எனச் சாரா அவளின் காதைப் பிடித்துத் திருக, "நம் ராஜதந்திரங்கள் அனைத்தும் வீணாகி விட்டதே, இன்னமும் பயிற்சி வேண்டுமோ..!" என்று மொத்தக் கவலையையும் முகத்தில் குத்தகைக்குக் எடுத்துக் கொண்டாள் ஸ்ருதி.

"வாலு.." என மொழியன் அவளின் தோளில் வலிக்காதபடி அடித்துச் சிரிக்க, சாராவும் உடன் இணைந்து கொண்டாள்.

இதழ்களில் புன்னகை மலர படுக்கையில் அமர்ந்த ஸ்ருதி, "நீங்க இப்படிச் சிரிச்சு எவ்வளவு நாள் ஆச்சு மாமா. அக்கா வந்ததுக்கு அப்புறம் தான் உங்க முகத்துல சிரிப்பையே பார்க்கிறேன்.."

"சரி சரி பேசுனது போதும், சீக்கிரம் ரெடியாகு. உன்னை வீட்டுல விட்டுடுறேன்.." என்ற மொழியனிடம், "இல்ல மாமா மதியத்துக்கு மேலப் போறேன். வீட்டுக்குப் போயிட்டா, அக்கா இருக்கிறதால அம்மா என்னை இங்க விட மாட்டாங்க. அதுனால தான் ஊர்ல இருந்து நேரா இங்க வந்தேன். நீங்க ஆஃபிஸ் போங்க மாமா, நான் தாத்தாவைத் துணைக்குக் கூட்டிட்டுப் போயிக்கிறேன்.."

"சரி.." என இருவரிடமும் தலையசைத்து விட்டுச் சென்றான் மொழியன்.

சாரா, "ஊர்ல இருந்தா? நீ டூர் போயிருக்கிறதால மாமா சொன்னாரு.!"

"அது.. டூரைத் தான் ஊர்ன்னு சொன்னேன்.." எனச் சமாளித்தாள் சிறியவள்.

"இதை நான் நம்பணுமா? காலேஜ் திறந்து ரெண்டு மாசம் தான் ஆகுது. அதுவும் நீ பர்ஸ்ட் இயர். அதுக்குள்ள டூர் போறாங்களா என்ன, எந்த விஷயத்தை மறைக்கிற நீ? எதையும் முட்டாள் தனமா செஞ்சு, உன் எதிர்காலத்தை வீணடிச்சிக்காத ஸ்ருதி..!"

"சேச்சே நீங்க நினைக்கிற மாதிரி எல்லாம் இல்ல அக்கா. எங்க ஸ்கூலோட பீடீ டீச்சருக்கு ஆக்ஸிடெண்ட்

ஆகிடுச்சு. நான் கபடி டீம்ல இருந்தப்ப, எனக்கு நிறைய ஹெல்ப் பண்ணியிருக்காங்க க்கா. நாங்க தான் அவங்களோட லாஸ்ட் பேட்ச் ஸ்டூடண்ட்ஸ்.

இப்ப ரிட்டையர்ட் ஆகிட்டாங்க. மனசு கேட்கல.. அதான் ஃப்ரண்ட்ஸ் நாலு பேர் சேர்ந்து அவங்களைப் போய்ப் பார்த்துட்டு, மூணு நாள் கூட இருந்திட்டு வந்தோம்.."

"இதை நீ சொல்லிட்டே போயிருக்கலாம்ல?"

"ஏது எங்க அம்மாக்கிட்டையா? அவளுக்குச் சேவகம் பண்ண உனக்கென்ன தலையெழுத்தான்னு, டீச்சரை அசிங்கமா பேசிடுவாங்க அக்கா. அதான் காலேஜ் டூர் போறேன்னு சொல்லிட்டுப் போனேன்.."

"நாளைப்பின்ன தெரிஞ்சா வருத்தப்படுவாங்க இல்ல. உன்னை எப்படி இன்னொரு தடவை நம்பிக்கையா வெளிய அனுப்புவாங்க ஸ்ருதி..?"

"நான் சொல்ல வேண்டியவங்கக்கிட்ட சொல்லீட்டேன் அக்கா.." என்றவளை அவள் புரியாமல் பார்க்க, "மாமாக்குத் தெரியும். அவர்தான் என்னைக் கோயம்பேடுல பஸ் ஏத்தி விட்டாரு. இப்பவும் அவர்தான் பிக்கப் பண்ணாரு.."

"ஹோ, மாமாவும் மருமகளும் சேர்ந்து திருட்டுத்தனம் செய்யிறீங்களா?"

"என்ன செய்யிறது, இங்க நல்லதைக்கூட யாருக்கும் தெரியாமதான் செய்ய வேண்டி இருக்கு. ஊரும் மனுசங்களும் அப்படி மாறீட்டாங்க.."

"கிழவி மாதிரி பேசுற.." எனச் சாரா சிரிக்க, "இந்த உலகத்துக்கு ஒரு கருத்துச் சொல்ல விடமாட்டீங்களே. சோ சேட்.." என்று அவள் தலையில் கைவைத்துக் கொண்டாள்.

"சரி அதை விடு, உனக்குக் கபடின்னா பிடிக்குமா? எந்தப் போட்டியிலயாவது கலந்துக்கிட்டியா?"

"ஸ்கூல் படிக்கிறப்ப பதிநாலு வயசுக்கு கீழ உள்ளவங்களுக்காக நடந்த ஸ்டேட் லெவல் கபடிப்

போட்டியில எங்க டீம் வின் பண்ணுச்சு க்கா. லெவன்த் போனதும் எல்லாத்தையும் தூக்கி ஓரமா வச்சிட்டேன்.."

"ஏன்?"

"நீங்க வேற க்கா! அந்தப் போட்டியில கலந்துக்கப் போறதுக்கே, உண்ணாவிரதம் இருந்து அடி வாங்கீட்டுப் போனேன். அதுக்கப்புறம் கபடி விளையாடக் கூடாதுன்னு சொல்லிதான் அனுப்பினாங்க அம்மா.

நான் எப்படா படிச்சு முடிப்பேன், மாமாக்கிட்டக் காசை ஆட்டைய போட்டுக் கல்யாணம் செஞ்சுத் துரத்தி விடலாம்னு வெயிட் பண்ணீட்டு இருக்காங்க.."

"உனக்குக் கபடின்னா ரொம்பப் பிடிக்குமா?"

"ம்ம்.." எனத் தலையசைத்தவளின் கண்களில் கனவும் இயலாமையும் ஒன்றாய்க் கலந்திருந்தது.

"அப்ப டிரைப் பண்ணு..!"

"இல்ல.. இல்ல வேண்டாம்..!"

"ஏன்?"

"நான் கபடின்னு வாயைத் திறந்தேன் அவ்வளவு தான், சாமி ஆடிடுவாங்க பார்கவி தாயார்.."

"நான் பேசுறேன்!"

"இல்ல அக்கா வேண்டாம். மாமா எவ்வளவு தான் செய்வாங்க எங்களுக்காக. ஒவ்வொரு தடவையும் அவர்கிட்ட வந்து நிக்கிறதுக்கு ரொம்பச் சங்கடமா இருக்கு.."

"ஸ்டேட் லெவல்ல வின் பண்ணியிருக்க, உங்க மாமா ஒண்ணும் சொல்லலையா?"

"அவருக்குத் தெரியாது அக்கா.."

சாரா புரியாமல் பார்க்க, "நான் கபடி விளையாடுவேன்னு தெரியும். ஆனா வின் பண்ணதெல்லாம் தெரியாது.."

"அதெப்படித் தெரியாமப் போகும்?"

"அந்த டைம்ல தான் க்கா, நீங்க வீட்டை விட்டுப் போனீங்க. அப்புறம் மாமாவும் வீட்டுக்கு வரல. அவர்கிட்ட சொல்றதுக்கான சந்தர்ப்பமே கிடைக்கல எனக்கு.." என

வலியுடன் முறுவல் அளித்தாள் ஸ்ருதி.

"சரி அப்பச் சூழ்நிலை சரியில்ல. ஆனா இப்பதான் எல்லாம் சரியாகிடுச்சே. திரும்பவும் நீ ஆரம்பிக்கலாம்ல..?" எனச் சாரா வினவ, மறுத்து தலையசைத்தாள் அவள்.

"ப்ச்ச் எதுக்கு நீ வேண்டாம்னு சொல்லுற? நான் உன் மாமாக்கிட்டப் பேசுறேன்.."

"இல்லக்கா.." எனப் பேச முயன்றவளை, "என்ன இல்ல ஸ்ருதி?" என இடைவெட்டினான் மொழியன்.

"ஒண்ணுல்ல மாமா, சும்மா தான் அக்காக்கிட்ட பேசிக்கிட்டு இருந்தேன்.." என அவள் சமாளிக்க, "நான் சொல்லுறேங்க.." என்று முன்வந்த மனைவியிடம், "நான் எல்லாத்தையும் கேட்டுட்டு தான் வந்தேன் சாரல்மா.." என்றான் மொழியன்.

"லேப்டாப்பை வச்சிட்டுப் போயிட்டேன். எடுக்கலாம்னு வந்தப்ப, நீங்க பேசுனது காதுல விழுந்தது.." என்றவன், "ஏன்டா என்கிட்ட முன்னாடியே சொல்லல.?" எனத் தமக்கை மகளிடம் வினவினான்.

"அப்ப நீங்களே ரொம்ப வருத்தத்துல இருந்தீங்க மாமா.."

"சரி அதுக்குப் பிறகு சொல்லி இருக்கலாம்ல..?"

"எப்படிச் சொல்லுறது மாமா? சுத்திக் கடன், என்ன செய்யிறதுன்னு தெரியாம முழிப் பிதுங்கி நின்னீங்க. உங்க மேலயே மொத்தப் பாரத்தையும் எப்படி ஏத்துறது? என்னோட மனசு அதுக்குச் சம்மதிக்கல மாமா.." என்று கலங்கிய குரலில் உரைத்தவளின் தலையை அன்புடன் வருடி விட்டான் மொழியன்.

"வயசுக்கு மீறி யோசிக்கிறடா ஸ்ருதி மா. நீ வருத்தப்படுற அளவுக்கெல்லாம் ஒண்ணும் இல்ல, ஓகேவா? காலேஜ்ல கபடி டீம் இருக்கான்னு பார்த்து முதல்ல ஜாய்ன் பண்ணி ப்ராக்டீஸ்ஸை ஆரம்பி. அதுக்கு மேல என்ன பண்ணலாம்ன்னு நான் விசாரிக்கிறேன். பார்த்துக்கலாம் சரியா..?"

"அம்மா நிச்சயமா ஒத்துக்க மாட்டாங்க மாமா.."

"நான் பேசுறேன், நீ எதைப் பத்தியும் கவலைப்படாம அடுத்து என்ன செய்யலாம்னு பாரு.." என்றவன் தன்னவளிடம் மெலிதானப் புன்னகையை உதிர்த்துவிட்டு வெளியேறினான்.

"தேங்க்ஸ் அக்கா, நீங்க இன்னைக்குக் கேட்கலைனா நான் எப்பவுமே சொல்லி இருக்க மாட்டேன்.." என ஸ்ருதி அவளைக் கட்டிக்கொள்ள.. "போதும் போதும் ரொம்பத் தான் பாசமழை பொழியிற, போன தடவை மாதிரி அவளுக்கு ஏதாவது கத்துக் கொடுத்திட்டுப் போன, வந்து நாலு அடிப் போடுவேன் பார்த்துக்க..!" என எட்டிப் பார்த்து, மிரட்டிவிட்டுச் சென்றான் மொழியன்.

சாரா புரியாமல் விழித்து, "என்ன சொல்லீட்டுப் போறாரு உன் மாமா?"

"அதுவா அக்கா நான் முன்னாடி வீட்டுக்கு வந்திருந்தப்ப உங்களுக்கு ஒரு விஷயம் சொல்லிக் கொடுத்தேன்.."

அவள் ஆர்வம் மேலோங்க, "என்ன அது?"

"விசில் அடிக்கிறது.." என மெல்லிய குரலில் உரைத்து ஸ்ருதி சிரிக்க, சாரா வியப்புடன், "அப்ப எனக்கு விசில் அடிக்கத் தெரியுமா?"

"தெரியுமாவா? ஒருநாள் நைட் ஃபுல்லா விசில் அடிச்சுக் காட்டி, மாமாவோட காதையே பஞ்சர் ஆகிட்டீங்க. அந்தப் பயத்துல தான் அப்படிச் சொல்லீட்டுப் போறாரு.." என ஸ்ருதி சிரிக்க, "எப்படி விசில் அடிக்கிறது?" என்றாள் சாரா.

"ஏன் க்கா? மறந்திடுச்சா?"

"ப்ச்ச் ஞாபகம் இல்ல. ஒரு தடவைச் சொல்லேன், டிரைப் பண்ணுறேன்.." என்றதும் ஒருமுறை செய்து காட்டினாள் ஸ்ருதி.

முதல் முயற்சியிலேயே அவளது இதழ்களின் இடைவெளியில் இருந்து அதீத ஒலியுடன் காற்று

வெளியேற.. இளையவள் அதைக்கேட்டு, “சூப்பர் க்கா..” கைத்தட்டிச் சிரிக்க, சாராவின் முகத்தில் வியப்புப் படர்ந்தது.

அதன்பின்பான நிமிடங்கள் இருவரது கலகலப்பிலும் நகர, மதிய உணவை மாமனின் வீட்டிலேயே முடித்துக்கொண்டு மூன்று மணி அளவில் தன் இல்லத்திற்குச் சிவநாதனுடன் சென்றாள் ஸ்ருதி.

பார்க்கவி மகளிடம் விசாரிக்க, மொழியன் தான் மகிழுந்துவில் அழைத்து வந்தான். அவசரப் பணியின் காரணமாக அலுவலகம் சென்றுவிட, தாத்தாவுடன் வந்ததாகக் கூறிச் சமாளித்தாள்.

சிவநாதனும் பெயர்த்தி உரைத்ததையே நம்பும்படி அப்படியே மகளிடம் ஒப்பித்துவிட்டு, சிறிது நேரம் கழித்து அங்கிருந்து கிளம்பினார்.

அன்றைய இரவில் சீழ்க்கை அடித்துத் தன்னவனைச் சீண்டிக் கொண்டிருந்த சாராவின் தொடர்ந்த சேட்டைகளைச் சமாளிக்க இயலாத மொழியன், "சாரல்மா ப்ளீஸ்டா முடியல. காதெல்லாம் வலிக்கிது.." என்று கெஞ்ச, "முன்னாடியும் இப்படித்தான் கெஞ்சுனீங்களா?" எனப் புருவம் உயர்த்திக் கேட்டாள் அவள்.

அவன் பொய்யாய் முறைத்துவிட்டு மறுபுறம் திரும்பிக் கொள்ள, "ஹலோ ஆத்துக்காரரே என்ன கோபமா?"

"ஆமா ஆமா.."

"அட மொழியனுக்குக் கோபம் எல்லாம் வருதே? எங்க.. இங்க திரும்புங்க, அந்தக் கோபக்கார மொழியனைப் பார்ப்போம்.." என அவள் ஆடவனின் தோள்பற்றித் திருப்ப, அவனோ அதற்கு எதிராய் தன் வலிமையைக் காட்டி திரும்பாமல் முரண்டு பிடித்தான்.

"பார்ரா, அந்தளவுக்கா கோபம்?" என்றவாறே அவள் படுக்கையில் இருந்து எழுந்து வந்து கணவனைப் பார்க்க முயல, அவனோ கவிழ்ந்து படுத்து முகத்தைத் தலையணையில் புதைத்துத் தன் எதிர்வினையைத்

தொடர்ந்தான்.

"மிஸ்டர் மொழியன் இதெல்லாம் நல்லதுக்கு இல்ல. ஒழுங்கா முகத்தைக் காட்டிடுங்க. இல்ல..." என அவள் மிரட்ட, "இல்லைனா என்ன?"

"அட அவ்வளவு தைரியமா சாருக்கு, இந்தச் சாரா மேல இருந்த பயம் போயிடுச்சு உங்களுக்கு..!" என்றவள்.. படுக்கையில் ஏறி நின்று குதிக்கத் துவங்க, பாவையின் அழுத்தத்திற்கு ஏற்றவாறு அது குலுங்கியது.

"ஏய் என்ன செய்யிற, வர வர உன்னோட சேட்டைக்கு அளவே இல்லாம போயிட்டு இருக்கு.." என அவளின் கைப்பற்றி இழுத்து தன்னருகே கொண்டு வந்தவனை விழிகள் சுருக்கிப் பார்த்தவள், "என்ன?" என்று சீழ்க்கையடித்து அதன் ஒலியாலேயே வினவினாள்.

"அடிங்க சொன்னா கேட்க மாட்டியா நீ.?" என்றவன் தன் கைவிரல்களால் அவளின் இதழ்களை அழுத்தமாய்க் குவித்துப் பிடித்து, "ஒழுங்கா அமைதியா இருக்கணும். சத்தம் வந்தது, ஸ்டாப்லர் வச்சு வாயைப் பின் பண்ணிடுவேன் பார்த்துக்கோ.." என மிரட்ட, அவளோ இதழைச் சுளித்துவிட்டு மறுபுறம் திரும்பிக் கொண்டாள்.

ஆடவனின் இதழ்களில் அனிச்சையாய் புன்னகை மலர, சில நொடிகளில் உறக்கத்தின் பிடிக்குள் சென்று விட்டான். அவனது சீரான சுவாசத்தை உணர்ந்து திரும்பிய சாரா.. தன்னவனின் மார்பில் தலைவைத்துப் படுத்துக் கொள்ள மொழியனின் கை, துயிலிலும் அனிச்சையாய் அவளை அரணவணைத்துக் கொண்டது.

* * *

கைப்பேசியின் ஒலியில் அதன்புறம் திரும்பிய சாகி, திரையில் கண்ட எண்ணைப் பார்த்துவிட்டு மலர்ந்த முகத்துடன், "சொல்லுங்க அத்தான்.."

"எப்ப சென்னைக்கு வர்ற சாகி?"

"இன்னும் ரெண்டு நாள் ஆகும். என்ன அத்தான், ஏதாவது முக்கியமான விஷயமா?"

"ம்ம், நீ வந்ததும் பேசலாம்னு வெயிட் பண்ணேன். ஆனா நாள் இல்ல.."

"என்ன பேசணும் அத்தான்..?"

"நான்.. சாரா.." என அவன் தயங்க, "என்ன அத்தான் மேரேஜ் விசயமா பேசணுமா?"

"ஸப்பா, நல்ல வேளை நீயே சொல்லீட்ட. ஆமா உனக்கு எப்படித் தெரியும்?"

"அக்கா ஃபோன் பேசுறப்பச் சொன்னா. டேட் ஃபிக்ஸ் பண்ணீட்டீங்களா அத்தான்?"

"ம்ம்.." என்றவன் தேதியைக் குறிப்பிட்டு விட்டு, "நாளைக்கு டிரஸ் எடுக்கப் போலாம்னு இருக்கேன். நீ நைட் கிளம்பி வந்திடேன்.."

"இல்ல அத்தான். ஹௌஸ் ஓனர் நாளைக்குதான் அட்வான்ஸ் பணத்தைத் திரும்பிக் கொடுக்கிறேன்னு சொல்லியிருக்காரு. நீங்க போய் எடுத்திட்டு வாங்க.."

"சாரலுக்கு இருக்கிறது நீ ஒருத்தன் மட்டும் தான். நீயில்லாம எப்படி டா?"

"அதான் நீங்க இருக்கீங்களே அத்தான்.."

"நான், நீ ஆக முடியாது சாகி.."

"என்னோட இடத்துல இருந்து அக்காவைப் பார்த்துப்பீங்க அத்தான் நீங்க..!"

"சாரல் வருத்தப்படுவாடா.."

"இல்ல அத்தான், அக்கா சொன்னாப் புரிஞ்சிப்பா.."

ஒரு பெரு மூச்சை வெளிவிட்டவன், "நீ சொன்னா கேட்க மாட்ட! சரி விடு, உனக்கு டிரஸ்..?"

"நீங்களே எடுத்திடுங்க அத்தான். எனக்கு முன்னாடி எல்லாம் அக்கா தான் எடுப்பா, இப்ப ரெண்டு பேரும் இருக்கீங்க இல்ல. அப்புறம் என்ன? சாராக்கிட்ட சொல்லீட்டீங்களா அத்தான்..?"

"இல்ல சாகி, இனிமேல் தான் என்ன டேட்னு சொல்லணும். நீ எதுவும் காரணத்தைச் சொல்லீடாத

ஓகேவா.?"

சின்னதாய் சிரித்தவன், "சர்ப்ரைஸா ஓகே ஓகே, சொல்லல. நான் நாளன்னைக்கு நேர்ல வந்து பேசுறேன் அத்தான்.." என அவன் அழைப்பை நிறுத்த, ஸ்ரீனுவிற்கு அழைப்பு விடுத்தான் மொழியன்.

வழக்கமான நலம் விசாரிப்புகள் முடிந்ததும், "நான் நேர்ல வந்து இன்வைட் பண்ணலைன்னு நினைக்காதீங்க. நீங்க கண்டிப்பா எங்க மேரேஜ்க்கு வரணும்.." என அவனிற்கு அழைப்பு விடுக்க, என்ன பேசுவதென்று புரியாமல் தவித்தபடி இருந்தான்.

"ஸ்ரீனு ஸ்ரீனு.. என்ன பேசவே மாட்டிறீங்க?"

"அதி மொழியா.." எனத் திணறியவன், "நேனு எதுக்கு?" என்று தனக்குத் தெரிந்த தமிழில் வினவினான்.

"நான் சாரலையும் சாகியையும் மீட் பண்ணதுக்குக் காரணமே நீங்கதான். அன்னைக்கு மட்டும் நீங்க என்னை அங்க வரச் சொல்லாம இருந்திருந்தா, என்னோட வாழ்க்கை எனக்குக் கிடைக்காமப் போயிருக்கும். அதுனால நீங்க நிச்சயம் வரணும்.."

"மொழியா.." என்று அவன் சாராவை நினைத்துத் தயங்க, "ப்ளீஸ் ஸ்ரீனு.." என்றான் இவன்.

அதற்கு மேல் மொழியனது மனதை வருந்த வைக்க விரும்பாது அரை மனதுடன், "ஓகே, நேனு வஸ்துனானு.." என்று தன் வருகையை உறுதி செய்தான் ஸ்ரீனு.

மறுநாள்..

"சாரல் மா, என்ன ரெடியா?" என்று கேட்டுக் கொண்டே வந்த மொழியனைப் பாவமாய்ப் பார்த்தாள் அவள்.

"என்னமா?" என்றவனிடம், "எங்கப் போறோம்?"

"நம்ம மேரேஜ்க்கு டிரஸ் எடுக்கமா.."

"ஹோ.." என்றவளைக் கண்டு சிரித்தவன், "என்னவாம் சுருதி குறையிது!"

"வைசாக்ல இருந்து அவசரமா கிளம்பினதால, வெளிய போகிற மாதிரி டிரஸ் எதுவும் எடுத்துட்டு வரல. ரஃப் யூஸ்

சேரிஸ் தான் இருக்கு, அதை எப்படி? சாகி ரெண்டு நாள்ல எல்லாத் திங்க்ஸ்ஸையும் எடுத்துட்டு வந்திடுவான். அதுக்கப்புறம் கடைக்குப் போலாமா?"

"வெள்ளிக்கிழமை நமக்கு மேரேஜ், இன்னும் அஞ்சு நாள் தான் இருக்கு. இப்பவே வாங்கினா தான ஸ்டிச் பண்ண முடியும்?"

அவள் சற்றே திகைத்து, "வர்ற வெள்ளிக்கிழமையா, ஏன் இவ்வளவு சீக்கிரமா?"

"அதுக்கான பதிலை நம்ம மேரேஜ் முடிஞ்சதும் சொல்றேன். இப்ப என்ன உனக்குச் சேரிதான வேணும்?" என்றவன் தனது உடை அலமாரியைத் திறந்து, ஒரு புடவையை எடுத்து நீட்டினான்.

மொழியனை வியப்புடன் பார்த்தவள், "ப்ளவுஸ்?"

"சேரிக்கு உள்ளேயே இருக்கும் பாரு. சீக்கிரம் ரெடியாகு.."

"சைஸ் கரெக்டா இருக்குமா?" என்றவாறே புடவையின் மடிப்பைப் பிரித்தவளிடம், "உன்னோடது தான் சாரல்மா, கரெக்டா தான் இருக்கும்.."

"ஓஹோ.. ஆனா நான் முன்னாடி சேரி கட்ட மாட்டேன், லாங் ஸ்கர்ட்டும் சர்ட்டும் தான் போடுவேனு சாகி சொன்னான். இங்கேயும் கூட அந்த டிரஸ் தான் நிறைய இருந்தது, நானும் பார்த்தேன். அப்புறம் எப்படிச் சேரி?"

மொழியன் புன்னகைத்து, "இது வசுவோட வீட்டுக்குப் போறதுக்காக எடுத்த சேரி. அங்க வருணோட அம்மா அப்பா எல்லாம் இருக்காங்க, பெரியவங்க முன்னாடி உன்னை ஸ்கர்ட்ல கூட்டிட்டுப் போக முடியாதுல அதான்..!"

“ம்ம், ஆனா எனக்கு முன்னாடி சேரி கட்டத் தெரியாதே. ஆமா யார் கட்டி விட்டாங்க? நிச்சயம் பார்கவி அண்ணி கிடையாது, வசுவா?" என்று கேட்க, அவனோ திருதிருவென விழித்தான்.

கணவனிடம் இருந்து பதில் வராமல் போக அவன் புறம் திரும்பிய சாரா, "என்னங்க, ஏன் இப்படி முழிக்கிறீங்க?"

"ஒண்ணுமில்ல, நான் வெளிய வெய்ட் பண்ணுறேன்.." என்று அறை வாயிலை நோக்கி நடந்தவனின் கைப்பற்றித் தடுத்த சாரா, "உங்க பார்வையே சரியில்லயே, என்ன விஷயம்?" என்று வினவ, அவனோ வாயை இறுக மூடிக் கொண்டான்.

இரண்டொரு நொடியில் அவளுக்குள் ஏதோ தோன்ற, "உண்மையைச் சொல்லுங்க, எனக்கு யார் சேரி கட்டிவிட்டது?"

ஆடவன் மௌனத்தைத் தத்தெடுத்து அசையாது நிற்க, "அடப்பாவி நீங்க தானா? இன்னும் வேற என்.." என அவள் வியப்பும் அதிர்ச்சியுமாய்த் தொடர்ந்து பேச முயல, சட்டென்று அவளது வாயை மூடினான் மொழியன்.

"ஏய் எதுவும் சொல்லிடாத. உனக்கு ஒரே ஒரு தடவை சேரி தான் கட்டிவிட்டேன். வேற எதுவும்.." எனச் சொல்லிக் கொண்டிருந்தவனது கையைத் தட்டிவிட்டு இடைநுழைந்தாள் சாரா.

"ஒண்ணும் தெரியாத அப்பாவி மாதிரி இருந்துக்கிட்டு, என்னென்ன வேலையெல்லாம் பார்த்திருக்கீங்க? முதல்ல தாலி, அடுத்து சேரி. இது மட்டும் தானா இல்ல, குடும்பம் நடத்தி ரெண்டு மூணு பிள்ளைப் பெத்தாச்சா?"

பொய்யாய் முறைத்தவன், “ஆமா, கூட இருந்த அஞ்சு மாசத்துல, ஆறு பிள்ளைப் பிறந்திடுச்சு. எல்லாம் இப்ப ஸ்கூல் போயிக்கிட்டு இருக்கு! என்னைப் பார்த்தா எப்படித் தெரியிது உனக்கு?"

"ஹான், நீங்க அதுக்கெல்லாம் சரிப்பட்டு வரமாட்டீங்கன்னு தெரியிது.." என்றவளை முதலில் புரியாது பார்த்தவன், பின்பு கண்கள் சிரிக்கச் சாராவின் கன்னத்தில் கிள்ளி, "ஓவர் வாயி, என்ன பேசுறதுனு வரைமுறையே இல்லாம இஷ்டத்துக்கு வார்த்தைய

விடுறது. பேச்சைக் குறைச்சுட்டு, சீக்கிரம் கிளம்பி வா.." என்றுவிட்டு அறையிலிருந்து வெளியேறினான்.

"ஹய்யோ இவரை வச்சுக்கிட்டு, ரொம்பக் கஷ்டம்டா சாமி.." என வாய்விட்டுப் புலம்பியவள், உடைமாற்றத் துவங்கினாள். வெளியே நின்றிருந்த மொழியனோ தன்னை நினைத்தே சிரித்துக் கொண்டிருந்தான்.

அவனுக்கும் மற்ற ஆண்களைப் போலத் திருமணம், மனைவி, அவளுடனான இனிமையான பொழுதுகள், குழந்தைகள் என்று எதிர்காலத்தைப் பற்றிய ஆசைகளும் கனவுகளும் இருந்தன.

சாரல் அவனது வாழ்வில் வந்த பின், இவைப்பற்றி எல்லாம் சிந்திக்கத் தோன்றவில்லை ஆடவனுக்கு. சொல்லப் போனால், 'தனக்கென்று ஒரு வாழ்வு உள்ளது!' என்பதையே மறந்து போனான்.

ஆனால் இன்று சாரல் அதைப்பற்றி விளையாட்டாய் கேட்கவும், நிர்மலமான மனதிற்குள் பழையபடி ஆசைகள் துளிர்விட்டன. சாரலுடனான தன் எதிர்காலத்தைப் பற்றி அவன் எண்ணிக் கொண்டிருக்க, தயாராகி வந்தாள் அவள்.

அத்தியாயம் 22

தன் குடும்பத்தாருடன் ஆடையகத்திற்கு வந்திருந்தான் மொழியன். சாரா, வசு, ஸ்ருதி மூவரும் தங்களுக்கான உடைத் தேர்வில் இருக்க, வருணும் மொழியனும் முன்பே தங்களது தேர்வை முடித்திருந்தனர்.

பார்கவி அவர்களோடு ஒட்டவும் முடியாமல், வெட்டிவிட்டுச் செல்லவும் இயலாமல் ஒரு ஓரமாய்த் தனக்கும் நடப்பதற்கும் சம்பந்தமே இல்லை என்பது போல் அமர்ந்திருந்தார்.

குணமாகி வந்ததும் சாரா பேசிய வார்த்தைகள் இன்னமும் அவரது சுயநல குணத்தைத் தூண்டிவிட்டிருக்க, மூளையோ 'அவளை எதிர்ப்பது உனக்குத்தான் இழப்பை

ஏற்படுத்தும்!' என எச்சரித்து அவரது நாவை அடக்கி வைத்திருந்தது.

பார்கவிக்கு மற்ற அனைத்தையும் விட மகளின் எதிர்காலம் பெரிதாய் தோன்ற, அதை நல்முறையில் அமைத்துக் கொடுப்பதற்குத் தம்பியின் துணை வேண்டும் என்பதால்.. அவனையோ, அவனின் மனைவியையோ எதிர்த்துப் பேசும் துணிவு இல்லாது அமைதி காத்தார்.

தன் தமக்கைத் தனியே இருப்பதைப் பார்த்து, இதுதான் சமயம் என அவரிடம் பேசுவதற்காக வந்தான் மொழியன். தன் அருகில் நிழலாடுவதை உணர்ந்து பார்கவி நிமிர்ந்து பார்க்க, "உன்கிட்டப் பேசணும் க்கா" என்றான் அவன்.

"என்ன பேசணும்?" என்றவரின் குரலில் அதிகப்படியான அலட்சியம் இருந்தது.

"எனக்கு ஒரே ஒரு விஷயம் மட்டும் சொல்லு.."

"என்ன?"

"சாரலோட கழுத்துல இருந்த தாலியைக் கழட்டினது யாரு?"

பார்கவிக்குப் பதற்றம் தொற்றிக்கொள்ள, அவரின் கால்கள் அனிச்சையாய் எழுந்து நின்றன.

தனது முகத்தை நேருக்கு நேர் பார்க்காமல் தவிர்க்கும் தமக்கையை ஆராய்ந்தவாறே, "சாகிக்கிட்ட நீ என்னென்ன பேசின? சாரலை எவ்வளவு பெரிய வார்த்தையைச் சொல்லி அசிங்கப்படுத்தி இருக்கன்னு எனக்கு நல்லாவே தெரியும். அன்னைக்கு நீ சாகிக்கிட்ட கேட்டதுக்கான பதிலை, இன்னைக்கு நான் சொல்றேன்.

என்னோட சாரலுக்கு.. தன்னோட இனியனுக்கும், மத்தவனுக்கும் நல்லாவே வித்தியாசம் தெரியும். அது அவளுடைய பத்து வயசு மனநிலையிலயும் சரி, இப்பத் திரும்பி வந்திருக்கிற என்னோட மனைவியா இருக்கிறவளுக்கும் சரி.

அப்புறம் என்னைத் தவிர வேற எவனும் அவளை நெருங்க முடியாது. அதுக்கு அவ எந்த நிலையில இருந்தாலும், நிச்சயம் அனுமதிக்க மாட்டா.

மனசாட்சியே இல்லாம எப்படி உன்னால அப்படிப் பேச முடிஞ்சது? நீ தப்பாப் பேசினது அவளை இல்ல.. என்னையும், எங்களுக்கு இடையில இருக்க உறவையும். எனக்கு உன்னைப் பார்க்கவே கூசுது!

சரி அதை விடு, நடந்து முடிஞ்சதைப் பத்திப் பேசி என்னாகப் போகுது. நீ செஞ்சதுக்கு, நான் ஸ்ருதிக்கு அந்த வலியைக் கொடுக்க மாட்டேன். அவளுக்குத் தாய்மாமனா மட்டும் இல்ல, அவளுக்குப் பிறக்கப் போகிற குழந்தையையும் விட்டுக்கொடுக்காம சீர் செஞ்சிடுவேன். அவளோட எதிர்காலம் என்னோட பொறுப்பு, என்னோட மூத்த பொண்ணு ஸ்ருதி தான்.

ஆனா அதுக்குப் பதிலா நீ இதை மட்டும் சொல்லீடு. அந்தத் தாலியை யார் கழட்டினது..?" என்ற தம்பியின் வினாவில் பார்கவி தன் பாதங்களை நெருப்பில் ஊன்றியிருப்பது போல் நிற்க இயலாமல் தவிக்க, அவனுக்குப் பின்னே நின்றிருந்தவளைப் பார்த்ததும் குற்ற உணர்ச்சியில் தலைகுனிந்து கொண்டார்.

தான் தேர்ந்தெடுத்த புடவையைக் கணவனிடம் காட்டி அவனது விருப்பத்தைக் கேட்க வந்த சாரா, மொழியன் பேசியதைக் கேட்டு அதிர்ச்சியுடன் அப்படியே நின்று கொண்டாள்.

"நீ இப்ப சொல்லுறியா இல்லையா..?" என்ற அவனது அழுத்தமான குரலில் பார்கவிக்கு மெலிதாய் நடுக்கம் தோன்ற, அதற்கு மேல் அவன் பேச வாய்ப்பளிக்காது கணவனது கையைப் பற்றி இழுத்து வந்தாள் சாரா.

அவளை உணர்ந்து, "சாரல்மா, என்னடா எங்க கூட்டிட்டுப் போற?" என்றவனின் வினாவில் பாவையின் கால்கள் அனிச்சையாய் நின்று, கண்கள் அவன்புறம் திரும்பியது.

'சற்றுமுன் அவன் பார்கவியிடம் பேசிய அழுத்தத்திற்கும், இந்நொடி தன்னிடம் பேசும் மென்மைக்கும் தான் எவ்வளவு வேறுபாடு..!' என வியப்புடன் நோக்கினாள்.

"என்னமா..?"

"ஒண்ணுமில்ல.." எனப் பதிலளித்தவளின் விழிகளில் மெலிதான நீர் படலம்.

அவளின் கண்களைக் கண்டவன், "சாரல்மா என்னடா..?" என முகம் பற்றி வினவ, "ஏன் பார்கவி அண்ணிக்கிட்ட இதைப் பத்திக் கேட்கிறீங்க?"

"எனக்குத் தெரிஞ்சிக்கணும்!"

"அதான் ஏன்..?"

"உன்னை வைசாக்ல வெறும் கழுத்தோட பார்த்தப்ப எவ்வளவு வலிச்சதுன்னு எனக்குத் தான் தெரியும். உனக்கு என்னை ஞாபகம் இல்லாம போனாலும், கழுத்துல தாலி இருந்திருந்தா நீ எனக்கானவளா இருந்திருப்ப. ஸ்ரீனுவுக்கும் அப்படி ஒரு எண்ணம் வந்திருக்காது!"

அவள் சற்றே அதிர்ந்து, "உங்க.. உங்களுக்குத் தெரியுமா..?"

அவன் 'ஆம்..' எனத் தலையசைக்க, "எப்படி..?"

"அவன் உன்னைப் பார்க்கிற பார்வையோட அர்த்தம் தெரியாத அளவுக்கு நான் மக்கு இல்ல.."

"அதுனால தான் என்னை வேண்டாம்னு சொல்லீட்டு வந்தீங்களா?"

"அது ஒன் பர்சண்ட் காரணம் தான்.."

"அப்ப மீதி நயன்டி நையன் பர்சண்ட்..?"

"உனக்கு என்னைத் தெரியல. நான் யாரோவா ஆகிட்டேன்.." என்றவனின் கண்களிலும் நீர்.

சாராவுக்கு அவனிடம் என்ன, எப்படிப் பேசுவது என்றே தெரியவில்லை. சற்று நிதானித்தவள், "அதை யார் செஞ்சான்னு தெரிஞ்சா என்ன செய்வீங்க..?"

"எனக்குத் தெரிஞ்சிக்கணும் அவ்வளவு தான். பதிலுக்குப் பதில் செய்ய நான் மிருகம் இல்ல.."

"சரி.. அது நானா இருந்தா..?"

அவன் மறுத்துத் தலையசைக்க, "என்ன?" என்றாள் சாரா.

அவன் மீண்டும் அதையே செய்ய, "தலையை ஆட்டினா என்னங்க அர்த்தம்?"

"என் சாரல் அப்படிச் செய்ய மாட்டான்னு அர்த்தம்!"

"ஏன்..?"

"ஏன்னா, அவ நான் சொல்லுறதை மீற மாட்டா. நான் சொல்லியிருந்தேன் அவக்கிட்டக் கழட்டக் கூடாதுனு..!"

"ம்ம்.. சாரல் செய்யமாட்டா, பட் இந்தச் சாரா எதையும் செய்வாளே!"

அவன் புரியாமல் பார்க்க, "சாரலும் செய்வா, எப்பத் தெரியுமா..?"

ஆடவனின் இதயம் படபடவென அடித்துக் கொள்ள.. இதழ்கள் அனிச்சையாய், "எப்ப..?" என்று வினவின.

"மொழியன் சொன்னா செய்வா. அவளுக்காகப் புதுத்தாலி வாங்கித் தர்றேன்னு சொன்னா நிச்சயமா செய்வா.."

"இல்ல நீ பொய் சொல்லுற..!"

"உண்மையைத் தான் சொல்லுறேன், நான் தான் கழட்டினேன். இதைச் சாகிதான் என்கிட்டச் சொன்னான்..!"

"அப்ப அக்கா என் பேரைச் சொல்லி, நான் புதுசு வாங்கித் தருவேன்னு சொல்லித்தான் கழட்ட வச்சாங்களா?"

அவள் அமைதி காக்க, "பதில் சொல்லுடா.." என்றான் மொழியன்.

கணவனது வினாவிற்கு அவள் தலையசைப்பில் 'ஆம்' எனப் பதிலளிக்க, "ஏன் சாரல்மா..?" என்றவனின் குரல் வலியில் தோய்ந்திருந்தது.

மெலிதாய் புன்னகைத்தவள், "ஏன்னா சாராவுக்கும் சரி, சாரலுக்கும் சரி நீங்கதான் வேணுமே தவிர, நீங்க கட்டுற அந்த மஞ்சள் கயிறு இல்லை. உங்களுக்கும் எனக்குமான உறவை அந்தக் கயிறு தீர்மானிக்காது.

நான் அப்படி நினைச்சிருந்தா, திரும்பி வந்திருக்க மாட்டேன். ஏன்னா நான் இப்ப உங்க மனைவிக்கான

அடையாளத்தோட இல்ல.." எனத் தன் கழுத்தைத் தொட்டுக் காட்டினாள்.

அவன் தவிப்புடன், "அப்புறம் ஏன் திரும்பி வந்த..?"

"அடையாளம் தான் இல்லையே தவிர, ஆசை இருந்தது. உங்களைப் பார்க்கணும், பேசணும், தெரிஞ்சிக்கணும், கட்டிக்கணும்னு..!" என அவள் காதலோடு சிரிக்க, ஆடவனின் விழியோரம் நீர் வெளியேறியது.

அதைக் கண்டவள், "என்னாச்சு..?" என்றவாறே அவனின் விழிநீரைத் துடைக்க முயல, அதற்குள் பெண்ணவளின் கரம்பற்றித் தனக்குள் சிறை செய்திருந்தான் மொழியன்.

அவள் சற்றே திணறலுடன், "என்.. என்னங்க.. இது.. கடை. யாராவது பார்க்கப் போறாங்க.."

"பரவாயில்ல.." என்றவனது அணைப்பின் அழுத்தம் கூட, சாராவிற்கு முதன்முதலாய் தேகத்தில் ஒருவித சிலிர்ப்பு ஓடியது.

"அப்புறம் எதுக்கு இப்பத் தாலிக் கட்டச் சொல்லிக் கேட்ட..?" என்றவனின் குரல், அவளின் காதோரம் அனலான மூச்சுக் காற்றோடு இணைந்து ஒலிக்க, "அது.. உங்களோட மனைவின்னு இந்த உலகத்துக்கு என்னை அடையாளப் படுத்திக்கிறதுக்குத் தானே தவிர, உங்களையும் என்னையும் இணைக்கிறதுக்காக இல்ல.."

"அப்ப நாம சேர வேண்டாமா உனக்கு, இப்படியே இருந்திடலாமா..?"

சற்றே விலகி ஆடவனின் முகம் பார்த்துப் புன்னகைத்தவள், "நீங்களும் நானும் ஒண்ணு சேருறதுக்கு அந்தக்கயிறு தேவையில்ல. மனசும், நீங்க என்மேல வச்சிருக்கிற நேசமும் போதும். என்ன இந்திய நாட்டுல பிறந்திட்டோம், சோ ஊரோட ஒத்துவாழப் பழகிக்கணும்! இல்லையினா இந்தச் சமூகம் நம்மளை நிம்மதியா வாழ விடாது.

நமக்கிடையேயான உறவுக்கு வேற பேரு வைக்கும், பார்கவி அண்ணி பேசின மாதிரி.." என அவள் சிரிக்க, "உண்மை தான். ஆனாலுமே நாம வளர்ந்த சூழலும், நம்ம வளர்ப்பும் அப்படிச் சாரல்மா. அது எல்லைத் தாண்டிப் போகாது!" என அவனும் சிரித்தான்.

அதைத் தலையசைத்து ஏற்றுக் கொண்டவள், "குற்றம் பார்க்கின் சுற்றம் இல்லைங்க. உங்களுக்கு இதை நான் சொல்லணுமா என்ன? பார்கவி அண்ணிக்கிட்ட இதுக்கு அப்புறம் என்னைப் பத்தின விஷயங்களைப் பேசாதீங்க. ஸ்ருதியோட எதிர்காலத்தையும் பார்க்கணும் இல்ல.

நாம ஏதாவது பேசப் போய், அந்தக் கோபத்தை அவக்கிட்டக் காட்டிடப் போறாங்க. வீம்புக்காகக் கபடி விளையாடப் போகக்கூடாதுன்னு ஏதாவது சொல்லீட்டா, அவ பாவம். சும்மா இருந்தவளுக்குள்ள கனவையும் ஆசையையும் வளர்த்து விட்டுட்டோம் நாம. அதுல அவ நிச்சயம் ஜெயிக்கணும்!" என்றவளைப் பெருமையுடன் பார்த்த மொழியன், சாராவின் கண்களில் தன் இதழ்களை ஒற்றினான்.

சூடான உவர்நீர் அதிலிருந்து வெளியேற, இதழ்களோ அதற்கு மாறாகப் புன்னகை சிந்தியது.

அடுத்த இரண்டு நாட்களில் சாகித்யன் விசாகப்பட்டினத்தில் இருந்து திரும்பியிருந்தான். தமக்கையின் பொருட்களை அவளிடம் சேர்ப்பித்தவன், மறுநாளே சாரா மற்றும் மொழியனை அழைத்துப் பாலைக் காய்ச்சி சென்னையில் தான் பார்த்து வைத்திருந்த வீட்டிற்குக் குடியேறினான்.

திருமணத்திற்குப் பெண்வீட்டு முறைப்படி என்னென்ன செய்ய வேண்டும் என விசாரித்து, சாராவின் பெற்றவர்களது இடத்தில் இருந்து, தன் தமைக்காக எல்லாவற்றையும் ஏற்பாடு செய்தான் சாகித்யன். மொழியன் அவையெல்லாம் வேண்டாம் என்று எவ்வளவோ மறுத்தும், இளையவன் தன்நிலையில் உறுதியாய் இருந்தான்.

சாராவும், 'தன் தம்பியின் விருப்பத்திற்குத் தடைசொல்ல வேண்டாம்!' என்று கணவனிடம் கேட்டுக்கொள்ள, வேறுவழியின்றித் தன்னவளின் சொல்லுக்குச் செவிசாய்த்து மொழியன் அமைதி காக்க வேண்டியதாயிற்று.

தம்பிக்காக இல்லத்தை ஒதுங்க வைக்கும் பணியில் அவள் ஈடுபட்டிருக்க, மச்சினனைத் தள்ளிக்கொண்டு வெளியே வந்தான் மொழியன்.

"என்ன அத்தான்..?" என்றவனிடம், "எவ்வளவுடா பணம் வச்சிருக்க?"

பெரியவனின் திடீரென்ற கேள்வியில் திகைத்தவன், "ஏன் திடீர்னு இப்படிக் கேட்கிறீங்க அத்தான்?"

"சாரலோட டிரீட்மெண்டுக்கே எல்லாம் சரியா போச்சா, இல்ல மீதி ஏதாவது இருக்கா?"

சாகி சின்னதாய் சிரித்து, "ஏன் அத்தான் வரதட்சணை எதுவும் வேணுமா?"

அவனை முறைத்தவன், "உன்னைக் கொல்லப் போறேன் பாரு! அந்தப் பணம் உனக்கும் உரிமையானது சாகி. சாரலுக்குச் செய்ய வேண்டியது நான் தான், நீயில்ல.!"

"பணப் பிரச்சனை எல்லாம் எதுவும் இல்ல அத்தான். இந்த இரண்டரை வருஷமா நான் சம்பாதிச்சது அப்படியே தான் இருக்கு.."

"ம்ம் சரி, அடுத்து என்ன செய்யப் போற?"

"என்ன.. இங்க ஒரு வேலையைத் தேடிக்க வேண்டியது தான்!"

"அப்ப உனக்குப் படிக்கிற எண்ணமே இல்லையா?"

"ஏது படிக்கவா, விளையாடாதீங்க அத்தான்.."

"சீரியஸா தான் சொல்லுறேன், ஒழுங்கா படிக்கிற வேலையைப் பாரு. நீ தனி வீட்டுக்குப் போறேன்னு சொன்னதும் நான் சரின்னு சொன்னேன்ல, இப்ப நான் சொல்லுறதை நீ கேளு..!"

"ஆனா அத்தான்.." எனச் சாகி இழுக்க, "இன்னும் கொஞ்ச நேரத்துல வருண் வருவான். அவனோட கிளம்புற, நான் எல்லா அரேஞ்ச்மெண்ட்ஸூம் செஞ்சிட்டேன். உனக்கு ஒரு டூ வீலர் எடுத்துக்க. காலேஜ் போயிட்டு வர்றதுக்கு ஈசியா இருக்கும்.."

"ஆனா அத்தான் அந்தளவுக்கு என்கிட்ட பணம் இல்ல.."

"அப்புறம் பெரிய இவன் மாதிரி கல்யாண செலவை நான் தான் செய்வேன்னு, எதுக்குடா பிடிவாதம் பிடிச்ச?"

"அது என் அக்காக்காக நான் செய்யிறது!"

"இருந்தாலும் இவ்வளவு பாசம் வேண்டாம்டா. பொங்கி வழியிது..!" என்றவனின் குரலில் தமக்கைக்காகத் தன் வாழ்வைப் பற்றிச் சிந்திக்க மறுக்கிறானே என்று ஆதங்கம் நிறைந்திருந்தது.

"சரி அப்ப உன்னோட படிப்பை நான் பார்த்துக்கிறேன், நான் சொல்லுறதைக் கேளுடா.."

"இல்ல வேண்டாம் அத்தான்.." என்றவனது பதிலில், "ஒரு வழிக்கும் வர மாட்டீறானே? அப்படியே அக்காவும் தம்பியும் ஒண்ணு போல இருக்காங்க..!" எனத் தலையில் அடித்துக் கொண்டான் மொழியன்.

சாகி சிரித்து, "அத்தான் எதுக்கு இவ்வளவு மெனக்கெடுறீங்க? எனக்கு எந்தக் குறையும் இல்ல. நான் நல்லா தான் இருக்கேன்.."

"இது இப்ப சாகி, இன்னும் ஏழெட்டு வருஷம் போனா உனக்குன்னு ஒருத்தி வருவா. அப்ப உன்னோட வாழ்க்கையை வாழுறதுக்கு நீ தயாரா இருக்கணும்! உனக்குன்னு ஒரு அடையாளம் வேணும், நான் சொல்லுறது புரியிதா?"

அவன் குழப்பத்துடன் பார்க்க.. மொழியன், "என் மேல நம்பிக்கை இருந்தா, சொல்லுறதைக் கேளு!"

சாகி, 'சரி' எனத் தலையசைத்து, "ஆனா அத்தான் எனக்கானதை நான் தான் பார்த்துக்குவேன்.."

"எப்படி டா?"

"படிக்கிறதுக்கு லோன் போட்டுக்கிறேன். எனக்கு ஒரு பார்ட் டைம் ஜாப் மட்டும் அரேஞ்ச் பண்ணிக் கொடுங்கப் போதும்.."

"சரின்னு சொல்லிதான் ஆகணும், வேற வழியில்ல. இல்லையினா நீ பிடிவாதம் பிடிப்ப. முடியலடா உங்களோட.." என மொழியன் பெருமூச்சை வெளியிட, இளையவன் சிரித்தான்.

அவனும் சிரித்து, "சரி எனக்கு இன்னொரு விஷயம் சொல்லு, உங்கக்கா என்ன படிச்சிட்டு இருந்தா?"

"ஏன் அத்தான் அவளையுமா?"

"வீட்டுல இருந்தா என்னை ரொம்ப இம்சைப் பண்ணுவா, அதான்.." என அவன் சிரிக்க, "இதோ அக்காவே வந்திட்டா. நீங்க அவக்கிட்டயே கேட்டுக்கோங்க.." எனச் சாகி அங்கிருந்து நழுவிவிட, "நான் உங்களை இம்சைப் பண்ணுறேனா?" என்றவாறே ஆடவனின் எதிரே வந்து நின்றாள் சாரா.

"யார் சொன்னா அப்படி?"

"நீங்க தான் கொஞ்ச நேரத்துக்கு முன்னாடி சொன்னீங்க.."

"அச்சோ உன் காதுல ஏதோ தப்பா விழுந்திருக்கும்னு நினைக்கிறேன் சாரல்மா.." என அவ்விடம் விட்டு நகர முயன்றான் மொழியன்.

"எங்க எஸ்கேப் ஆகுறீங்க..?" என அவள் முன்னே வந்து வழிமறித்து நிற்க, "என்னால எங்கப் போக முடியும், விட்டுடுவியா என்ன? நீ தான் பத்திரமா லாக் பண்ணி வச்சிட்டியே!" என அவளின் இதயத்தைச் சுட்டிக்காட்ட, "ஆஹா வர வர ரொம்பத்தான் பேசக் கத்துக்கிட்டீங்க.." என்று சிவந்த முகத்தோடு தம்பியைக் காணச் சென்றாள் சாரா.

வருண் வந்ததும் சாகியை அவனுடன் அனுப்பி வைத்த மொழியன், அதற்கிடையில் மச்சினனிடம் தன்னவளின் ஆசையையும், பிடித்தத்தையும் கேட்டுத் தெரிந்து கொண்டான்.

* * *

பனிமகளின் ஆதிக்கத்தில் இன்னும் இருள் பிரியாமல் இருந்த காலைப் பொழுதில்.. திருமண அழைப்பிதல் அனுப்பியிருந்த உறையில் அனுப்புனர் இடத்தில் குறிப்பிடப்பட்ட முகவரியைப் பார்த்துக் கொண்டே, சற்றே அகலமான அந்த வீதியினில் நடந்து வந்தான் ஸ்ரீனு.

மொழியன் சென்னையை அடைந்ததும் தனக்குத் தெரிவிக்கும் படி உரைத்திருந்தான், சென்று நண்பனை அழைத்து வருவதற்காக. ஆனால் ஸ்ரீனுவிற்குத்தான் திருமண வேலையில் இருப்பவனுக்குச் சிரமம் கொடுக்க விருப்பமில்லை. அதனால் தானே சென்று விடலாம் என்று முடிவெடுத்திருந்தான்.

வீதியின் முடிவில் பெரிய மைதானம் ஒன்று தெரிய.. ஒரு சிலர் அங்கு நடைப்பயிற்சியும், சிலர் ஓட்டப்பயிற்சியும் மேற் கொண்டிருந்தனர். அவர்களின் அருகே சென்று முகவரியை விசாரிக்கலாம் என வேக எட்டுக்களில் நடைப் போட்டவனை, "பளார்.." என யாரையோ அறையும் சப்தம் தன் பக்கம் இழுத்தது.

ஸ்ரீனு திரும்பிப் பார்க்க.. பழுப்புநிறத்தில் சதைப்பிடிப்போடு சற்றே குண்டாய் இருந்த அழகி ஒருத்தி, எதிரே நின்றிருந்த ஆடவனின் கன்னத்தில் தன் கைவரிசையைக் காட்டியிருந்தாள்.

ஸ்ரீனுவின் கால்கள் நகராமல் அதே இடத்தில் நின்று கொள்ள, "ஏன்டா நானும் பார்த்துக்கிட்டே இருக்கேன், காலையிலயும் சாய்ந்திரமும் விடாம ஃபாலோ பண்ணிக்கிட்டே இருக்க? உனக்கு எவ்வளவு தைரியம்டா..?" எனக் குரல் உயர்த்தி அதிகாரமாய் வினவ..

அவனும் அவளுக்குச் சற்றும் சளைத்திடாமல், "ஏய் குண்டு பேரிக்கா, நான் என்ன உன்னையா ஃபாலோ பண்ணேன், அவப் பின்னாடி தான வந்தேன்..?" என்று

அந்தப் பழுப்பு நிறக்காரியின் பின்பக்கம் நின்றிருந்த பெண்ணைக் காட்டி வினவினான்.

"அடிங்க, நான் குண்டுதான், பார்க்கக் கொஞ்சம் பழுத்த பேரிக்கா மாதிரி தான் இருப்பேன். அதுக்காகச் சொல்லிக் காட்டுவியோ நீ? மூஞ்சியில ஒரு குத்து விட்டேன், மூக்கு முக்கா இன்ச்க்கு நசுங்கிடும் பார்த்துக்கோ.."

"ஓய் என்னடி துணைக்குப் பொம்பளை ரௌடிய கூட்டிட்டு வந்திருக்கியா நீ?" என அவன் பின்னால் நின்றிருந்த பெண்ணிடம் வினவ, "நீ பொண்ணு பின்னாடி சுத்திப் பொறுக்கித்தனம் செஞ்சிட்டு, என்னை ரௌடின்னு சொல்லுவியா?" என்றவள் முதலில் சொன்னது போலவே ஒரு குத்து விட்டு அவனின் மூக்கைப் பதம் பார்த்திருந்தாள்.

வலி தாங்க முடியாமல் அலறியவனின் மூக்குத் துவாரத்தின் வழியே குருதி வெளியேற, "ஏய் என்னடி செஞ்சிருக்க, போச்சுப் போச்சுப் பெரிய பிரச்சனை ஆகப் போகுது..!" என அவளின் தோழி பதறினாள்.

இவளோ முறைப்புடன், "இதை அப்படியே விட்டாதான் பெரிய பிரச்சனை ஆகும். தினமும் நீ போற வர்ற, இடத்துல நிப்பான். பொது இடத்துல பேர் சொல்லிக் கூப்பிடுவான்.

எங்கேயாவது நீ தனியா நின்னா, வந்து மேல உரசுவான். இன்னும் இன்னும்னு அடுத்தடுத்துப் போயிக்கிட்டே இருப்பானுங்க. இதுக்கெல்லாம் ஆரம்பத்துலயே ஃபுல் ஸ்டாப் வச்சிடணும்..!" என உரைத்துவிட்டு அவனிடம் திரும்பி, "இனிமேல் பின்னாடி வந்து புஸ்ஸு புஸ்ஸுன்னு சத்தம் விட்டுக் கூப்பிட்ட, அடுத்த நிமிஷம் சத்தம் போடுறதுக்கு வாய் இருக்காது!"

"ஒரு பொண்ணு நீ.." என அவன் குரல் உயர்த்த, "அட மாங்கா மண்டையா, அந்தப் பொண்ணுக்கிட்ட தான் கொஞ்ச நேரத்துக்கு முன்னாடி அடி வாங்கின.

பொண்ணாம் பொண்ணு!

இதோட ஸ்டாப் பண்ணிக்கோ. இல்ல, நீ அடிவாங்கின வீடியோ உன்னோட ஃபேமிலி, ஃப்ரண்ட்ஸ், ரிலேசன்ஸ் எல்லாருக்கும் போகும்..!" என்றவள் தன் சட்டைப்பையில் வைத்திருத்த கைப்பேசியை எடுத்து அதில் பதிவாகிக் கொண்டிருந்த காணொளியைக் காட்டினாள்.

அவன் அதிர்ந்து பார்க்க, "வரட்டா தம்பி, பத்திரமா வீடு போய்ச் சேரு.." என அங்கிருந்து தோழியுடன் நகர்ந்தாள்.

சிறிது தூரத்தில் அவளை அனுப்பிவிட்டு வந்தவளின் கண்களில் ஸ்ரீனு பட, "ஓய் இங்க என்ன பார்வை? கிளம்பு.!" என விரலசைத்து அவனைப் போகச் சொல்ல, ஆடவனோ நகரத் தோன்றாது அவ்விடத்திலேயே திகைத்து நின்றிருந்தான்.

அத்தியாயம் 23

திகைத்த பார்வையுடன் நின்றிருந்த ஸ்ரீனுவை நோக்கி வந்தவள், "உன்னைத்தான் போன்னு சொன்னேன்ல, எதுக்கு இப்படி நிக்கிற..?"

அவனோ மெலிந்த குரலில், "அட்ரஸ்.." என்றான்.

ஆடவனின் கையில் இருந்த கடித உறையைப் பறித்தவள், "ஊருக்குப் புதுசா நீ..?"

அவனது தலை அனிச்சையாய் அசைய, இம்முறை அவளின் இயல்பான குரலில் இதழ்களும் மெல்லிய புன்னகையைச் சிந்தியது.

கண்கள் பாவையை அளவிட, அதிகபட்சம் பதினெட்டு பத்தொன்பது வயதிருக்கலாம். ஆனால் அவளின் ஆளுமையும், பேச்சும், பார்வையும் அவனுக்குச் சற்றே வியப்பைக் கொடுத்தது.

ஸ்ரீனுவின் பார்வையை உணர்ந்தவள், "பார்த்தது போதும், எந்தப் பக்கம் பார்த்தாலும் நான் ஒரே மாதிரிதான் இருப்பேன்.." எனத் தன் தோற்றத்தைப் பற்றிக் கேலியாய்

உரைத்தவள், "எந்த ஊரு?"

"அதி.." எனத் துவங்கியவன் சற்று நிதானித்து, "வைசாக்.."

"வைசாக்கா அப்படினா? ஒழுங்கா தமிழ்ல சொல்லு, புரியாத பாஷை எல்லாம் பேசி என்னைக் கடுப்பேத்தாத!" என்றவள் அவனது முகத்தை ஆராய்ந்து விட்டு, "மூஞ்சி ஒரு மாதிரி வித்தியாசமா இருக்கு. நம்மாளு மாதிரி தெரியலையே? இவ்வளவு கலரா இருக்க, நார்த்தா..?"

அவனுக்குச் சிரிப்பு வர, "விசாகப்பட்டினம், ஆந்திரா.."

"ஆமா விசாகப்பட்டினம் ஆந்திரால இருக்குன்னு எனக்குத் தெரியாது பாரு.?" எனக் கண்களைச் சுருக்கியவள், "தெலுங்குப் பையனா? அதுக்கான அடையாளமே மூஞ்சியில இல்லயே.? நான்கூட ஆந்திராக் காரனுங்க தெலுங்குப் படத்துல வர்ற மாதிரி ஏய் ஓய்ன்னு சௌண்டா பேசுவாங்கன்னு பார்த்தா, நீ என்ன சாம்பாரா இருக்க? மூக்குக்குக் கீழ மீசையைக் கூடக் காணோம், ஆமா என்ன வயசு? ஒரு இருபது இருபத்தொண்ணு இருக்குமா..?"

அவன் முறைத்து, "டிவன்டி சிக்ஸ்.."

"ஓஹோ, அவ்வளவு வயசாகுதா? வெளிய சொல்லீடாத, சிரிச்சிடப் போறாங்க. அதுக்கு நானே பரவாயில்ல, என்னவோ சாப்பிட்டுப் பலநாள் ஆன மாதிரி இருக்க.." என்றவள் உறைக்குள் இருந்த அழைப்பிதழை எடுத்துப் பார்த்தாள்.

அதை ஆராய்ந்தவாறே, "கல்யாணப் பொண்ணுக்குச் சொந்தமா?"

மறுத்துத் தலையசைத்தவன், "வருடிக்கி.."

"என்னது வரிக்கி வேணுமா?"

சட்டென்று சிரித்து விட்டவன், "கல்யாண.. மாப்பிள்ளை.." என நிதானமாய்ச் சிந்தித்து ஒவ்வொரு வார்த்தையாய் உரைத்தான்.

"சரி வாங்க.." என அவள் முன்னால் நடக்க.. பாவையின் மரியாதை அழைப்பையும், செயலையும் புரியாமல் பார்த்தான் ஸ்ரீனு.

"எக்கட.. ப்ச்ச் எங்க?" என்றவன் அவளைப் பின் தொடர, அழைப்பிதழைக் காட்டினாள்.

அடுத்த நான்கு நிமிட நடையில் ஒரு இல்லத்தின் வாயிலைக் காட்டியவள், "இதுதான் நீங்க தேடின அட்ரஸ்.." எனக் கூறிவிட்டு எதிர் திசையில் நடந்து சென்றாள்.

வெளிக்கதவைத் திறந்து ஸ்ரீனு உள்ளே அடியெடுத்து வைக்க, "ராணிக்குட்டி எதுக்கு அழறாங்க, வாங்க வாங்க அத்தை உங்களுக்கு மிட்டாய் வாங்கித் தர்றேன்.." என்றவாறே வசுவின் மகளைத் தூக்கிக் கொண்டு வெளியே வந்தாள் சாரா.

ஸ்ரீனுவைக் கண்டதும் அவளின் பார்வையில் தயக்கமும் கேள்வியும் குடியேற.. அதை உணர்ந்தவன், "மொழியன்.." என அழைப்பிதழைக் காட்டினான்.

மெலிதாய் புன்னகைத்தவள், "உள்ள வாங்க.." என்று விட்டு, "வருண் அண்ணா.. அவரோட ஃப்ரண்ட் வந்திருக்காங்க.." எனக் குரல் கொடுத்தாள்.

எட்டிப் பார்த்த வருண், "அட வா ஸ்ரீனு, வா வா.." என வரவேற்று விட்டு, "இவன் உன் புருஷனோட ஃப்ரண்ட் இல்லமா, என்னோட ஃப்ரண்ட்.."

அவள் புரியாமல் பார்க்க, தனக்கும் அவனுக்குமான நட்புறவை உரைத்தவன், "சரிமா நீ போய்ச் சீக்கிரம் ரெடியாகு. நல்லநேரம் ஆரம்பிக்கப் போகுது.." எனத் தன் மகளை வாங்கிக் கொண்டு, அவளை அனுப்பி வைத்தான் வருண்.

ஸ்ரீனுவின் நலம் மற்றும் பயணத்தைப் பற்றி விசாரித்தவன்.. சிவநாதனின் அறைக்கு அழைத்துச் சென்று அவனைத் தயாராகும் படி கூறிவிட்டு வெளியேறினான்.

குளியலறையில் இருந்து வெளியே வந்த மொழியன், படுக்கையில் குழப்பத்துடன் அமர்ந்திருந்த தன்னவளைக் கண்டு அவளருகே சென்றான்.

"என்னடா இன்னும் டிரஸ் சேஞ்ச் பண்ணாம இருக்க, பந்தக்கால் ஊன நேரமாச்சு.."

"ஸ்ரீனு வந்திருக்காருங்க..!"

"வந்துட்டானா, சரி நான் போய்ப் பார்க்கிறேன்.." என்று அவன் நகர, ஆடவனின் கைப்பற்றி நிறுத்தி, எழுந்து நின்றாள் சாரா.

திரும்பிக் கேள்வியாய் பார்த்தவனிடம், "நீங்க தான் இன்விடேஷன் அனுப்பினீங்களா?"

அவன், 'ஆம்' எனத் தலையசைக்க, "ஏன்? அவருக்கும் சங்கடம். எனக்கும் கூட ஒரு மாதிரி இருக்கு!"

"ஸ்ரீனு ஒண்ணும் தப்பானவன் இல்ல சாரல்மா.."

"அது எனக்கும் தெரியும், இருந்தாலும் எப்படி..?" என அவள் தயங்க, "அவனுக்கு நம்மக் கல்யாணத்தைப் பார்க்கிறது ரொம்ப வலியைக் கொடுக்கும் தான். நீ வேற ஒருத்தருக்குச் சொந்தமாகிறதைப் பார்த்தான்னா, உன்னைச் சீக்கிரமே மறக்க முயற்சி பண்ணுவான் அதுக்காகத்தான் இன்வைட் பண்ணேன்.

சரி நான் ரெடியாகி கீழ போறேன். உனக்குச் சேரி எல்லாம் எடுத்து வச்சிருக்கேன், சேஞ்ச் பண்ணீட்டு வா.." என அவன் உடைமாற்றச் சென்றான்.

சிறிது நேரத்தில் சாகியும் வந்துவிட.. அனைவரும் திருமணம் நன்முறையில் நடந்து, மணமக்களின் வாழ்வு சிறப்போடு அமைய வேண்டும் எனக் கடவுளை வணங்கிவிட்டு, முகூர்த்தக்காலினை வீட்டின் முன் பக்கத்தில் ஊன்றினர்.

ஒவ்வொருவராய் சென்று அதற்கு மஞ்சள், குங்குமம் வைத்து நவதானியங்கள் தூவி, பால் ஊற்றி வணங்கிவிட்டு வர.. வெளிப்புற இரும்புக் கதவைத் திறந்து கொண்டு அவசர அவசரமாய் ஓடி வந்தாள் ஸ்ருதி.

தன் கைப்பையை ஓரமாய் வைத்தவள், "லேட்டா வந்திட்டேனா மாமா?" என்றவாறே அவள் மொழியனின் அருகே செல்ல, "இல்லடா கரெக்ட் டைமுக்குத்தான் வந்திருக்க. போய்ச் சாமி கும்பிடு.."

கீழே குனிந்து வணங்கிவிட்டு நிமிர்ந்தவளை ஸ்ரீனு அதிர்வுடன் பார்த்துக் கொண்டிருந்தான்.

அவனைக் கண்டதும் சிரிப்பு வந்துவிட.. அதை மறைத்துக் கருவிழிகளை உருட்டி, 'யாருக்கிட்டையும் சொல்லக்கூடாது!' என ஓசை வராமல் இதழ்களை அசைத்து மிரட்டிவிட்டு, அமைதியாய் சாராவிற்கும் மொழியனுக்கும் இடையே சென்று நின்று கொண்டாள் அந்தக் குண்டு பேரிக்காய்.

"அம்மா வரலையா ஸ்ருதி?" என்ற மாமனின் வினாவிற்கு, "இல்ல மாமா.. என்னையும் போக வேண்டாம், ஒரேடியா கல்யாணத்துக்குப் போயிக்கலாம்ன்னு சொன்னாங்க.

எனக்குத் தான் மனசு கேட்கல. அஞ்சுத் தெரு தள்ளி இருந்துக்கிட்டு எப்படி வராம இருக்கிறது? அதான் பேக்கோட வந்திட்டேன். இங்க இருந்து நேரா காலேஜ் போயிக்கிறேன்.." என்றவள், வசுவின் மகளைத் தூக்கிக் கொண்டு விளையாடச் சென்றாள்.

ஸ்ரீனு அருகே நின்றிருந்த வருணிடம், "இ அம்மாயி எவரு?" என வினவ, தங்களது உறவை தெரிவித்தான் அவன்.

அனிச்சையாய் ஆடவனின் பார்வை, பேரிக்காயின் பக்கம் செல்ல.. அவளோ, "ராணிக்குட்டிக்கு ஒரு மிட்டாய், அக்காக்கு ஒரு மிட்டாய்.." எனக் குழந்தையின் கையில் இருந்த கற்கண்டை ஏமாற்றி.. தன்வாயில் பாதியைப் போட்டுக் கொண்டிருந்தாள்.

அங்கே சென்ற வருண், "என் பொண்ணை ஏமாத்துறியா நீ..?" என அவளின் தலையில் வலிக்காமல் அடிக்க, "அச்சோ சித்தப்பா வளர்ற பிள்ளையைத் தலையில அடிக்காதீங்க. பாவமே குழந்தை நிறைய

இனிப்புச் சாப்பிட்டா நல்லதில்லையேனு, பாதி நான் சாப்பிட்டா இப்படிப் பேசுறீங்க!

வசு இங்க பார்றேன், உன் வீட்டுக்காரரு என் தலையில நாலு கொட்டு கொட்டிட்டாரு.." என இல்லாத வலிக்குத் தலையைத் தேய்த்தவாறே சித்தியிடம் புகார் வாசிக்கச் சென்றாள் அவள்.

வசு, "ஏங்க இப்படி? அவளை என்ன இன்னும் சின்னப் பொண்ணுன்னு நினைச்சிக்கிட்டு இருக்கீங்களா? எப்பப்பாரு வம்பு இழுத்துக்கிட்டு.."

"யாரு நான் வம்பிழுக்கிறேனா? செய்யிறதெல்லாம் அவ, திட்டு மட்டும் எனக்கா?" என்றான் வருண்.

பின், "இரு உன்னை அப்புறம் கவனிச்சிக்கிறேன்!" என ஸ்ருதியை பொய்யாய் மிரட்டியவன், "நீ வா குட்டிமா, இனி அக்காவோட சேராத. உன்னையும் சேர்த்துக் கெடுத்து விட்டிடுவா.." என்று மகளிடம் உரைத்த படியே அவளைத் தூக்கிச் சென்றான்.

மொழியனும் சாராவும் அதைப் பார்த்து வாய்விட்டே சிரிக்க.. சாகியும் ஸ்ரீனுவும் தங்களது சிரிப்பை அடக்கப் பெரும்பாடு பட்டுக் கொண்டிருந்தனர். அவர்களை ஓரக்கண்ணால் பார்த்துவிட்டு, கண்டு கொள்ளாது வெளியேறினாள் ஸ்ருதி.

சில நிமிடங்களில் திரும்பி வந்து, "சரி, நான் கிளம்புறேன்.." என்றவளை அனைவரும் கேள்வியாய் பார்க்க, "ஏன் அதுக்குள்ள கிளம்புற? உன்னைப் பார்த்துச் சிரிச்சிட்டோம்னு கோபமா எங்க மேல?" எனச் சாரா அருகில் வந்து வினவ..

"சேச்சே அதெல்லாம் இல்லக்கா. பஸ்ஸுக்கு டைம் ஆச்சு. இப்பப் போனாதான் சரியா இருக்கும். இந்தப் பஸ்ஸை மிஸ் பண்ணீட்டா, அப்புறம் பதினோரு மணிக்குத்தான் காலேஜ்க்குப் போய்ச் சேர முடியும்.." என்றாள் அவள்.

"காலேஜ்க்குத் தான, கரெக்ட் டைம்க்குப் பேயிடலாம். முதல்ல சாப்பிடு, வீட்டுக்கு வந்திட்டுச் சும்மாவா போவ..?"

என அவளை அழைத்து உணவு மேஜையில் அமர வைத்த மொழியன், "வசும்மா.." எனக் குரல் கொடுக்க, "இதோ வந்திட்டேன் ண்ணா.." என்றபடியே உணவு வகைகளோடு சமையலறையில் இருந்து வெளியே வந்தாள் அவள்.

அனைவரும் ஒன்றாய் அமர்ந்து உணவருந்த துவங்க, சாராவும் மொழியனும் அவர்களுக்குப் பரிமாறினர்.

"நீங்களும் சாப்பிடுங்க.." என்ற தன்னவளிடம், "நீ மட்டும் எப்படித் தனியா சாப்பிடுவ, உன்கூட நான் அப்புறமா சாப்பிட்டுக்கிறேன்.." என்ற மொழியன், வாகனத்தின் திறவுகோலை எடுத்து வந்தான்.

அதைக் கண்ட வசு, "எங்கண்ணா கிளம்பீட்ட?"

"ஸ்ருதியைக் காலேஜ்ல டிராப் பண்ண.."

"இல்லண்ணா, முகூர்த்தக்கால் நட்டதுக்கு அப்புறம் வண்டியில டிராவல் பண்ணக்கூடாது. நீ இரு, என்னங்க நீங்க போங்க.." எனக் கணவனிடம் பொறுப்பை ஒப்படைத்தாள் மொழியனின் தங்கை.

"அந்த வாயாடியை எல்லாம் என்னால கூட்டிட்டுப் போக முடியாது, சீக்கிரம் போணும்னா இங்க இருந்து உருண்டு போகச் சொல்லு, ஓடிப்போனா கூட லேட்டாகும்.." என்று வருண் வம்பு பேச, "சித்தீ...." எனப் பல்லைக் கடித்தாள் ஸ்ருதி.

வசு அவள் புறம் திரும்ப, "அவர் பாட்டுக்குச் சும்மா தான இருந்தாரு. நீயே வாலண்டியரா பேசி, என்னை டேமேஜ் பண்ணி விடுற. இதெல்லாம் நல்லா இல்ல சொல்லீட்டேன். போ சித்தி, நான் உன் வீட்டுக்காரர் கூடப் போக மாட்டேன்!" எனப் பிடிவாதமாய்ச் சொல்ல.. சாரா இவர்களது விளையாட்டைப் பார்த்துச் சிரித்துவிட்டு, "சாகி நீ போடா, ஸ்ருதியை விட்டுட்டு வா.."

"என்னது நானா..?" என்று அவன் விழிக்க, "நீயே தான், கிளம்பு!" எனக் கணவனது கையில் இருந்த திறவுகோலை வாங்கி, அவனது கையில் கொடுத்தாள்.

"சாரா, எதுக்கு இந்த விபரீத விளையாட்டு..?" என்று அவன் கலவரத்துடன் வினவ, "ஏன் ப்ரோ வண்டி ஓட்டத் தெரியாதா?" என இடைநுழைந்தாள் ஸ்ருதி.

"ப்ச்ச் அதெல்லாம் இல்ல.." என்று அவன் பதிலளிக்கும் போதே, "அவன் பதினைஞ்சு வயசுலயே கார் ஓட்டுவான் ஸ்ருதி. அப்பா டிரைவர் தான, அதுனால எங்க ரெண்டு பேருக்குமே கத்துக் கொடுத்திட்டாரு. என்ன சின்னப் பையனுக்கு லைசன்ஸ் தான் தரமாட்டேன்னு சொல்லீட்டாங்க!"

ஸ்ருதி, "அப்ப இன்னும் லைசன்ஸ் வாங்கலையா?" என்றிட, "வாங்கியாச்சு வாங்கியாச்சு, நேத்துதான் வாங்கினேன்.." என்றான் சாகி.

"அப்புறம் என்ன ப்ரோ?" என இளையவள் வினவ, "சாரா எனக்கு இன்னும் சென்னையில ரூட்டெல்லாம் அவ்வளவா தெரியாது, எப்படி..?" என்று தயங்கினான் அவன்.

சாரா பதிலுக்குத் தம்பியிடம் பேசும் முன், "அட வாங்க ப்ரோ, ரூட் தான? நான் சொல்றேன். செமஸ்டர் லீவ் வரட்டும் மொத்தச் சென்னையையும் இன்ச் பை இன்ச்சா சுத்திக் காட்டுறேன்! இப்பக் கொஞ்சம் சீக்கிரம் சாப்பிட்டு, கிளம்புங்களேன் பையா ப்ளீஸ்.." என ஸ்ருதி கேட்க, சாகிக்கு வந்த சிரிப்பில் புரையேறிவிட்டது.

"அச்சோ பார்த்து பார்த்து.." என அவள், ஆடவனது தலையில் தட்ட, "ஏது ஏது.. காலேஜ்ல டிராப் பண்ண ஒத்துக்கிட்டதுக்காக இந்தக் கரிசனமா..?"

"ஈஈ.." எனப் பல்லைக் காட்டினாள் ஸ்ருதி.

"டேய் பார்த்துடா தம்பி, அவ தட்டுன தட்டுல ரெண்டு இன்ச் குள்ளமாகி இருக்கப் போற. எதுக்கும் உன் ஹைட்டை செக் பண்ணிக்கோ..!" என வருண் இடைநுழைய, அவனை முறைத்துவிட்டு வசுவின் மடியில் அமர்ந்து கற்கண்டுகளை ஒவ்வொன்றாய் வாயில் போட்டுக் கொண்டிருந்த ராணிக்குட்டியின் கையில் இருந்த மொத்தத்தையும் பிடுங்கிக் கொண்டாள் பார்கவியின் மகள்.

குழந்தை தனது உடைமை பறிபோய் விட்டதில், "அம்மா மித்தாயி..." என வாயைத் திறக்க, "என்ன விளையாட்டுடா இது, ராணிக்குட்டி அழுகுறா பாரு கொடு!" எனக் கட்டளையிட்டான் மொழியன்.

"அப்ப உங்க மாப்பிள்ளையை வாயை வச்சிக்கிட்டுச் சும்மா இருக்கச் சொல்லுங்க மாமா.." எனப் பேரம் பேசினாள் அவள்.

"ஏன்டா, நீதான் கொஞ்சம் சும்மா இரேன்.." என்று அவன் வருணிடம் உரைக்க, "என்ன செய்யிறது, உன் அக்கா மகளைப் பார்த்தாலே வாய் நமநமன்னு ஆயிடுது கண்ட்ரோல் பண்ண முடியல.." என்றான்.

"ஏதாவது புதுவித வியாதியா இருக்கப் போகுது சித்தப்பா, முதல்ல டாக்டரைப் பாருங்க..!" என்ற ஸ்ருதி, "இந்தாங்க இதைப் போட்டா வாய் நமச்சல் கொஞ்சம் அடங்கும்!" என அசந்த நேரம் பார்த்து வருணின் வாயைப் பிடித்துக் கற்கண்டை திணித்து விட்டாள்.

"ராணிக்குட்டி இங்க பாரு, உன்னோட மிட்டாயை அப்பா சாப்பிட்டுட்டாரு. நீ அவரை வந்து என்னன்னு கேளுடா..!" என வசுவின் மகளிடம் தந்தையானவனைக் கோர்த்துவிட்டு விட்டு அங்கிருந்து நகர்ந்தாள் ஸ்ருதி.

இதற்கிடையில் அனைவரும் உணவை முடித்திருக்க, "மித்தாயி.." எனக் கேட்டு அழுத மகளை, சமாதானம் செய்வதற்காகத் தூக்கிச் சென்றான் வருண்.

உள்ளங்கையில் பதுக்கி வைத்திருந்த கற்கண்டின் பிசுபிசுப்பு கையோடு ஒட்டிக்கொள்ளத் தூய்மை செய்வதற்காக வந்தவளின் செவிகளில் அவனது பேச்சுக்குரல் கேட்டது.

பாவையின் கால்கள் சிந்தனையுடன் அங்கேயே நின்று கொள்ள.. ஸ்ரீனு, "மொழியனுக்கு.. எதுவும்.. தெரிய.. வேண்டாம்.." என ஒவ்வொரு சொல்லாய் திணறலுடன் உரைத்தான்.

‘எதை மாமாக்குத் தெரிய வேண்டாம்னு சொல்லிக்கிட்டு இருக்காரு இவரு, ஆமா யார்க்கிட்டப்

பேசுறாரு.?' எனச் சிந்தித்தவாறே எட்டிப் பார்த்தாள் ஸ்ருதி.

மறுபுறம் இருந்த சாராவைக் கண்டதும் அவளுக்குக் குழப்பம் மேலிட.. மூளை, 'உனக்கு இது தேவையில்லாத வேலை, இங்கிருந்து செல்!' எனக் கட்டளையிட்டாலும், 'சாரா அக்காக்கு ஏதும் பிரச்சனையோ? இவரும் விசாகப் பட்டினத்துல இருந்து வந்திருக்காரு, அவங்களும் அங்கதான் இருந்தாங்க.

அதுனால தான் பொண்ணுக்குச் சொந்தமான்னு கேட்டோம், ஆனா இவரு மாப்பிள்ளைக்குச் சொந்தம்ன்னுல சொன்னாரு? ஏன் அப்படி..?' என மனமானது கேள்வி எழுப்ப, கால்களோ 'காரணத்தை அறிந்து கொண்டுதான் நகர்வேன்!' எனப் பிடிவாதம் பிடித்தது.

ஸ்ரீனு ஓரளவிற்குத் தமிழிலேயே பேசியதால் அவளால் புரிந்து கொள்ள முடிந்தது.

"ஸாரி.. நாக்கு.. ம்ப்ச்ச்ங்.. உங்களுக்குப் பெள்ளி ஆன விசயம் தெரியது. அன்துவெல்ல அலா உங்கட்ட பேசிட்டேன்.."

சாரா வருத்த முறுவல் ஒன்றை உதிர்த்து, "எனக்குக் கல்யாணம் ஆன விசயம் எனக்கே தெரியாது, அப்புறம் எப்படி உங்களுக்குத் தெரிஞ்சிருக்கும்? நீங்களும் நடந்ததை மறந்திட்டு வேற ஒரு நல்ல பொண்ணா பார்த்துக் கல்யாணம் செஞ்சிக்கோங்க ப்ளீஸ்.."

"ம்ம்.." என ஒரு பெருமூச்சை வெளியிட்டவன், "மொழியன்..?" என்று கேள்வியாய் பார்க்க, "நான் சொல்ல மாட்டேன்!" எனப் புன்னகைத்தாள்.

'அட, ஊர்ல இருக்கும் போது இவங்க ரெண்டு பேருக்கும் இடையில ஒரு தனி டிராக் ஓடியிருக்கும் போல? ஆனா சாராக்கா தான் மாமாவைத் தேடி வந்தது மாதிரி, நம்ம காதுக்கு நியூஸ் வந்துச்சு. இது ஒன் சைட் லவ்வா? இல்ல டூ சைடா இருந்து ஒன் சைடா மாறீடுச்சான்னு தெரியலையே?

மாமா இவ்வளவு நாள் கஷ்டப்பட்டுட்டு இப்பதான் ஏதோ சந்தோஷமா இருக்காரு. இப்பப் போயி.. ப்ச்ச் இதெல்லாம் நல்லதுக்கா கெட்டதுக்கா?' எனத் தனக்குத்தானே புலம்பிக் கொண்டே, அங்கிருந்து நகர்ந்தாள்.

சாகி ஸ்ருதியைப் பார்த்ததும், "என்ன கிளம்பலாமா?"

"ஒரே நிமிஷம்.. மாமா வாங்களேன், உங்கக்கிட்டப் பேசணும்!" என்று அவனின் கைப்பற்றி இழுத்துச் சென்றாள்.

மொழியன், "என்னடா...?"

"மாமா இது சரியா தப்பா? இல்ல நான் தப்பா புரிஞ்சிக்கிட்டேனான்னு தெரியல. என்னால அக்காவையும் தப்பா நினைக்க முடியல. அதேநேரம் காதுல விழுந்ததை அப்படியே விடவும் முடியல.."

"என்ன சொல்லுற ஸ்ருதி, தலையும் இல்லாம வாலும் இல்லாம. என்னால நீ சொல்லுற எதையும் புரிஞ்சிக்க முடியல.."

"அது மாமா.." எனத் தயங்கியவள், சாராவும் ஸ்ரீனுவும் பேசியதை உரைத்தாள்.

"ஒட்டுக் கேட்டியா?" என்றவனின் குரலில் சற்றே கண்டிப்பு வெளிபட, "கேட்கணும்னு நினைக்கல. ஆனா காதுல விழுந்ததைக் கேட்காம இருக்கவும் முடியல.." எனத் தலை குனிந்தாள் அவள்.

மெலிதாய் புன்னகைத்தவன், "எனக்கும் தெரியும் ஸ்ருதிமா.."

"என்ன மாமா, உங்களுக்குத் தெரியுமா..?" என்று திகைப்புடன் வினவியவளிடம், விசாகப்பட்டினத்தில் நடந்ததைத் தெரிவித்தான் மொழியன்.

"அப்ப ஸ்ரீனு..?" என அவள் புரியாமல் வினவ, "சாராவை சீக்கிரமே மறந்திடணும்..!" என்றான்.

அவள் வருத்தத்துடன் , "இருந்தாலும் நீங்க ரொம்ப மோசம் மாமா, எப்படி அவரால இதைத் தாங்கிக்க முடியும்?"

"இந்தச் சூழலைக் கடந்திட்டா, இதுக்கு அப்புறம் அவனோட வாழ்க்கை நல்லாயிருக்கும் ஸ்ருதி அதுக்குத்தான். எனக்குச் சாரல் திரும்பக் கிடைக்க அவனும் ஒரு காரணம். அதுல தெரியாமலயே காயம் பட்டிடுச்சு அவனோட மனசு. எனக்கென்னனு என்னால விடமுடியல, அதைச் சரி பண்ணனும்!" எனப் புன்னகைத்தான்.

"ம்ம்.." என்று அவள் தலையசைக்க, "காலேஜ்க்கு லேட்டாயிடும்னு அவ்வளவு அவசரப் பட்ட? இப்ப என்ன, உங்க மாமாவோட ரகசியம் பேசிக்கிட்டு இருக்க..?" என்றவாறே சாரா அங்கு வர, "இதோ அக்கா கிளம்பிட்டேன், வர்றேன் மாமா.." என இருவருக்கும் கையசைத்துவிட்டு, அங்கிருந்து நகர்ந்தாள் ஸ்ருதி.

மகளைச் சமாதானம் செய்துவிட்டு வந்த வருண், "நீ என்ன இன்னும் கிளம்பலையா? அடுத்து யாரை வம்பிழுக்கப் போற? சாகி சொல்லுறதைக் கேளு, வேண்டாம் இந்த ரிஸ்க்.." என இளையவனை எச்சரிக்க, "நீங்க இதையெல்லாம் கண்டுக்காதீங்க ப்ரோ, வாங்க நாம போகலாம்.." என அவனது கைப்பிடித்து இழுத்துச் சென்றவள், நின்று திரும்பிப் பார்த்தாள்.

ஸ்ரீனு சிவநாதனிடம் ஏதோ பேசிக் கொண்டிருக்க.. பாவையின் கண்கள் அவனிடம் ஒரு நொடி பதிந்து வருணிடம் இடமாற்றம் பெற்றது.

அவனை மூக்கைச் சுருக்கிப் பார்த்தவள், நாக்கை இதழ்களுக்கு நடுவே வெளியே நீட்டி அழகு காட்டி, "என்னையா உருண்டு போகச் சொல்லுறீங்க? வசு உன் வீட்டுக்காரரோட பைக் கீயைப் பிடுங்கிட்டு, அவரை இங்க இருந்து உருட்டிவிடு!" எனத் தன் சித்தியிடம் கட்டளைப் பிறப்பித்துவிட்டு, சாகியுடன் வாயிலை நோக்கி நடந்தாள் ஸ்ருதி.

“வாயைப் பாரு. அப்படியே அவங்கம்மாக்குத் தப்பாம பிறந்திருக்கு!” என அவன் இயல்பாய் உரைக்க.. அருகே

நின்றிருந்த வசு கணவனை முறைக்க, அனைவரின் இதழ்களிலும் புன்முறுவல்.

அத்தியாயம் 24

சாகியும் ஸ்ருதியும் கல்லூரிக்குச் சென்றதும்.. சாராவிடம் திரும்பிய வசு, "சரிங்க அண்ணி, நீங்க போய் ரெடியாகுங்க.." என்றுரைக்க, 'சரி' எனத் தலையசைத்துவிட்டுச் சென்றாள் அவள்.

இரு பெண்களின் நடவடிக்கைகளையும் கவனித்த மொழியன் குழப்பத்துடன், "என்ன வசு, ரெண்டு பேரும் எங்கப் போறீங்க?"

"போறீங்க இல்ல ண்ணா, அண்ணி மட்டும் தான் போறாங்க..!"

"அவ மட்டும் தனியாவா, எங்க?"

"சாகிக்கூட..."

"சாகிக்கூட எங்க?"

இடைநுழைந்த வருண், "டேய், தம்பிக்கூட வேற எங்கப் போவா? அவங்க வீட்டுக்குத்தான்..!"

"ஏன்..?"

"ஹான், பெண்ணழைப்புக்குப் பொண்ணை அவங்க வீட்டுல இருந்து தான் கூட்டிட்டு வரணும்!" என்றான் அவர்களது வீட்டின் மருமகன்.

"டேய் அது புதுசா கல்யாணம் பண்ணுறவங்களுக்கு..!" என மொழியன் கூற, "ஏன் நீ என்ன பழசா கல்யாணம் செய்யப் போறியா?" என வருண் வினவ, சிவநாதனும் வசுதாவும் சிரிப்புடன் மற்ற வேலைகளைக் கவனிக்கச் சென்றனர்.

"காமெடியா மாப்பிள்ள, சிரிப்பு வரல.." என இந்த ஏற்பாட்டில் தனக்கு விருப்பமில்லை என வெளிப்படையாய் காட்ட, "சாராவுக்கும் ஆசை இருக்கும்ல மச்சான்?" என்றான் வருண்.

"ஏன்டா, உங்கக்கிட்ட எதுவும் சொன்னாளா? ஆனா என்கிட்ட இதைப்பத்தி அவ பேசவே இல்லையே?"

"நீயே சொல்லு மச்சான், கல்யாணத்துக்கு முன்னாடி வசுவை நான் என் வீட்டுக்குக் கூட்டிட்டிப் போய் வச்சிக்கிறேன்னு சொல்லியிருந்தா ஒத்துப்பியா நீ..?"

"டேய் உன் கல்யாணமும் என் கல்யாணமும் ஒண்ணா?"

"இதென்ன ஒண்ணா ரெண்டானுட்டு? கல்யாணம்ன்னா கல்யாணம் தான், நான் என்ன மஞ்சள் கயிறுக்குப் பதிலா சிவப்புக் கயிறு கட்டினேனா? இல்ல நீதான் பச்சக் கயிறு கட்டப் போறியா?"

"ஏன்டா இப்படி அறுக்குற, முடியல.." என மொழியன் பாவமாய் உரைக்க.. வருண் சிரித்து, "முதல் தடவைதான் எதுவும் முறையா நடக்கல. இப்பச் செய்வோமே மச்சான்! சாராவுக்கும் சாகிக்கும் ஆசையிருக்கும்ல? ரெண்டு நாள் தான, நாளன்னைக்குக் கல்யாணம்.."

"ம்ம்.." என அரை மனதாய் தலையசைத்தவன் சிந்தனையுடன் தனதறைக்குச் சென்றான்.

கதவு திறந்தே இருக்க, சாரா ஒரு பையில் அவளுக்குத் தேவையான பொருட்களை எடுத்து வைத்துக் கொண்டிருந்தாள். வாயிலில் நிழலாடுவதை உணர்ந்து திரும்ப, தன்னவளைப் பார்த்தவாறே நின்றிருந்தான் மொழியன்.

மெலிதாய் புன்னகைத்தவள், "ஏன் இப்படி வாசல்லயே நிக்கிறீங்க?" என்றவாறே தன் வேலையில் கவனத்தைப் பதிக்க, "என்னை விட்டுப் போறியா சாரல்மா?" என்றவனது வினாவில் பெண்ணவளின் கைகள் வேலை நிறுத்தம் செய்து, விழிகள் அவன்புறம் திரும்பின.

ஆடவனைக் கூர்ந்து பார்த்தவளின் இதழ்களில் குறுஞ்சிரிப்பு மலர, "ஆமா போறேன் உங்களை விட்டு ரெண்டு நாளைக்கு. மொழியனோட சாரலா இல்லாம, சாகித்யனோட அக்கா சாராவதியா.."

"இல்ல எனக்குச் சாரல் வேணும்.."

"அவ மிஸஸ் மொழியனா ரெண்டு நாள்ல திரும்பி வந்திடுவா ஓகே..?" என்றவளின் சொல்லுக்குத் தனது மறுப்பை அவன் தலையசைப்பில் காட்ட, "ஏன்..?"

அமைதியாய் உள்ளே நுழைந்து அறைக்கதவைத் தாளிட்டுவிட்டு, தன்னை நோக்கி வருபவனைக் குழப்பத்துடன் பார்த்தாள் அவள்.

ஏதோ ஒரு புரியாத தயக்கமும், பயமும் பாவையை ஆட்கொள்ள.. அவளின் விழிகளில் தொக்கி நின்ற கேள்வியை உணர்ந்தவன், "உனக்கு என்னைப் பிடிக்குமா சாரா?" என்றவாறே ஓர் அடி முன்னோக்கி வைத்தான் மொழியன்.

ஆடவனின் 'சாரா' என்ற அழைப்பைக் குழப்பத்துடன் உள் வாங்கியவள், "ஏன் இப்படித் தீடீர்னு கேட்கிறீங்க?"

"பதில் சொல்லு ப்ளீஸ்.." என இருவருக்குமான இடவெளியை இன்னும் சற்றுக் குறைத்தான்.

"ம்ம்.."

"நிஜமா.."

"ம்ம்ம்.."

"என்மேல நம்பிக்கை இருக்கா உனக்கு..?"

"இதென்ன கேள்வி?"

"எனக்குப் பதில் வேணும் ப்ளீஸ்.."

"இருக்கு.."

"எந்தளவுக்கு?"

"எனக்கு உங்களைப் பத்தின ஞாபகமே இல்லைன்னாலும், இங்க வந்திருக்கேன். அதுக்கான நம்பிக்கை அளவு எவ்வளவுன்னெல்லாம் எனக்குத் தெரியாது!" என்றவளின் நெற்றி ஆடவனின் மூக்கில் உரசியது.

தனது ஒவ்வொரு வினாவிற்கும் ஒவ்வொரு அடியென முன்னேறி, அவளுக்கும் அவனுக்குமான இடைவெளியில் உள்நுழைந்து மொத்தத்தையும் தனதாக்கி, சாராவின் கண்களில் நிறைந்து நின்றிருந்தான் மொழியன்.

ஆடவனது நெருக்கத்தில் மனமானது தவிக்க.. உடல் தகிப்பதை உணர்ந்தவளின் இதழ்கள், "என்ன?" என்று திக்கித் திணறி வினவ, இன்னும் நெருங்கி அவளை அணைத்துக் கொண்டான்.

மௌனமாய் நீண்ட எண்பத்தாறு நொடிகளின் முடிவில், "என்மேல நீ வச்சிருக்கிற நம்பிக்கையை இன்னும் ஒரு பத்து நிமிஷத்துக்கு, நான் என்ன செஞ்சாலும் குறையாம பாத்துக்கோ ப்ளீஸ்.." என்றவன் அடுத்த நொடியே அவளிடமிருந்து விலகி, தன் வலக்கையால் அவள் கண்களை மூடினான்.

"கண்ணை மூடிக்கோ, நான் சொல்லும் போது திற.." என அங்கிருந்து நகர்ந்தவன் சில நொடிகளில் மீண்டும் அவளருகே வந்தான்.

அடுத்து நடந்த நிகழ்வு சாராவை நிலைகுலைய வைக்க.. இமைகளுக்குள் நீர் பெருக்கெடுத்தது. 'இன்னும் பத்து நிமிஷத்துக்கு என்மேல வச்சிருக்க நம்பிக்கை குறையாம பார்த்துக்கோ!' என்ற ஆடவனின் சொல்லையே இறுக்கிப் பிடித்துத் தன்னைச் சமாதானம் செய்து கொண்டாள்.

அடுத்தச் சில வினாடிகளில் தன் தேகத்தை இறுக்கிய ஒன்றில் சற்றே நிம்மதியடைந்தவளுக்கு, அப்போது தான் புரிந்தது.. மொழியன், அவளுக்கு உடை மாற்றி விட்டிருக்கிறான் என்று!

அடுத்த அவனது செயலை, ஆடவனது தீண்டலிலும் தன்னின் உணர்தலிலுமாய்ப் புரிந்து கொண்டவளுக்கு.. இம்முறை உவர்நீர் கட்டுக்குள் நிற்காது கன்னங்களைத் தீண்டி தன் வழித்தடத்தைத் தேடத் துவங்கியிருந்தது.

சில நிமிடங்களில், "கண்ணைத் திற சாரல்மா.." என்றவனின் குரலுக்குச் செவிசாய்த்துப் பெண்ணவளின் இமைகள் பிரிய, விழியறை தன்னுள் அணைக்கட்டி வைத்திருந்த வெள்ளத்தை இடைவெளி கிடைத்ததும் மொத்தமாய் வெளியேற்றியது.

பாவையின் கன்னங்களைத் துடைத்துவிட்டவன், "ஸாரிடா.." என்றிட, ஆடவனது சொல்லின் கனத்தைத் தாங்க இயலாது அவனை இறுக்கமாய் அணைத்துக் கொண்டவள், இரட்டை ஜடைப் பின்னலில் அவன் முதன்முதலாய் அவளுக்கு வாங்கிக்கொடுத்த பச்சை நிற பாவாடை சட்டையில் பழைய சாரலாய் மாறி மொழியனது கைக்குள் அடங்கியிருந்தாள்.

"என்னடா இது..?" என விசும்பலுடன் கேட்டவளுக்கான பதிலை, தன் அணைப்பின் இறுக்கத்தில் காட்டினான்.

"எனக்குப் பழைய சாரல் வேணும், அவளை நான் ரொம்ப மிஸ் பண்ணுறேன்.."

"அப்ப நான் வேண்டாமா?"

"உன்னை விட அவளைத் தான் மனசு தேடுது!"

"என்கிட்ட சொன்னா நானே டிரஸ் சேஞ்ச் பண்ணியிருப்பேன்ல.?"

"நீ முடியாதுன்னு சொல்லிட்டா. அப்புறம்.." என அவன் இழுக்க, "இன்னும் என்ன..?" என்றாள்.

"சாரலுக்கு நான் தான் எப்பவும் ஹெல்ப் பண்ணுவேன்! அதான் நானே சேஞ்ச் பண்ணேன்.."

"அப்புறம் எதுக்கு ஸாரி கேட்ட..?"

"உன்கிட்ட பர்மிஷன் வாங்கலேல?"

"சாரல்கிட்ட பர்மிஷன் வாங்கிதான் செஞ்சியா?"

"இல்ல, அவ அதிகாரமா செய்யச் சொல்லுவா.."

"அதான் என்கிட்ட பர்மிஷன் வாங்கத் தோணலையா உனக்கு..?"

"கோபமா என்மேல..?"

"ம்ம் லைட்டா.."

"பரவாயில்ல, தண்டனை வாங்கிக்கிறேன்.." என்றவனிடம் இருந்து தலையை மட்டும் நிமிர்த்தியவள் மொழியனின் முகம் பார்க்க, அவனோ வேறுபுறம் திரும்பியிருந்தான். அவனின் தாடையைப் பற்றிச் சாரா தன் புறம் திருப்ப, ஆடவனின் விழிப்படலம் சிவப்பு

நிறத்தை ஏற்றிருந்தது.

அவள், "அழுதியா..?"

"இல்ல.."

"பொய்.."

"நிஜமா தான்.." என்றவன் தன் அணைப்பைத் தளர்த்தி நகர்ந்தான். அதை அனுமதியாத பாவை, ஆடவனை மீண்டும் தனக்கு நெருக்கமாக்கி.. இதழ் முத்தம் பகிர்ந்தாள்.

இன்னதென்று புரியாத உணர்வில் அவன் தவிக்க, பாவையின் இதழ் ஒற்றல் தொடர.. அந்த நொடிகளின் நெகிழ்வில் தன்னைச் சிறிது சிறிதாகத் தொலைத்துக் கொண்டிருந்த மொழியன், சூழலை உணர்ந்து சட்டென்று விலகினான்.

எதுவும் பேசாது அறை வாயிலை நோக்கி நடந்தவனது எண்ணத்தை உணர்ந்த சாரா, பின்பக்கமாய் ஆடவனை அணைத்து, அவனது செயலுக்குத் தடைவிதித்தாள்.

இதுநாள் வரை அணைப்பிலும், இதழ் ஒற்றலிலும்.. அன்பையும், ஆதரவையும், ஆறுதலையும் மட்டுமே அறிந்து உணர்ந்திருந்தவனுக்கு.. இன்று, தன் தீண்டலின் மூலம் ஆசையையும் உரிமையையும் கற்றுக் கொடுத்தாள் சாரா.

அதன் தாக்கம் ஒவ்வொரு உயிரணுவிலும் எதிரொலித்து ஆடவனது உணர்வுகளை வதைக்க.. அதில் தடுமாறியவன், "ப்ளீஸ்.." எனத் தன் வயிற்றில் பதிந்திருந்த அவளின் கைகளைப் பிரித்தான்.

பெண்ணவளோ அவனது செயலுக்கு எதிராகச் செயல்பட்டு அணைப்பை இறுக்கி, ஆடவனின் முதுகினில் தன் முகத்தை அழுத்திக் கொண்டாள்.

அவளை விலக்கவும் இயலாமல் நெருக்கத்தை ஏற்கவும் முடியாது மதில்மேல் பூனையாய் நின்றிருந்தவனிடம், "உங்க உணர்வுகளோட நான் விளையாடுறேன்னு எனக்கு நல்லாவே தெரியும் மொழியன். நீங்க என்கிட்ட நடந்துக்கிட்ட முறைக்கான காரணத்தைப்

புரிஞ்சிக்கத்தான் அப்படிச் செஞ்சேன். ஆனா நிஜமா என்னால புரிஞ்சிக்க முடியல.

ஒரு மனைவியா உங்களுக்கு என்ன செய்யணும்னு தெரிஞ்சிருக்கிற எனக்கு, தொலைஞ்சுப் போன சாரல்கிட்ட இருந்து நீங்க என்ன எதிர்பார்க்குறீங்கன்னு புரியல. நான் இந்தளவுக்காவது உங்களோட எண்ணத்தை சரியா புரிஞ்சிருக்கேனா?" என்று வினவ, அவளைத் தனக்கெதிரே இழுத்து நிறுத்தினான் ஆடவன்.

"நீ சொல்றது சரிதான். எனக்குத் தேவையானது சாரல்கிட்ட தான் கிடைக்கும். நானும் நீ திரும்பி வந்த நாள்ல இருந்து ஒரு தடவையாவது அது கிடைக்குமான்னு எதிர்பார்த்திட்டு இருக்கிறேன்.

ஆனா இன்னைக்கு நீ சாகியோட போகப் போறேன்னு சொன்னதும், என்னால கண்ட்ரோல் பண்ண முடியல. அதுனால தான் டிரஸ் மாத்திவிட்டு, பழைய சாரலைப் பார்க்க ஆசைப்பட்டேன். எனக்கு அதுவே போதும்.."

"அப்ப நீங்க தேடுறது உங்களுக்கு வேண்டாமா?"

"கேட்டு வாங்குறதுல என்ன கிடைச்சிடப் போகுது?"

"ஆனா எனக்குத்தான் எதுவும் ஞாபகம் இல்லையே?"

"பரவாயில்ல.."

"நீங்க இருக்கீங்களே, போங்க. என்னன்னு வாயைத் திறந்து சொல்லவும் மாட்டிறீங்க. நானா நெருங்கி வந்தாலும் தள்ளிப் போறீங்க.." என்று அவள் புகார் கூற.. மெலிதாய் சிரித்து, "கல்யாணத்துக்கு முன்னாடி இதெல்லாம் தப்பு சாரல்மா.."

"என்னது? அப்ப இது என்ன..?" என அறையில் இருந்த அவர்களின் புகைப்படத்தில்.. அவளின் நிழல் உருவத்தின் கழுத்தில் இருந்த கயிற்றைத் தொட்டுக்காட்டி வினவ, அவனோ சிரித்தான்.

"ஆனாலும் முடியலடா. நீ ரொம்பப் பண்ணுற! இவ்வளவு எல்லாம் நல்லவனா இருக்காத!"

"ஏன் பிடிக்கலையா?"

"கண்டிப்பா சொல்லணுமா என்ன?"

"உன்னோட விருப்பம்!"

"அப்ப சொல்ல முடியாது, போடா..!" என அவள் கதவைத் திறக்க, "ஏய் இப்படியேவா வெளியப் போகப் போற? எல்லாரும் சிரிக்கப் போறாங்க.."

"என்னைப் பைத்தியக்காரியா மாத்தி, ரசிக்கிறியா நீ..?" என அவள் பல்லைக் கடிக்க, "ஏன்னா நான் விரும்பினதே அவளைத் தான்!"

"உன்னை.. ஏதாவது இந்த மாதிரி சொல்லி என்னைத் தூண்டிவிட வேண்டியது, அப்புறம் இதெல்லாம் தப்புன்னு அட்வைஸ் வேற.." எனச் சாரா அவனை நோக்கி வர, சிரிப்போடு விலகிக்கொண்டான்.

இதை எதிர்பாராதவள் தடுமாறி கீழே விழ, ஆதரவிற்காக அவனது உடையையும் பற்றிக் கொள்ள.. இருவரும் படுக்கையில் சரிந்தனர்.

"விழுகுறதுனா நீ மட்டும் விழு, என்னையும் சேர்த்து எதுக்கு இழுத்துப் போட்ட..?" என அவன் விளையாட்டாய் வினவ, தன்மேல் இருந்தவனைக் காதலுடன் பார்த்தவள் மெல்லிய குரலில், "கனமா இருக்கடா.."

பெண்மையின் சொல்லில் முகம் சிவந்தவன் சட்டென்று விலகி அருகில் படுத்துக் கொள்ள, அடுத்தநொடி ஆடவனது மார்பில் தலைவைத்து அணைத்துக் கொண்டாள் சாரா.

அவனது கைகள் அனிச்சையாய் தன்னவளை அரவணைத்துக் கொள்ள, "சாரல் ஒண்ணு கேட்கவா?"

"என்ன கேட்கப் போறீங்க?"

"அப்பப்ப வாடா போடா, வா போ, வாங்க போங்க.. ஏன் இப்படி மாத்தி மாத்தி வருது?"

"அது அப்படித்தான், இதைத்தான் கேட்கணும்னு சொன்னீங்களா?"

"இல்ல.." என்றவன், பக்கவாட்டில் திரும்பிப் படுத்து அவளை இன்னும் நெருக்கமாய் அணைத்துக் கொள்ள, "வேற என்ன?"

"வசுவும் வருணும் உன்னைப் பார்க்க வந்த அன்னைக்கு, நாம வெளிய உட்கார்ந்து பேசினோம்ல?"

"ஆமா!"

"எனக்கு உன்மேல கோபம் இல்லைன்னு சொன்னப்ப, நீ ஏற்கனவே தெரியும்னு சொன்ன..?"

"ம்ம்..."

"எப்படித் தெரியும், அந்தளவுக்கா கேவலமா நான் நடிச்சேன்..?" என அவன் வினவ.. மெலிதாய் சிரித்தவள், "அதெல்லாம் நல்லா தான் பர்ஃபார்ம் பண்ணீங்க!"

"அப்புறம் எப்படிக் கண்டுப்பிடிச்ச நீ?"

"தூக்கத்துல நடிக்க முடியாது பாருங்க.."

அவன் புரியாமல் விழிக்க, "அன்னைக்கு நைட் இப்படித்தான் என்னைக் கட்டிப்பிடிச்சுத் தூங்குனீங்க.." என அவள் சிரிக்க, அவனோ அசடு வழிந்தான்.

"மண்டையில இருக்கக் கொண்டையை மறந்துட்டீங்களே பாஸ்.." என்று சாரா மேலும் சிரிக்க, "போதும் போதும், என்னைக் கிண்டல் பண்ணது! நீ ஏன் சும்மா இருந்த, தூங்குறதுக்கு முன்னாடி என்ன பேச்சுப் பேசுன..?"

"அதான் உங்களைக் கட்டிக்கத்தான் வந்தேன்னு ஏற்கனவே சொல்லீட்டேனே, என் அழகு புருஷா. கிடைச்ச சான்ஸை எப்படி மிஸ் பண்ணுவேன், அதான் பேசாம கம்முன்னு இருந்துட்டேன்.." என ஆடவனின் மீசையைப் பற்றி இழுத்துச் சிரித்தாள்.

"ச்சே இது தெரியாம, காலையில முழிச்சதும் என்னைத் திரும்பவும் திட்டப் போறன்னு நினைச்சுப் பயந்து ஓடிட்டனே! இப்படிப் பல்ப் வாங்கிட்டியேடா மொழியா.?" என அவன் தன்னைத்தானே கேட்டுக் கொள்ள, "அச்சோ பாவமே என் செல்லம், உங்களை அந்தளவுக்கா பயமுறுத்தி வச்சிருந்தேன் நான்..?" என அவனது தாடையைப் பிடித்துக் கொஞ்சலாய் வினவினாள் சாரா.

அவளது செயலை வியப்புடன் உள்வாங்கியவன், "இதையெல்லாம் ஒரு காலத்துல உனக்கு நான்

செஞ்சேன்.."

"அதான் நான் உனக்கு இப்பத் திருப்பிச் செய்யிறேன்டா.." எனக் கன்னத்தில் இதழ் ஒற்ற, ஏனோ அவனுக்கு வெட்கமே மேலிட்டது.

அவளது கையை விலக்கியவன், "போதும் போதும்..!" எனப் படுக்கையில் இருந்து எழ முயல, "அச்சோ செல்லக்குட்டி எங்கப் போறீங்க, இப்படி எல்லாம் கோபிச்சுக்கிட்டுப் போகக்கூடாது! வாங்க வாங்க.." என அவனை மீண்டும் இழுத்துப் பிடித்துச் சிறிது நேரத்திற்கு ஆடவனைத் தனக்குக் குழந்தையாய் மாற்றிக் கிறங்க வைத்துவிட்டாள் சாரா.

மகிழ்ச்சிக்கும் நெகிழ்ச்சிக்கும் பஞ்சமில்லாது அப்படியே நிமிடங்கள் கடக்க.. அன்று பிற்பகலுக்குப் பின் சாரா தம்பியுடன் செல்வதற்குத் தயாரானாள். தன்னவளை உடைமாற்ற அனுமதியாத மொழியன்.. பழைய சாரலாகவே அவளையும், சாகியையும் தானே அழைத்துச் சென்று அவர்களது வீட்டில் விட்டுவிட்டு வந்தான்.

* * *

இரவு தோழியாம் வெண்தங்க மேனியாளை ரசித்தபடி பால்கனியில் நின்றிருந்த தமக்கையிடம் வந்த சாகி, "என்னக்கா தூங்கலையா?"

"இல்லடா தூக்கம் வரல.."

"ஏன்..?"

"என்னன்னு தெரியல, அப்படியே காத்துல பறக்கிற மாதிரி தோணுது!"

"ரொம்பச் சந்தோஷமா இருக்கியா சாரா.."

"ம்ம்.."

"காரணம் என்னவோ..?"

"யாருன்னு கேளு!"

"அத்தானா தான் இருக்கும்!" என அவன் சிரிக்க, பாவையின் இதழ்களிலும் மென்னகை.

"உண்மை தான்டா ரொம்பச் சந்தோஷமா இருக்கேன், அவரால தான். ஆனா அவரு அப்படி இல்ல சாகி.."

"ஏன் சாரா..?"

"ப்ச்ச் அவருக்குப் பழைய சாராவைத் தான் பிடிச்சிருக்கு!"

சாகி அமைதி காக்க, "என்னடா ஒண்ணுமே சொல்ல மாட்டிற?"

"என்ன சொல்லுறது க்கா, அத்தானை சந்தோஷமா வச்சிக்க உன்னால தான் முடியும். அது எனக்கு நல்லா தெரியும்! ஆனா அது எப்படினு நீதான் கண்டு பிடிக்கணும்!"

"ம்ம், நீ சொல்லுறதும் சரிதான்! சரி வா, நேரமாச்சு உள்ள போகலாம்.." எனத் தம்பியை அழைத்துச் சென்றாள்.

வீட்டிற்குள் வந்ததும், "சரிக்கா நீ போய்ப் படு, எனக்குக் கொஞ்சம் வேலை இருக்கு.." என்ற சாகியை கேள்வியாய் பார்த்தவள், "என்னடா வேலை..?"

"இன்னும் கொஞ்சம் திங்க்ஸை ஒதுங்க வைக்க வேண்டியது இருக்கு.."

"சரி வா, நானும் ஹெல்ப் பண்ணுறேன்.." என்ற சாரா உதவினாள்.

"என்னடா இது அட்டைப் பெட்டியா இருக்கு?"

"உன்னோட திறமையும், நினைவும் தான் க்கா!" எனச் சிரித்தான் சாகி.

புரியாமல் பார்த்தவள் ஒரு பெட்டியைப் பிரித்தாள். அதிலிருந்த பொருட்களைப் பார்த்துத் திகைத்த சாரா, "என்ன சாகி, டிராயிங் புக்ஸா இருக்கு?"

"எல்லாம் உன்னோட கைங்கர்யம் தான்!"

புரியாமல் குழப்பத்துடன் பார்த்தவளுக்கு, அவளின் கடந்த காலச் செயல்களை எடுத்துரைத்தான் இளையவன்.

"ஆமா இந்த டிராயிங் பண்ணுற ஐடியாவ எல்லாம் எனக்கு யார் சொல்லிக் கொடுத்தது?"

"எல்லாம் அத்தான் தான்!"

"பெரிய ஆளுதான் போல, என்னை எப்படி எல்லாம் சமாளிச்சிருக்காரு!" எனச் சிரித்தவளுக்குள் மொழியனிடம் இன்னும் இன்னும் காதல் பெருகியது.

"ஆமா நீ ஏன் இதை எல்லாம் தூக்கிப் போடாம, பத்திரமா வச்சிருக்க?"

"நீ.. என்னோட டிராயிங்ஸ் நான் தரமாட்டேன்னு அழுவ, அதுனால தான் வச்சிருந்தேன். இப்ப வீடு மாறுறப்பப் போட்டுடலாம்னு நினைச்சேன், ஆனா மனசு வரல.."

"ஏன்டா..?"

"நீ இனிமே என்கூட இருக்க மாட்டேல க்கா, நம்ம பழைய வாழ்க்கையோட நினைவுகளும் எதுவும் இல்ல. இதாவது என்கூட இருக்கட்டுமேன்னு தான்.." என உரைத்த சாகியின் தலையை அவள் வருடிவிட, தமக்கையின் தோளில் சாய்ந்து அமர்ந்து கொண்டான்.

தூக்கம் வராமல் இருந்தவளுக்கு நேரம் கடத்துவதற்கு வழி கிடைத்துவிட, தான் அறியாத தனது கடந்த காலத்தின் சுவடுகளை ஒவ்வொன்றாய் எடுத்துப் பார்க்கத் துவங்கினாள்.

பத்து வயது சிறுமியாய் தமிழ், ஆங்கிலம், கணிதம் எனத் தனக்குத் தெரிந்த அனைத்தையுமே பதிவிட்டிருந்தாள் சாரா. தன் தாய் தந்தையரின் பெயரில் இருந்து, வசுவின் மகள் மிருதுளா ராணியின் பெயர் வரை எழுதிப் பழகியிருந்தாள்.

பெரியவர்கள் அனைவரையுமே பெயராய் அல்லாது.. 'மாமா, வசு அண்ணி, வருண் அண்ணா, வடிவு சித்தி, பார்கவி ஆன்ட்டி, ஸ்ருதி தங்கச்சி' என உறவுகளாய் எழுதியிருந்தவள்.. நடுவில் இருந்த 'இனியா' என்பவனை மட்டும் தெரியாது குழம்பினாள்.

அடுத்தத்தடுத்த பக்கங்களைத் திருப்ப, இனியா என்ற பெயர் அடிக்கடி அவளின் பார்வையில் பட்டது. ஆனால் அதில் மொழியனைத்தான் எங்கும் காணவில்லை.

'ஏன்?' என்ற கேள்வி எழ, மற்ற நோட்டுக்களிலும் ஆராய்ந்து மொழியனைக் காணாது தேடினாள். இவை அனைத்தும் அவள் விசாகப்பட்டினத்தில் இருந்த பொழுதில் எழுதியவை தான்!

பெரும் குழப்பத்துடன், "சாகி இனியா யாரு..?"

அவனும் அதே குழப்பத்துடன், "ஏன்கா உனக்குத் தெரியாதா?"

"தெரியாதுடா.."

"அத்தான் உன்கிட்டச் சொல்லலையா?"

"இல்லடா நீ சொல்லு, இனியா யாரு?"

சின்னதாய் சிரித்தவன், "எல்லாம் உனக்கு வேண்டியவங்க தான்.."

'யாரது..?' எனச் சிந்திக்கத் துவங்கியவளுக்கு.. அன்றொரு நாள் மொழியன் வருணிடம், "இனியன் அவளோட நினைவுகள்ல இல்லையே தவிர, உணர்வுகளோட கலந்து போனவன்.." என உரைத்தது நினைவிற்கு வர, "உங்க அத்தானா சாகி..?" என வினவியளுக்குத் தொண்டை அடைத்தது.

அவன் 'ஆம்' எனத் தலையசைக்க, "ஏன் அப்படி, அவர் பேரு மொழியன் தான?"

"ம்ம், அது மத்தவங்களுக்கு. ஆனா உனக்கு இனியன், நீ அப்படித் தான் கூப்பிடுவ. ஏன்னு தெரியுமா? அத்தான் ரொம்ப ஸ்வீட்டாம். சோ அந்த ஸ்வீட்டுக்கு இனிப்பு.. அதாவது நீ, இனியான்னு பேரு வச்சிருக்க!"

மொழியன் தன்னிடம் தேடுவது எதுவென இந்நொடி புரிந்துவிட, ஏனோ சாராவிற்கு அழுகை வரும் போல் தோன்றியது. தன்னை முயன்று நிலைநிறுத்திக் கொண்டவள், கையில் இருந்த நோட்டுப் புத்தகத்தில் தான் முன்பு எழுதியிருந்த அவனது பெயரை வருடினாள்.

அதைக்கண்ட சாகி, "என்னக்கா..?"

"ஒண்ணுமில்ல தூங்கலாமா?"

'சரி' எனத் தலையசைத்தவன் அனைத்துப் பொருட்களையும் துரிதமாய் எடுத்து வைத்துவிட்டுப்

படுக்கையை விரித்தான்.

அன்றைய தினத்தின் வேலைப் பளுவின் சோர்வில் சில நிமிடங்களில் சாகித்யன் உறங்கிவிட, தன்னவனின் பெயரை மனதிற்குள்ளேயே உச்சரித்துப் பார்த்தாள் சாரா.

அதன் எதிரொலியாய் இதழ்களும் ஓசையின்றி 'இனியா' என்று அசைய, இரவின் நகர்வில் லட்சம் முறைக்கும் மேல் தன் இனியனை அழைத்திருந்தாள் பாவை.

அத்தியாயம் 25

தேன்மொழியன், சாராவதியின் திருமண நாள் அழகாய் விடிந்தது. தாங்கள் குடியிருக்கும் பகுதியில் இருந்த ஓர் அம்மன் கோவிலிலேயே, திருமணத்திற்கு ஏற்பாடு செய்திருந்தான் மொழியன்.

சாராவின் விருப்பப்படி, தங்களது குடும்ப உறவுகளுடன் வடிவழகியை மட்டும் திருமணத்திற்கு அழைத்திருந்தான். பார்கவியின் இல்லத்திற்கு நேரில் சென்று அழைப்பு விடுத்திருக்க, தம்பியுடன் இருக்கும் நல்லுறவை கெடுத்துக் கொள்ள விரும்பாது.. அரைமனதுடன் அழைப்பை ஏற்று வந்து சேர்ந்தார் அவர்.

திருமண வேலைகள் என்று எதுவும் பெரிதாக இல்லையெனினும்.. வருண், ஹ்ரீனு, ஸ்ருதி என மூவரும் இருந்த வேலைகளைப் பங்கிட்டுக் கொண்டனர். பலநேரங்களில் சிரிக்க வைப்பதும், சில நேரங்களில் வம்பளப்பதுமாக அனைவரையும் கலகலப்புடனே வைத்திருந்தாள் இளையவளான ஸ்ருதி.

பொழுது புலர்ந்ததுமே நல்ல நேரம் பார்த்து.. முறைப்படி வருணும் வசுவும் சென்று, சாராவை மணப்பெண் அலங்காரத்தில் கோவிலுக்கு அழைத்து வந்தனர். மொழியனது குடும்பத்தார் ஏற்கனவே அங்குத் தயாராக இருக்க, முதலில் அம்மனுக்குப் பூஜைகள் நடந்தேறியது.

பின் மாமன் மச்சினன் முறைகளைச் செய்ய.. சாகித்யன் மொழியனுக்கு மாலை அணிவித்தான். சாராவிற்கு, நாத்தனார் முறையில் மூத்தவரான பார்கவி மணமாலையைச் சூட்டினார்.

'நான் முறை எல்லாம் செய்ய மாட்டேன்.!' எனப் பிடிவாதம் பிடித்துக் கொண்டிருந்த தன் தாயிடம், 'நீ இப்படி நடந்துக்கிறதால, சாரா அக்கா நமக்காக எதுவும் செய்யக்கூடாதுன்னு மாமாக்கிட்டச் சொல்லீட்டா.. நம்ம கதி அதோ கதிதான்.

வீணா எதையும் பேசிப் பிரச்சனைப் பண்ணாத. அப்புறம் நானும் நீயும் நாலு வீட்டுக்கு வேலைக்குப் போய்தான் வயித்தைக் கழுவணும்!' என உரைத்து, பார்கவியைத் திருமண நிகழ்விற்குத் தயார் செய்து அழைத்து வந்திருந்தாள் ஸ்ருதி. அதனால் அவரும் சொன்னதைச் செய்தார்.

மிதமான ஒப்பனையில் தயாராகி வந்த சாராவை மொழியனின் அருகே நிற்க வைக்க, புரோகிதர் சுவாமியிடம் வைத்து வழிபட்டத் திருமாங்கல்யத்தைக் கொண்டு வந்து கொடுத்தார்.

சிவநாதன் அதை வாங்கி மகனது கையில் தர.. மொழியனோ அவள் புறம் திரும்பி, "உனக்கு ஓகேவா, கட்டவா..?" எனக் காதோரம் மெல்லிய குரலில் வினவ, "முதல்ல கட்டுறப்பயே கேட்கல, இப்ப என்னடா கேட்டுக்கிட்டு இருக்க?" என்று இடைநுழைந்தான் வருண்.

"அப்ப கேட்காதனால தான் இப்பக் கேட்கிறேன்.."

"ஏன் இன்னும் ஒரு நாலு வருஷம் கழிச்சுக் கேளேன்!"

"அது என் இஷ்டம் நாப்பது வருஷம் கழிச்சுக் கூடக் கேட்பேன்!"

"டேய்.. அப்ப நீ அறுபதாம் கல்யாணத்துக்குத் தான் ஓகேவான்னு கேட்க முடியும்!"

"ஸப்பா உனக்கு இப்ப என்னடா பிரச்சனை?"

"இல்ல இதெல்லாம் அவசியமா மச்சான். சாரா தான உன்கிட்ட கல்யாணம் செஞ்சிக்கலாம்ன்னு சொன்னா? அப்புறம் எதுக்கு இந்த வெட்டிக் கேள்வி?"

"அவசியம் தெரிஞ்சிக்கணுமா உனக்கு?"

"யா டெஃபனட்லி..!"

"ஓஹோ.. ஸ்ருதி எங்க?"

சற்றுத்தள்ளி நின்றிருந்தவள், "என்ன மாமா?"

"இப்ப எதுக்கு அவளைக் கூப்பிடுற?" என்றான் வருண்.

"என் கல்யாணம் முடியிற வரைக்கும் உன் வாயை வச்சிக்கிட்டு சும்மா இரு. எப்பவும் எதையாவது கேட்டுக் கேட்டு இம்சைப் பண்ணனுமா உனக்கு!

இனிமேல் எதுவும் பேசுன, ராணிக்குட்டியைத் தூக்கி ஸ்ருதிக்கிட்ட கொடுத்திடுவேன்.." என மொழியன் மிரட்ட, அருகில் இருந்த சாகி, ஸ்ரீனு உட்பட அனைவரும் சிரிக்க..

ஸ்ருதியோ, "நல்லா செய்றீங்க மாமா, என்னைப் பார்த்தா எப்படித் தெரியிது உங்களுக்கு..?" என்று சண்டைக்கு நின்றாள்.

"குண்டு பேரிக்காய் மாதிரி தெரியிது!" என்று அவளின் காதோரம் சாகியின் குரல் கேட்க, திடுக்கிட்டுப் பார்த்தவளைக் கண்டு வாயை மூடிச் சிரித்தான் அவன்.

இளையவளின் கண்கள் ஸ்ரீனுவின் புறம் திரும்ப, அவனோ அதி முக்கியமாய் வசுதாவுடன் ஏதோ பேசிக் கொண்டிருந்தான்.

வருண் நண்பனைச் சீண்டியது போதும் என்று எண்ணியதாலும், அத்தோடு தன் மகளை அவள் தமக்கையிடம் சிக்க வைக்க விருப்பம் இல்லாததாலும் சிரிப்புடன் அமைதியாகி விட, மொழியனோ தமக்கை மகளிடம் கண்களாலேயே சமாதானம் பேசினான்.

அதை ஏற்றுக் கொண்டு சிரித்த ஸ்ருதி, "அட பால்டப்பா மூஞ்சி.. நான் சொல்லுறப்ப எல்லாம் பூம்பூம் மாடு மாதிரி தலையைத் தலையை ஆட்டிட்டு, ரெண்டு

நாள் கேப்ல என் ரகசியத்தை இப்படி உடைச்சிட்டியே? இருடா மகனே உன்னைக் கவனிச்சிக்கிறேன்!" என ஸ்ரீனுவைப் பார்த்தபடி வாய்க்குள்ளேயே முணுமுணுத்துக் கொண்டிருக்க..

"சுச், பாவம் குண்டு! ஏதோ அறியாத பிள்ளை தெரியாம பண்ணீட்டாரு விட்டுடு.." என அவனிற்காகப் பரிந்து பேசினான் சாகி.

"ப்ரோ.. சாரா அக்கா தம்பியாச்சே, ஏதோ பாவமேன்னு வாங்க போங்கன்னு பேசிக்கிட்டு இருக்கேன். அதை வாடா போடானு மாத்த வச்சிடாதீங்க, சொல்லீட்டேன் ஆமா..!" என்றவளைப் பார்த்து அவன் சிரிப்புடன் தலையசைக்க, அவள் உதட்டைச் சுளித்துக் காட்டிவிட்டு நகர்ந்தாள்.

நடந்த நிகழ்வினில் அனைவரும் சிரிக்க, சாராவோ தன்னருகே இருந்தவனின் இடையில் மெலிதாய் கிள்ளினாள். பெண்ணவளின் செய்கையில் மொழியன் அதிர்வுடன் திரும்ப, "கையில தாலியை வச்சிக்கிட்டு என்ன செய்யிறதா ஐடியா?"

"நீ தான் இன்னும் ஓகேன்னு சொல்லவே இல்லையே?"

சாரா, "ம்ம்.." எனத் தன் சம்மதத்தைத் தெரிவிக்க, "ஏதாவது சொன்னியா, எனக்குக் காதுல சரியா விழுகல.." என்று மொழியன் வம்பு பேச.. விழி சுருக்கிப் பார்த்து முறைத்தவள், எவரும் அறியாமல் கைநீட்டி ஆடவனின் இடை வேட்டியைப் பற்ற.. திடுக்கிடலுடன் ஏறிட்டான் அவன்.

"காது கேட்கலையாங்க..?"

"ப்ளீஸ் விட்டுடு சாரல்மா.." என்று சொற்களாலும் பார்வையாலும் கெஞ்சினான் மொழியன்.

ஆடவனின் முகத்தைப் பார்த்தவளுக்குப் பாவமாய் இருக்க, தன் கையை விலக்கிக் கொண்டு, "எனக்கு ஓகே.."

தன்னவளின் செயலிலும் பார்வையிலும்.. தயங்கித் தவித்து, நடுங்கித் தெளிந்து, ஆசையும் காதலுமாய், மகிழ்ச்சியும் திணறலுமாய்.. இன்னதென்று புரியாத உணர்வில் சிக்குண்டு, பெண்ணவளின் விருப்பத்தை ஏற்று.. பாவையின் கழுத்தில் இரண்டாம் முறையாக மஞ்சள் கயிற்றை முடிச்சிட்டு தங்களது உறவை இன்னும் இறுக்கமாக்கிக் கொண்டான் மொழியன்.

நாத்தனார் முடிச்சிடும் சடங்கு, சாரா கேட்டுக் கொண்டதின் பெயரில் பார்கவியின் மூலமே செய்யப்பட்டது.

அருகே நின்றிருந்த கணவனிடம், "என்ன சார் பயந்துட்டீங்களா?" மறுப்பாய் தலையசைத்துப் புன்னகைத்தான் அவன்.

தன்விரல்களைப் பற்றி இருந்தவனது கை வியர்த்திருக்க.. அதை உணர்ந்தவள், "என்னவாம் இது?"

"என்னால நம்ப முடியல சாரல்மா.."

அவள் புரியாமல் பார்க்க, "இரண்டரை வருஷம் உன்னோட நினைவுகள்லயும், கனவுலயும் வாழ்ந்திட்டு இருந்தேன். இப்ப நடக்குறது கூட நிஜமா இல்ல என்னோட கற்பனையான்னு சந்தேகமா இருக்கு! இதெல்லாம் உண்மைதான்னு மூளை சொன்னாலும், பொய்யாகிடக் கூடாதேனு மனசு அடிச்சிக்கிது.

என்னமோ எனக்கு, என்னன்னு சொல்லத் தெரியல. ரொம்பச் சந்தோசமாவும் இருக்கு, அதோட கொஞ்சம் பயமாவும்.." எனக் கண்களில் நீருடன் புன்னகைத்தவனைக் கண்டு, சாராவின் விழிகளும் கலங்கியது.

இந்நொடியே அவனை இறுக அணைத்து, 'அனைத்தும் உண்மையே!' எனப் புரிய வைக்கத் துடித்த மனதை பெரும்பாடுபட்டு அடக்கிக் கொண்டாள்.

நேரம் கடக்க, வீட்டிற்கு வந்து சேர்ந்தனர் அனைவரும். மணமக்களுக்குப் பால் பழம் கொடுக்கும் வைபவம் முடிய.. ஆட்கள் குறைவு தான் என்பதால் வீட்டிலேயே விருந்துணவை சமைத்திருந்தனர் வசுதாவும், ஸ்ருதியும். வருண், சாகி, ஸ்ரீனு மூவரும் பெண்களுக்கு

உதவினர்.

'சாரா என்ன நினைப்பாளோ, அவளைத் தன்னால் எதிர்கொள்ள இயலுமா?' எனத் தயக்கத்தோடு வந்திருந்த ஸ்ரீனு, தற்போது மனதிலும் நினைவிலும் அதுபோல் எந்தக் குழப்பமும் தோன்றாது.. அச்சூழலில் இயல்பாகவே பொருந்திக் கொண்டான்.

இரண்டு நாட்களின் பழக்கத்தில் மொழியனது குடும்பத்தில் தானும் ஒருவனாகவே மாறிப்போனான். அதுவும் வருணும், ஸ்ருதியும் ஏட்டிக்குப் போட்டியாய் பேசுவதும்.. அவளின் குறும்புத்தனமும் ஸ்ரீனுவிற்கு நல்ல பொழுது போக்காய் இருந்தது.

ஆனால் ஏனோ அவனறிந்த குண்டு பேரிக்காயிடம் பேசுவதற்குத்தான் அந்த அப்பாவிக்குச் சற்றுப் பயம். கண்ணில் படும் போதெல்லாம், 'எவரிடமும் தன்னைப் பற்றிக் கூறக்கூடாது!' என ஆடவனைப் பார்வையாலேயே மிரட்டிக் கொண்டிருந்தாள் வாயாடி ஸ்ருதி.

அவன் பாவையின் மிரட்டலுக்கு அஞ்சவில்லை எனினும், அவளுடன் வாக்கு வாதம் செய்வதற்கு விருப்பமில்லாது வாயை மூடிக் கொண்டிருந்தான். ஆனால் அதெல்லாம் முன்தினம் வரையே!

வருண், 'எப்படிச் சரியாக முகவரியைக் கண்டறிந்து வந்தாய்?' என வினவ, பேச்சு வாக்கில் தான் வந்து சேர்ந்த கதையை உரைத்துவிட்டான் ஸ்ரீனு. அதைச் சாகியும் கேட்டிருக்க, அதன் விளைவாய் தான் 'குண்டு பேரிக்காய்..' என அவன் கோவிலில் கேலியாய் அவளை அழைத்தது.

'ஸ்ருதிக்கு, தான் உளறிய விசயம் தெரியாது' என எண்ணி ஸ்ரீனு இயல்பாய் இருக்க.. அவளோ, 'ஆடவன் தன் பேச்சை மீறி, செய்த செயலுக்கு என்ன தண்டனைக் கொடுக்கலாம்?' எனச் சிந்தித்துக் கொண்டிருந்தாள்.

அனைவரும் உணவருந்தி முடிக்க.. ஏற்கனவே செய்து வைத்த ஏற்பாட்டின் படி, சாகி மற்றும் சிவநாதனுடன் புதுமணத் தம்பதியர் நீலகிரிக்குப் பயணமாகினர்.

தன் தாய், தந்தையர் வாழ்ந்த இடத்திற்கு அழைத்துச் சென்று, தன் தமக்கையின் நல்வாழ்வை.. இயற்கையோடு இணைந்து விட்ட தங்களது பெற்றவர்களுக்குக் காட்ட வேண்டும் என்று ஆசை கொண்டான் சாகித்யன்.

சாராவும் மொழியனிடம் அங்குச் செல்ல விருப்பம் தெரிவித்து இருந்ததால்.. தமக்கை மற்றும் தம்பியின் மன எண்ணத்தின் விளைவாகவே இந்தப் பயணம்.

'வசுதா கருவுற்றிருக்கும் தருணத்தில், அவளை அலைய வைக்க வேண்டாம்' என்று வருணின் வீட்டுப் பெரியவர்கள் சொல்ல.. அவர்களது கருத்தை ஏற்றுப் பயணத்தில் கலந்து கொள்ளாது, சென்னையிலேயே இருந்தனர் மொழியனின் தங்கையும் நண்பனும்.

* * *

ஸ்ரீனு சென்னைக்கு வந்த காரணம் நன்முறையில் நடந்தேறியதால் அன்றிரவே விசாகப்பட்டினத்திற்குக் கிளம்பத் தயாராகிக் கொண்டிருந்தான்.

நண்பனைத் தேடி வந்த வருண், "என்ன ஸ்ரீ ரெடியா?"

"ஹான் டூ மினிட்ஸ்".

"சரி ஓகே ரெடியாகிட்டுக் கூப்பிடு, நான் போய் வசுவுக்கு டேப்லட்ஸ் எல்லாம் கொடுத்திட்டு வந்திடுறேன்.." என நகர, 'சரி' எனத் தலையசைத்து அனுப்பி வைத்தான் ஸ்ரீனு.

மொழியனது வீட்டின் இரு தின வாசத்தினால், அறைகுறையாய் இருந்த ஸ்ரீனுவின் தமிழ் தற்போது சற்றுத் தெளிவு பெற்றிருந்தது. மற்றவர்களுக்கும் புரிய வேண்டும் என்பதற்காகப் பெரும்பாலும் தமிழிலேயே பேசினான் அவன். அறியாமல் சொற்கள் தடுமாறும் போது, வருணும் வசுவும் அவனுக்கு உதவினர்.

கூடத்தில் நடந்தபடியே சிற்றன்னையின் மகளைத் தோளில் போட்டுத் தட்டிக் கொடுத்துக் கொண்டிருந்த ஸ்ருதியைக் கண்ட வருண், "குட்டிமா ஏன் உன்னோட

இருக்கா, வசு எங்க?"

"சித்தி தூங்கிட்டாங்க சித்தப்பா, அதான் ராணிக்குட்டியை நான் தூக்கிட்டு வந்திட்டேன்.."

"அதுக்குள்ளையா தூங்கிட்டா, இன்னும் வசு டேப்லட் போடலையே.?" என அவன் பதற, "அதெல்லாம் நான் கொடுத்திட்டேன். காலையில இருந்து ஒரே வேலை, அலைச்சல் வேற அதிகம். அதான் ரொம்ப டயர்ட் ஆகிட்டாங்க.."

"எங்க, வயித்துல குழந்தையோட இவ்வளவு வேலை பார்க்காதன்னு சொன்னா கேட்டாதான? என் அண்ணன் கல்யாணத்துக்கு நான்தான் எல்லாம் செய்வேன்னு இழுத்துப்போட்டு செஞ்சிட்டு, இப்ப முடியலைன்னு படுத்துகிட்டாப் பாரு!"

ஸ்ருதி சின்னதாய் சிரித்து, "சித்திக்கு ஆசை சித்தப்பா அதான். நல்லா ரெஸ்ட் எடுத்தா சரியாயிடும்.."

"சரி குழந்தையைக் கொடு, நான் போய்த் தூங்க வைக்கிறேன். எங்க உங்க அம்மா?"

"அவங்க அப்பவே கிளம்பிட்டாங்க சித்தப்பா. என்னையும் கூப்பிட்டாங்க, நான்தான் சித்திக்கு துணையா இருக்கலாம்னு வரலைன்னு சொல்லிட்டேன்.."

"திட்ட போறாங்கடா.." என அவன் ஆதூரமாய்க் கூற, "புதுசாவா திட்டுறாங்க, விடுங்க சித்தப்பா.."

"சரி ஸ்ரீனு கிளம்பிட்டான், ரெண்டு தோசை மட்டும் ஊத்திக் கொடுக்கிறியா? சாப்பிட்டுட்டுக் கிளம்பட்டும்.."

'சரி' என ஸ்ருதி சமையலறை நோக்கிச் செல்ல, குழந்தை உறங்க வைக்கச் சென்றான் வருண்.

கதவு தட்டும் ஒலியில் ஸ்ரீனுவின் கவனம் வாயிலின் புறம் திரும்ப, கையில் உணவுடன் நின்றிருந்தாள் ஸ்ருதி.

அவன் புன்னகைத்து உள்ளே வருமாறு தலையசைக்க, "என்ன பக்கத்து ஸ்டேட் காரரே எல்லாத்தையும் எடுத்து வச்சிட்டீங்களா?"

"ம்ம்.." என்றவனின் இதழ்களில் சிரிப்புப் பளிச்சிட.. அதைக் கண்டவள், "எதுக்கு இந்தச் சிரிப்பு?"

"நீ பேசினதைக் கேட்டதும் சிரிப்புத் தானா வருது.."

"ஆஹான், வரும் வரும். வரவேண்டியது தான். நீங்க செஞ்ச வேலைக்குப் பரபரன்னு இருக்கிற என் கையால கிஃப்ட் கொடுத்தா, மூளைக் கலங்கிக்கூடச் சிரிப்பு வரும்.."

அவன் புரியாமல் பார்க்க, "ஹலோ லவ் ஃபெயிலர். நான் உன்கிட்ட என்ன சொன்னேன், நீ என்ன செஞ்சிருக்க? மாமாவோட ஃப்ரண்ட் அலையக் கூடாதேன்னு, வீட்டையும் காட்டி மரியாதையாவும் பேசினா, நீ என்ன வேலை செஞ்சு வச்..?" எனத் தன் நோக்கத்திற்குப் பேசிக்கொண்டே வந்தவளின் இதழ்கள், ஸ்ரீனுவின் அதிர்ந்த தோற்றத்தில் வேலை நிறுத்தம் செய்து கொண்டன.

புரியாது குழம்பியவள் அவனருகே சென்று.. எப்படி அழைப்பதென்று தெரியாமல் ஒருநொடி தயங்கி, "ஸ்ரீ.. ஸ்ரீனு.." என்று அவனது முழங்கையருகே தொட, சட்டென்று தன்னிலைப் பெற்றவன்.. அவசரமாய், "மீரு.. ப்ச்ச் நீ நீ.." எனத் தடுமாறினான்.

அவள், "என்னாச்சு, ஏன் திடீர்னு ஷாக் அடிச்ச மாதிரி நின்னுட்டீங்க?"

"ப்ச்ச் அது.. அது ஏதோ சொன்னேல?"

"என்ன சொன்னேன்.?"

"ஏதோ லவ் ஃபெயிலர்.."

தன்னைத்தானே திட்டிக் கொண்டவள், "ஸாரி அது ஏதோ வாய் தவறி.."

"அதெல்லாம் பரவாயில்ல, ஆனா உனக்கு எப்படித் தெரியும்?" என்றவனின் குரலில் வலியும், குற்ற உணர்வும் ஒருங்கே கலந்திருந்தது.

"ஸாரி, நான்.." எனத் தயங்கியவள், "நீங்க ஊர்ல இருந்து வந்த அன்னைக்குச் சாரா அக்காக்கூடப் பேசினதைக் கேட்டேன். கேட்கணும்னு நினைக்கல ஆனா.."

"ஹோ.. ஆனா ப்ளீஸ் மொழியன்கிட்ட சொல்லீடாத.."

ஸ்ருதி கேள்வியாய் பார்க்க, "என்மேல நிறைய அன்பும் மரியாதையும் வச்சிருக்காரு. சாராவைப் பார்க்க நான்தான் காரணம்னு தேங்க்ஸ் எல்லாம் சொன்னாரு. இந்த விஷயம் தெரிஞ்சா ரொம்ப வருத்தப்படுவாரு. அப்புறம் எங்க ஃப்ரண்ட்ஸிப் எப்படி மாறும்னு சொல்ல முடியாது.

இதுனால சாராவுக்கும் மொழியனுக்கும் ஏதாவது பிரச்சனை வந்திடப் போகுது! அதான் சொல்றேன்.." என்றவனின் குரலில் கெஞ்சலும், கண்களில் இறைஞ்சலும் தெரிய, ஸ்ருதிக்குத்தான் ஒருமாதிரி ஆகிவிட்டது.

"மாமா உங்களைத் தப்பா நினைக்க மாட்டாரு. அவருக்கு நடந்தது எல்லாம் தெரியும்.." என நாவின் நுனி வரை வந்த வார்த்தைகளைத் தனக்குள்ளே விழுங்கிக் கொண்டு.. ஆடவனின் மனநிம்மதிக்காக, "சரி, நான் சொல்ல மாட்டேன்.." என்றாள்.

"தேங்க்ஸ்.." என்று அவன் வலியுடன் புன்னகைக்க, "ரொம்பக் கஷ்டமா இருக்கா..?"

"ம்கூம்ம்.." என மறுத்துத் தலையசைத்தவன் கலங்கிய கண்களைத் துடைத்துக் கொண்டு, "டஸ்ட்.." என்றான்.

அவளால் புரிந்து கொள்ள முடிந்தது, ஆடவனை மேலும் வேதனைப்படுத்த விரும்பாது 'சரி' என்பதாய் தலையை மட்டும் அசைத்தாள்.

தான் பேச நினைத்த அத்தனையும் பேதைக்கு மறந்து போக, "சாப்பிடுங்க.." என்று உணவை அவனிடம் நீட்டினாள்.

"தேங்க்யூ.. நீ போ, நான் சாப்பிட்டுக்கிறேன்.." என்று அவளை அனுப்பினான்.

அறையில் இருந்து வெளியேறிய ஸ்ருதி நொடி நிதானித்துத் திரும்பிப் பார்க்க, ஸ்ரீனு ஓய்வறை நோக்கிச் சென்றான்.

ஒரு பெருமூச்சை வெளியிட்டு விட்டு, வருணைத் தேடிச் சென்றவள், "சித்தப்பா.."

"என்னடா..?" என்றவன் உறங்கியிருந்த மகளுக்கு மெல்லிய துணி ஒன்றைப் போர்த்தி விட்டு வந்தான்.

"ராணிக்குட்டித் தூங்கிட்டாளா?"

"ம்ம் தூங்கிட்டா, ஸ்ரீனு..?"

"டிபன் கொடுத்திட்டேன் சித்தப்பா, சாப்பிட்டுட்டு இருக்காங்க. நீங்க சாப்பிடுங்க.."

"இல்லடா நான் அவனை ரயில்வே ஸ்டேஷன்ல டிராப் பண்ணீட்டு வந்து சாப்பிடுறேன். நீ போ, ரெஸ்ட் எடு.."

"ரெஸ்ட் எடுக்கிற அளவுக்கெல்லாம் ஒரு வேலையும் பார்க்கல நான்.." எனச் சிரித்தவள் தொலைக்காட்சிப் பெட்டியை இயக்கி, அதன் ஒலி அளவைக் குறைத்தபடி கூடத்தில் இருந்த இருக்கையில் அமர்ந்தாள்.

வருண் சிரித்துவிட்டு அவளுடன் இணைந்து கொள்ள, சில நிமிடங்களில் பயணப் பையுடன் வெளியே வந்தான் ஸ்ரீனு.

"என்னடா கிளம்புவோமா?" என்ற வருணிற்கு.. சிரிப்புடன் கூடிய தலையசைப்பை அவன் பதிலாகக் கொடுக்க, "சரி நான் போய் வண்டியை எடுத்துட்டு வந்திடுறேன். நீ வெளிய நில்லு.." என வீட்டிலிருந்து வெளியேறினான்.

"பாய் ஸ்ருதி.." என அருகில் நின்றிருந்தவளிடம் ஸ்ரீனு விடைபெற, "டாக்டர் பொண்ணு நோ சொன்னா, நர்ஸூ பொண்ணைக் காதலி.." என்றாள்.

அவன் புரியாமல் பார்க்க, "ஃபெயில் ஆகிட்டோம்னு சொல்லி வருத்தப்படக் கூடாது மிஸ்டர் லவ் ஃபெயிலர், அடுத்தடுத்து அட்டன் பண்ணாதான் ஏதாவது ஒண்ணுல பாஸ் பண்ண முடியும்!" என்றவளைப் பார்த்து அவன் மெலிதாய் புன்னகைத்தான்.

"ஒரு தமிழ் பொண்ணு தான நோ சொல்லியிருக்காங்க. மலையாளப் பொண்ணு, கன்னடப் பொண்ணு, ஹிந்திக்காரப் பொண்ணுன்னு டிரை பண்ணுங்க. யாராவது ஓகே சொல்லுங்க.."

சட்டென்று சிரித்தவன், "ஓகே கு.. குண்டு.. ப.. ப.." என்று சொல்லத் தெரியாமல் திணற, "ஹோய் என்ன, பயம் விட்டுப் போச்சா? அன்னைக்கு அவன் மூக்கை உடைச்ச மாதிரி உங்க மூக்கையும் உடைக்கணுமா?"

"அச்சோ வொத்து வொத்து.." என்றவன் அவசரமாய் வாயிலுக்கு விரைய, வருண் மகிழுந்துவுடன் நின்றிருந்தான்.

ஸ்ருதி சிரித்துவிட்டு அருகே செல்ல, "கவனமா இரு, நான் திரும்ப வர்றதுக்கு எப்படியும் ஒன் ஹவர் ஆகும். ஜாக்கிரதை குண்டுப் பேரிக்கா!" என்ற வருண் வாகனத்தை இயக்க, "சித்தப்பா...!" எனப் பல்லைக் கடித்தவள், அவனின் அருகே அமர்ந்திருந்த ஸ்ரீனுவை பார்வையாலேயே எரித்தாள்.

அவனோ வருணின் திடீர் பேச்சில் திடுக்கிட்டு மறுபுறம் திரும்பிக் கொள்ள, சில நிமிடங்களிலில் மகிழுந்து ஸ்ருதியின் பார்வையில் இருந்து மறைந்தது.

அத்தியாயம் 26

மொழியன் மற்றும் சாராவின் குடும்பத்தார் நீலகிரியை அடைந்த போது இரவு மணி பதினொன்றைக் கடந்திருந்தது.

ஏற்கனவே விடுதி ஒன்றில், இரண்டு அறைகளைப் பதிவு செய்து வைத்திருந்தான் சாகித்யன். ஒன்றில் புதுமணத் தம்பதிகள் தங்கிக் கொள்ள, மற்றொன்றில் சாகியும் நாதனும் அடைக்கலமாயினர்.

இரவுநேர குளிரை ரசித்துக் கொண்டு, அதன் சிலிர்ப்புக்கு இதமாய்த் தன் இரு கைகளையும் தேய்த்துச் சூடேற்றிக் கன்னத்தில் பதித்தவாறு, அறை சாளரத்தின் வழியே வெளிப்புறம் பார்வையைப் பதித்தபடி நின்றிருந்தாள் சாராவதி.

மனம் அங்கு வாழ்ந்த தன் சிறுவயது நினைவுகளை அசைபோட துவங்க.. நிமிடங்களின் நகர்வில்

தாய்தந்தையரின் அன்பில் திளைத்து, அக்கறையில் நெகிழ்ந்து, கண்டிப்பில் இறுகி, இனிமையான தருணங்களில் முகம் மலர்ந்து, ஏற்க முடியாத வலிகளில் தளர்ந்து, முடிவினில் ஈன்றவர்களின் இறுதி நிமிடங்களை எண்ணி விழிகளில் நீர்பெருகி தன்னை இழந்த நிலையில் தவித்துக் கொண்டிருந்தாள் சாரா.

உடைமாற்றிக் கொண்டு மனைவியின் அருகே வந்த மொழியன், "சாரல்மா.." எனப் பின்னிருந்து அவளது இரு தோள்களிலும் தன் கைகளை வைக்க, அடுத்த நொடி திரும்பி ஆடவனது மார்பில் தஞ்சமடைந்தாள் அவள்.

தன் உடையில் ஈரத்தை உணர்ந்தவன், அதற்கான மூலம் தன்னவளின் கண்ணீர் என அறிந்து.. "சாரல்மா என்னடா?"

"நாலு வருஷம் ஆச்சுங்க. என் கண்முன்னாடி தான் அம்மா அப்பா.." என மேலும் பேச இயலாதவளின் அழுகை சற்றே அதிகரித்திருக்க.. தனக்கு நெருக்கமாக்கி அணைத்து அவளின் தலையிலிருந்து முதுகு வரை மென்மையாய் வருடிவிட்டு ஆறுதல் படுத்தினான்.

சில நொடிகள் கடந்திருக்க, "அதுக்கப்புறம் என்ன நடந்ததுனே தெரியல. நினைவு திரும்பினப்ப, எல்லாமே புதுசா இருந்தது. புது மனுசங்க, புது ஊரு, புது மொழி, சாகியும் கூடப் புதுசா தெரிஞ்சான்.

ஸ்கூல் யூனிஃபார்ம்ல சின்னப் பையனா பார்த்த அவனை.. மீசை தாடி எல்லாம் முளைச்சு, அழுக்குச் சட்டையோட ஒரு ஹோட்டல்ல வேலைக்காரனா பார்த்தேன்.

எனக்கு அதையெல்லாம் புரிஞ்சிக்கிட்டு உள்வாங்கவே மூணு மாசம் ஆச்சு.." என்றவாறே நிமிர்த்து ஆடவனின் முகத்தைப் பார்த்தவளது நுதலில் மென்மையாய் இதழ் ஒன்றினான் மொழியன்.

"நீயாவது அந்த ஆக்ஸிடெண்டால நினைவு இழந்து, வலியில இருந்து தப்பிச்சிட்ட சாரல்மா. ஆனா சாகி நிலைமையை யோசிச்சியா? ஒரே நிமிஷத்துல மொத்தமும்

தலைகீழா மாறிப் போச்சு.

எனக்கு அவனைப் பார்க்கும் போதெல்லாம், என்னையே கண்ணாடியில பார்க்கிற மாதிரி இருக்கும்!" என அவளின் மனதை மாற்ற முயன்றான்.

"ம்ம்.. அதான் மச்சினன் மேல அவ்வளவு அக்கறையா? திரும்பவும் படிக்க ஏற்பாடு செஞ்சீங்களாம். என்கிட்டச் சொல்லவே இல்ல.."

"ஏன் உன்கிட்டச் சொல்லணும்?"

அவள் மெலிதான புன்னகையுடன் ஆடவனின் மார்பில் சாய்ந்து, "சாகியை நாமதான் பார்த்துக்கணும்ங்க.."

"எனக்கு ஸ்ருதி எப்படியோ சாகியும் அப்படித்தான். பார்த்துக்கலாம்..!"

"ம்ம்.. அம்மா அப்பாவைப் பார்க்கணும் போல இருக்கு.." என மீண்டும் பழைய நினைவுகளில் மூழ்கத் துவங்கியவளிடம் மற்றவற்றைப் பேசி மங்கையின் மனநிலையை மாற்றும் முயற்சியில் ஈடுபட்டான் மொழியன்.

நிமிடங்கள் கடக்க.. தன்னருகே நின்றிருந்தவளை கைகளில் ஏந்தி அங்கிருந்த இருக்கையில் அமர வைத்தவன், ஏற்கனவே குடுவையில் (ஃப்ளாஸ்க்) வாங்கி வைத்திருந்த சூடான பாலைக் குவளையில் ஊற்றி அருந்த கொடுத்தான். இரு மிடறு தொண்டையில் இதமாய் இறங்க, பெண்மகளின் முகம் சற்றே தெளிவுற்றது.

சாராவைப் பார்த்து புன்னகைத்தவன், "இப்ப கொஞ்சம் பெட்டரா இருக்கா?"

"ம்ம்.." எனத் தலையசைத்தவளின் கன்னத்தை வருடிவிட்டவன், "ஒன் மினிட்.." என்று எழுந்து சென்றான்.

"எங்க போறீங்க?" என்று புரியாது வினவியவளுக்கு விடையாய், கையில் சிறு பையுடன் வந்தான் மொழியன்.

அவள் புரியாது பார்க்க, மனைவியின் காலடியில் அமர்ந்து அவளுக்காகத் தான் வாங்கி வைத்திருந்த கொலுசினை, மாட்டி விட்டான்.

அதைக்கண்டு விழிவிரித்தவள், "இதை எப்ப வாங்கினீங்க?"

"நீ எப்பவும் கொலுசுப் போட்டுக்கிட்டு தான இருப்ப? இப்ப ஏன் போடுறதில்ல?"

"நினைவு திரும்பினதுக்கு அப்புறம், வாழ்க்கையே மாறீடுச்சு. நான் நானாவே இல்ல. அந்தச் சமயத்துல பழசைப் பத்தி யோசிச்சு யோசிச்சு ரொம்ப டென்ஷனாகிட்டேன். அம்மா அப்பாவோட இழப்பே அப்பதான் புரிஞ்சது, அளவுக்கு அதிகமான ஸ்ட்ரெஸ். அதுல என்னோட இயல்பு, ஆசை எல்லாமே தொலைஞ்சுப் போச்சு.

என்னோட மனநிலையை மாத்துறதுக்காகத்தான், கம்ப்யூட்டர் கிளாஸ்க்கே அனுப்பினான் சாகி. இதுல எங்க.. இந்தக் கொலுசு, பிடிச்ச சாப்பாடு, டிரஸ் இதைப்பத்தியெல்லாம் யோசிக்கிறது? அதான் அப்படியே விட்டுட்டேன்.

ஆமா, உங்களுக்கு எப்படி எனக்குக் கொலுசு போடுறது பிடிக்கும்னு தெரியும்?" என வினவியவளிடம், முன்பொரு முறை ஒற்றைக்கால் கொலுசு தொலைந்த நாளன்று நடந்த நிகழ்வுகளைக் கூறினான் மொழியன்.

"உங்களை ரொம்பக் கஷ்டப்படுத்தினேனா?"

மறுப்பாய் தலையசைத்தவன், "அது கஷ்டமா எல்லாம் தெரியல. எனக்குப் பிடிச்சு தான் செஞ்சேன் ஒவ்வொண்ணையும்..!"

"பார்த்த ஒரே நாள்ல, எப்படி அப்படி ஒரு முடிவெடுத்தீங்க?"

"ஏன்னா, கரடி பொம்மையைக் கட்டிப்பிடிச்சுக்கிட்டு அழகா கண்ணை உருட்டி உருட்டிப் பார்த்த அந்தச் சாராவை அப்படியே விட மனசில்ல. சாகி சாகின்னு தம்பியோட சட்டையவே பிடிச்சுக்கிட்டு, அவன் பின்னாடியே சுத்தின அந்தக் குட்டி சாரா ரொம்பக் கியூட்டா இருப்பா.

அவளைப் பார்க்கும் போது எனக்கு ஸ்ருதியும், ராணிக்குட்டியும் தான் ஞாபகம் வருவாங்க. அக்கா, வசு ரெண்டு பேரு வீட்டுல குழந்தைங்க இருக்கிற மாதிரி நம்ம வீட்டுலயும் ஒரு குழந்தை இருக்கட்டுமேன்னு தோணிச்சு..!" எனப் புன்னகைத்தவனை, கண்களில் நீரோடு அணைத்துக் கொண்டாள் சாரா.

"சாகி சொன்னான் நீ ரொம்ப ஸ்வீட்டுன்னு, உண்மையிலேயே ஸ்வீட் தான்டா. என்னைக்குமே திகட்டாத தேன் மாதிரி.."

"உனக்கு ஒண்ணு தெரியுமா, நீ எனக்கு மழை மாதிரி! உன் பக்கத்துல இருக்கிற ஒவ்வொரு செகண்ட்டும் பேச்சாலயும் சிரிப்பாலையும் சிலிர்க்க வச்சிடுவ. அதுவும் இனியா.." வாய் வரை வந்ததை இதழ்களுக்குள் புதைத்தவன், "என் லைஃப்ல எனக்குக் கிடைச்ச ரொம்பப் பெரிய சந்தோஷம் நீ!" என்றவன் பாவையின் தலையில் தன் கன்னத்தைப் பதித்துக் கொண்டான் .

ஆடவன் உரைக்காத சொல்லின் வலிமையையும், தேடுதலையும் உணர்ந்தவள் இன்னும் அழுத்தமாய் அவனுக்குள் புதைந்தாள்.

சில நிமிடங்களின் நகர்வில் இயல்பு நிலைக்குத் திரும்பியிருந்த சாரா, "சீக்கிரம் கல்யாண ஏற்பாடு பண்ணதுக்கு ஏதோ காரணம் இருக்குனு சொன்னீங்களே, என்ன அது?"

"ஹேப்பி ஆனிவர்சரி சாரல்மா.." எனத் தன்னவளுக்குத் தனது முதல் இதழ் முத்தத்தைப் பரிசளித்து, தன் வாழ்த்தைத் தெரிவித்தான் மொழியன்.

கணவனது தீண்டலிலும், உரைத்த செய்தியிலும் இன்ப அதிர்ச்சிக்கு ஆளானவள், "இன்னைக்கு நம்ம கல்யாண நாளாங்க?"

'ஆம்' எனத் தலையசைத்து அவன் சிரிக்க, "ஏன் என்கிட்டச் சொல்லல?"

"ஒரு சின்னச் சர்ப்ரைஸ், அதான் நான் யார்கிட்டையும் சொல்ல வேணாம்னு சொல்லியிருந்தேன்.."

புரிந்து கொண்டது போல் தலையசைத்தவளின் இதழ்கள், "தேங்க்ஸ் இனியா.." எனத் தன்னை மறந்து உதிர்க்க, ஆடவனது மார்பினில் தஞ்சமடைந்தாள் பாவை.

சட்டென்று அவளைத் தன்னிடம் இருந்து விலக்கி, "இனியனா? உன.. உனக்கு ஞாபகம் இருக்கா?" என வியப்பும் மகிழ்ச்சியும், ஏக்கமும் எதிர்பார்ப்புமாய் வினவ, 'இல்லை' என்பதாய் சாராவின் தலை இடவலமாக அசைந்து.. மொழியனது கேள்விக்கான விடையை அளித்தது.

"அப்புறம் எப்படி..?"

"ஒரு நிமிஷம்" என எழுந்து சென்றவள், தன் கைப்பையில் இருந்த நோட்டு ஒன்றை எடுத்து வந்து கொடுத்தாள்.

பிரித்துப் பார்த்தவனின் இதழ்களில் புன்னகை மலர.. அவளை ஏறிட்டு, "என்னடா இது?"

"இது இங்க இருந்து வைசாக் போனப்ப நான் எழுதினது.." என வண்ண வண்ண நிறங்களில் இனியா என்றிருந்தவற்றைக் காட்டினாள்.

"அவ்வளவு பிடிக்குமா என்னை?"

"தெரியல அப்ப எந்த அளவுக்குப் பிடிக்கும்ன்னு" என்றவள், அதன் காகிதங்களை ஒவ்வொன்றாய் திருப்பிப் பின்பக்கங்களில் இடைவெளி இல்லாது கருப்பு நிற மையினால் எழுதிருந்ததைக் காட்டினாள்.

மொழியன் கேள்வியாய் பார்க்க, "இது இப்ப ரெண்டு நாள்ல எழுதினது. இந்தளவுக்குப் பிடிக்கும். இடையில மறந்து போன நாளுக்கும் சேர்த்து எத்தனை தடவைன்னு கணக்கில்லாம உங்க பேரைச் சொல்லிச் சொல்லிப் பார்த்தேன்.

ஆனா இன்னைக்குக் காலையில உங்களை நேர்ல பார்த்ததும் இனியான்னு கூப்பிட வாய் வரல.." என்றவள், சாகியுடன் வீட்டில் இருந்த போது நடந்ததை உரைத்தாள்.

நீண்ட நெடும் மாதங்களுக்குப் பின்பான அவளது அழைப்பிலும்.. பெண்ணவள் செய்த செயல்களையும்

அறிந்து தன்னவளின் அன்பில் நெகிழ்ந்து உருகிக் கரைந்தவன், விழிகளில் ஈரத்தோடு அவளின் முகமெங்கும் அன்பு முத்தங்களைப் பரிசளிக்க, ஒருவித பரவசத்துடன் அதனை இமைமூடி ஏற்றுக்கொண்டாள் சாரா.

"நீ இனிமேல் அப்படிக் கூப்பிடவே மாட்டனு நினைச்சேன் தெரியுமா?"

"இதுநாள் வரை என்கிட்டத் தேடுனது எதுன்னு, நான் தெரிஞ்சிக்கிட்டேன். ஆனாலும் நீ ரொம்பத் தான்டா அழுத்தம். சொல்லவே இல்ல பார்த்தியா?"

"சொல்லத் தோணல.." என்றவனைப் பொய்யாய் முறைத்தவள், "நீ இருக்கியே.." என அவனது இருபுற கன்னங்களையும் பிடித்துக் கிள்ளி.. சாரா சிரிக்க, மொழியனும் அவளோடு இணைந்து கொண்டான்.

பின், "அதென்ன இருக்கியே? ஏன், எப்படி இருக்கேன்?"

"ஸ்வீட்டா, டேஸ்டா, உன்னை முழுசா முழுங்கிடணும்னு.. அழகா, ரசனையா, பிடிச்ச மாதிரி, இறுக்கிக் கட்டிக்கணும்னு.. அப்படியே கன்னத்தைப் பிடிச்சுக் கொஞ்சி முத்தம் கொடுக்கணும்னு..

மீசையைப் பிடிச்சு இழுத்து விளையாடி, இதேமாதிரி உன்னை வெட்கப் பட வச்சு.." எனப் பேசிக் கொண்டே வந்தவளின் இதழில் விரல் வைத்துப் பேச்சை நிறுத்தியவன், "ப்ளீஸ் போதும், வேண்டாமே. ஒருமாதிரி கூச்சமா இருக்கு சாரல்மா.." என்றான் அவன்.

ஆடவனது சொல்லில் அவளுக்குச் சிரிப்பும் காதலும் தன் எல்லை உடைத்துக் கரைமீற, மொழியனின் உடையைப் பற்றி இழுத்து அவனின் இதழோரம் மீசையின் இருபுற முனையிலும் இதழ் பதித்தாள்.

தன்னை வியப்புடன் பார்த்திருந்த கணவனை நோக்கித் தன் இரு கைகளையும் விரித்த சாரா, "என்னை ஒரு தடவைத் தூக்கிச் சுத்துறியா இனியா?" என்றிட, தன்னவளின் விருப்பத்தை உடனே நிறைவேற்றினான்.

நொடிகளின் நகர்வில் இருவரது மனதிற்குமான இடைவெளியானது முற்றிலுமாய் மறைந்து, ஒன்றாய்ச் சங்கமித்தது. தங்களது சிறுவயது நிகழ்வுகள், ஒருவருக்கொருவர் பிடித்தம் பிடித்தமின்மை, ஆசைகள், சிறுசிறு முத்தங்களோடு தேகம் தேடாத உணர்வுப் பரிமாற்றங்கள் என அன்றைய இரவைக் கழித்தனர் சாரலும் மொழியனும்.

மறுநாள் சாராவின் பெற்றோர் வாழ்ந்த வீட்டிற்கும், சாகித்யன் அவர்களுக்கு இறுதி சடங்கு செய்த இடத்திற்கும் சென்று வணங்கி, இறைவனடி சேர்ந்தவர்களின் ஆசிகளை வேண்டிக் கொண்டனர்.

பின் மலைச்சரிவினில் மெல்ல இறங்கி, தாங்கள் தங்கியிருந்த விடுதியினை நோக்கி நடக்கத் துவங்கினர் நால்வரும்.

புதிதாய் மணமானவர்களுக்குத் தனிமைக் கொடுத்து, சாகியும் நாதனும் முன்னே சென்றுவிட.. மொழியனும் சாரலும் இயற்கை அழகினை ரசித்தபடி கைக்கோர்த்துக் கொண்டு மெதுவாய் நடை பயின்றனர்.

பார்வைக்கு எட்டிய தூரம் வரை, இயற்கை அன்னை பச்சை நிற கம்பளத்தைப் போர்த்தியிருக்க.. காற்றோடு கலந்த மரம் மற்றும் பூக்களின் வாசம் மனதோடு சேர்த்து மதியையும் மயக்கியது. வானவளிடம் இருந்து மெதுவாய் இறங்கி வந்த பனி தேவதை, மலையரசனை இதமாய்த் தழுவிக்கொள்ள.. அதன் குளிர்ச்சியில் நடுங்கிப் போனாள் சாரல்.

வருண தேவனும் தன் பங்கிற்கு வேலையைத் துவக்க, அங்கங்கே ஒன்றிரண்டாய் சொட்டிய மழைத்துளிகள் நிலமகளின் மேனியைத் தீண்டின. உடலைக் குறுக்கி நடந்து வந்த சாரலை இழுத்து, தன் மழை மேலுறைக்குள் (ரெய்ன் ஜாக்கெட்) பாதுகாத்துக் கொண்டான் மொழியன்.

திரும்பி ஆடவனின் முகம் பார்த்தவளின் இதழ்களிலும் தேகத்திலும் வெட்கப் புன்னகை படர, அவனது கழுத்து வளைவினில் தன் முகத்தைப் பதித்துக் கன்னத்தை

உரசினாள். அவனுக்கும் கூச்சம் மேலிட, சின்னச் சிரிப்புடன் தன்னவளின் செயலினை ரசித்தான்.

கணவனது உடல் வெப்பம், பெண்மகளின் நடுக்கத்தைக் குறைத்து இதமளிக்க.. அதை விருப்பத்துடன் அனுபவித்தவாறே மொழியனுடன் நடைப் போட்டாள் சாரல். இருவரும் மற்றவரது நெருக்கத்தில் லயித்து, கையைக் கோர்த்தபடி விடுதியை வந்தடைந்தனர்.

அவர்களுக்காகக் காத்திருந்த சாகியும், நாதனும்.. மொழியனும் சாரலும் வந்ததும், நால்வருமாக இணைந்து விடுதியிலேயே உணவை முடித்துக் கெண்டனர். மழைப் பெய்யத் துவங்கியிருந்ததால் சுற்றிப் பார்க்க வெளியே எங்கும் செல்லாமல், அறைக்குச் சென்று ஓய்வெடுத்தனர்.

சற்றே ஈரமாகியிருந்த தனது உடையை மாற்றுவதற்காகச் சாரா நகர, அறையிலிருந்த கண்ணாடித் தடுப்பின் வழியே வெளியே பெய்து கொண்டிருந்த மழையை ரசிக்கத் துவங்கினான் மொழியன்.

மழைமேகம் தன் தேகத்தைச் சற்றே உருக்கி மென்சாரலை வெளியிடத் துவங்கியிருக்க, நிலமங்கை அதைத் தன்னுள் உள்வாங்கினாள். சில நொடிகளின் இடைவெளியில் சாரலினுள் நுழைந்து கனமாய் மேகத்துளிகள் இறங்க, மண் மேனியாள் அதனுடன் கூடிக் களித்துத் திளைத்து பசுமையைப் பிரசவித்துக் கொண்டிருந்தாள்.

தன் தோளில் பதிந்த மனைவியின் கையை உணர்ந்து திரும்பியவன், பின்னலில் இருந்த விடுபட்டக் குழலோடு பாவாடைச் சட்டையில் சிரித்தபடி நின்றிருந்த சாராவைப் பார்த்துத் திகைக்க, அவளோ கணவனது மார்பிற்குள் தன்னைப் புதைத்தாள்.

வெளிப்பக்கம் இருந்த குளுமை இருவரது தேகத்திற்குமான இடைவெளியினைக் குறைக்க.. நொடிகளின் நகர்வில் தனது ஆண்மையை மனையாளிடம் தொலைத்து, அவளின் பெண்மையைப் தனக்குள் சேமிக்கத் துவங்கினான் மொழியன்.

கணவனது எண்ணமறிந்து மனையாளும் அவனுக்குத் துணை சேர்ந்திட, இயற்கையின் மகள் உதகையரசி கருமேக மன்னவனின் ஆழ்ந்த கனமழையில் தவித்து அடங்கிக் கொண்டிருந்தாள்.

* * *

மூன்றாண்டுகளுக்குப் பின்...

தூக்கத்தில் ஈரம் செய்து சிணுங்கிய தன் மகளின் உடையைப் பொறுமையாய் மாற்றிவிட்டுப் பொறுமையாய் நிமிர்ந்தான் மொழியன். துயிலில் புன்னகைத்த பூமகளின் செப்பு இதழ்களை ரசித்த தந்தையின் இதழ்களும் மலர.. ஆடவனின் கவனத்தைத் தன்னிடம் ஈர்ப்பதற்காக ஒலித்தது கைப்பேசி.

திரையில் கண்ட பெயரைக் கண்டவன் துரிதமாய் அதனைச் செவிப்புலனுடன் இணைத்து, "சாரல்மா.." என்று தன்னை மறந்து உரைத்திட, எதிர்ப்புறம் இருந்தவளோ ஆடவனின் உருகிய அழைப்பில் நெகிழ்ந்து சிரித்தாள்.

"இனியா பிஸியா?" எனக் கொஞ்சலாய் கேட்டவளின் குரலில் மயங்கினாலும், தான் அவளிடம் கடைபிடிக்கும் மௌனவிரதம் உடனே நினைவிற்கு வந்துவிட, "ம்கூம்ம்.."

கணவனது பேச்சு சட்டென்று நின்றதைக் கவனியாத சாரா, "ஃபோட்டோஸ் அனுப்புறேன் பாரு.." என இணைப்பைத் துண்டிக்க, அடுத்த இரண்டொரு நொடிகளில் புலனச் செய்தி வந்ததற்கான அறிவிப்பு வந்தது.

அதைத் திறந்து பார்க்க.. மஞ்சள் நிறத் தலைக்கவசம் மற்றும் கருநிற கண்கண்ணாடியுடன் மிதவைச் சட்டை அணிந்து முகமெங்கும் நீர்த்திவலைகளுடன் நின்றிருந்தாள் சாரா.

அடுத்தடுத்த புகைப்படங்கள் அவளின் ஆண் மற்றும் பெண் நண்பர்களுடன், படகில் சவாரி செய்த போது

எடுத்தது என.. வரிசையாய் பத்து படங்களுக்கும் மேல் இருந்தன.

சாகித்யனிடம் சாராவிற்கு 'என்ன படிக்க விருப்பம்?' என்று கேட்ட போது, அவளுக்குப் படிப்பதை விடப் பயணத்தில் அளப்பரிய ஆர்வம் என்று உரைத்திருந்தான்.

சாராவிற்கு நீண்ட நெடும் பயணங்களும், அப்பயணத்தில் மேற்கொள்ளும் சாகசங்களும் மிகப் பிடித்தமானவை. அதிலும் நீர் விளையாட்டுகள் என்றால் ஆர்வமாகப் பங்கெடுத்துக் கொள்வாள்.

திருமணமானப் புதிதில் அவளது விருப்பத்தைக் கேட்டறிந்து தமிழ்நாட்டிற்குள் இருந்த இடங்களுக்கு அழைத்துச் செல்லத் துவங்கினான் மொழியன்.

மனையாளின் பிடித்தத்திற்கும், தனது தொழிலிற்குமான கால வரையறையை நிர்ணயம் செய்ய இயலாது ஆடவன் திணற.. மொழியனின் நிலையறிந்து தன் முகநூல் நட்புகளில் தன்னைப் போலவே எண்ணம் கொண்ட நண்பர்களுடன் இணைந்து தனக்கான பயணத்தை மேற்கொள்ள ஆயத்தமானாள் சாரா.

முதல் ஆறு மாதங்கள் தென்னிந்தியாவில் மலையேற்றம், மிதிவண்டிப் பயணம், வாகனங்களைத் தவிர்த்து எங்கும் நடந்தே செல்வது என அவளது நாட்கள் நகர.. பெண்மகள் வீட்டிற்குள் அடியெடுத்து வைப்பதும், கணவனைச் சந்திப்பதும் மாதம் ஒரு முறையே.. அதுவும் சில தினங்களே என்றானது.

பின் கருவுற்றச் செய்தியை அறிந்ததும்.. 'தன் விருப்பத்தை விடக் குழந்தை முக்கியம்' என அனைத்தையும் ஓரம் தள்ளிவிட்டு.. தன்னவனின் உயிரணுவின் வளர்ச்சியை, அவளின் இனியனுடன் இணைந்து ஒவ்வொரு நொடியினையும் ரசித்துப் பூரித்தாள்.

குழந்தை பிறந்து ஓராண்டு வரை வீட்டில் இருந்தவள், மீண்டும் தனது பயணத்தைத் துவங்க விருப்பம் தெரிவிக்க.. நிறைந்த மனதுடன் தன்னவளை வழியனுப்பினான் மொழியன்.

தற்போது அவள் நண்பர்களுடன் ரிஷிகேஷில் இருக்கிறாள். அங்கிருந்து பத்ரிநாத் செல்லும் வழியில் உள்ள கௌடியாலா சரணாலயத்தைச் சுற்றிப் பார்த்துவிட்டு, வெள்ளை நீர் சவாரியில் (White Water Rafting) ஈடுபட்ட போது எடுத்த புகைப்படங்களைத் தான் தன்னவனுக்கு அனுப்பியிருந்தாள் சாரா.

படங்களைப் பார்த்தவன் மனையாளுக்குக் காணொலி அழைப்பு விடுக்க, அடுத்த நொடியே கைப்பேசித் திரையில் மிளிர்ந்தவள், "இனியா எப்படி இருக்கு?"

அவன் வலக்கை விரல்களில் மூன்று விரல்களை நீட்டி.. பெருவிரலுடன் ஆள்காட்டி விரலை இணைத்து, "அருமை" என்பதாய் சைகை செய்தான்.

அவனின் செயலில் சற்றே முகம் வாடியவள், "ப்ச்ச் பேச மாட்டியா என்கூட?"

'ஆம்' என்ற தலையசைப்பு பதிலாக வந்தது அவனிடமிருந்து.

"கோபமா?"

'இல்லை' என்பதாய் இடவலமாகத் தலையாட்டிட. "கோபம் தான் என்மேல, எனக்குத் தெரியும். நான் உன்கிட்ட இருந்து வந்து ரெண்டு மாசம் ஆச்சுல, அதான்!" என அவளே உரைக்க, மெலிதாய் புன்னகைத்தான்.

"பாப்பா எங்க, தூங்குறாளா? காட்டுறியா.." என வினவ, அடுத்த நொடி உறங்கும் குழந்தையின் முகத்தைத் திரையில் கண்டவள், அதன் வழியே நான்கைந்து முத்தங்களைத் தன் குழந்தைக்குப் பரிசளித்தாள்.

"இனியா.." என்றதும் அவன் முகம் தெரிய, "சீக்கிரமே வந்திடுவேன் ஓகேவா?"

சின்னச்சிரிப்புடன், "ம்ம்.." என்றவாறே மாடிப்படிகளில் இறங்கியவன், கூடத்தில் இருந்த தந்தை சிவநாதனிடம் குழந்தையைக் கவனித்துக் கொள்ளும்படி பார்வையால் செய்தி பரிமாறிவிட்டு வாயிலை நோக்கி நடந்தான்.

"இனியா ப்ளீஸ் பேசுடா.."

மறுப்பாய் தலையசைய, "சரி பேச வேண்டாம், ஒரே ஒரு தடவை சாரல்மான்னு மட்டும் சொல்லேன்.."

"ம்கூம்ம்.."

"அதான் ஏற்கனவே ஒரு தடவை சாரல்மான்னு சொல்லீட்டேல, இன்னொரு தடவை சொல்றதுல என்னடா இருக்கு?" என்றவளைப் பார்த்து அவன் சிரிக்க, "அழுத்தக்காரன் டா. கொஞ்சமாவது மனசு இறங்குறியா? நான் கிளம்பும் போதே இந்த டைம் நாளாகும்னு சொல்லீட்டுதான வந்தேன்!"

மகிழுந்துவில் ஏறி அமர்ந்தவன் மெலிதாய் புன்னகைக்க, "இனியா.."

"ம்ம்.."

"என்னைப் பார்றேன்.."

மகிழுந்துவை இயக்க எத்தனித்தவன் கண்களைக் கைப்பேசித் திரையில் பதிக்க, தன் இரு கைகளையும் இதழ்களில் பொருத்தி அவனுக்குக் காற்றினில் முத்தங்களைப் பறக்கவிட்டு, "என் அழகு இனியனுக்குக் கோடி முத்தம். உம்மா..!" எனச் சிரிக்க, மொழியன் தான் முகம் சிவந்து திணறிப் போனான்.

ஆடவனின் முகத்தைக் கண்டு அடக்க மாட்டாமல் சிரித்தவள், "கல்யாணம் ஆகி மூணு வருஷம் ஆச்சுடா, இல்ல இல்ல மொத்தமா ஆறு வருஷம். இப்பவும் நான் கிஸ் கொடுத்தா இப்படி வெக்கப்படுற. அச்சோ அழகுடா நீ.!" என அவள் மொழியனின் முகம் வழித்துச் சொடுக்கிட்டுச் சிரிக்க.. இவன், "சூ.." என வாயில் விரல் வைத்துக் காட்டி, பின் பொய்யாய் முறைத்துவிட்டு அழைப்பை நிறுத்தினான்.

* * *

எதார்த்தமாய்க் கைக்கடிகாரத்தில் நேரத்தைக் கவனித்த சாகி அவசர அவசரமாய்த் தனக்கான இடத்திலிருந்து வெளியேறினான்.

எதிரே வந்த வருண், "டேய் எங்கடா போற?" என அவனின் உடையை இழுத்துப் பிடிக்க, "அச்சோ அண்ணா விடுங்க, இன்னும் ஒன் ஹவர்ல குண்டுவை ட்ரைய்ன் ஏத்தி விடணும். இல்லைனா என் மூஞ்சிய டேமேஜ் பண்ணீடுவா அந்தப் பேரிக்கா.."

"சரி சரி போ.." என்று சிரிப்புடன் இளையவனை அனுப்பி வைத்தான்.

அலுவலகத்தில் இருந்து வெளியேறியவனை வைத்த கண் வாங்காமல் பார்த்துக் கொண்டிருந்தாள் வர்ஷா. அதைக்கண்ட அவளின் தோழி, அந்த ஒருபக்கக் காதல் பறவையின் தலையில் தட்டி, "ஏய் லூசு, இப்படிப் பச்சையா சைட் அடிக்கிற. அவன் தான் உன்னைப் பார்க்கவே மாட்டேன்றானே.."

"அதனாலதான் அவனைச் சைட் அடிக்கிறேன். என்னைத் திரும்பிப் பார்த்து ஒரு தடவை சிரிச்சிருந்தா, போடான்னு சொல்லியிருப்பேன்.."

"நீ திருந்த மாட்ட.." என்று தன் தலையில் அடித்துக் கொண்டு நகர்ந்தாள் வர்ஷாவின் தோழி. இவளும் தன் ஆசை நாயகன் சாகித்யனுடன் கனவு காணத் துவங்கிவிட்டாள்.

* * *

தன் வாகனத்தின் சப்தத்திற்கு எந்தப் பதிலும் வராமல் போக, "ஏய் குண்டு ரெடியா இல்லையா?" எனக் குரல் கொடுத்தான் சாகி.

அடுத்த நொடி பார்கவி எட்டிப் பார்க்க, 'அச்சோ சாகி செத்தடா நீ..!' என அவன் தனக்குத்தானே சொல்லிக் கொள்ள, "மொழியன் வரலையா?"

"அத்தானுக்கு ஒரு முக்கியமான மீட்டிங் இருக்கு அண்ணி, அதனால என்னை அனுப்பிவிட்டாங்க.."

"ம்ம், சுருதியை இறக்கி விட்டுட்டு எனக்கென்னனு வந்திடாத. ட்ரைய்ன் கிளம்புற வரைக்கும் கூட இருந்து

பார்த்துட்டு வா.."

"சரி அண்ணி.." என்று கூறிக்கொண்டிருக்கும் போதே தன் கைப்பையோடு வெளியே ஓடிவந்த ஸ்ருதி, "கிளம்பு சாகி லேட்டாகுது, வந்து எங்க அம்மாக்கிட்டப் பேசிக்கோ.." என்றவாறே அவனின் பின்புறம் ஏறி அமர்ந்து, துரிதப்படுத்தினாள்.

"போயிட்டு வர்றேன் அண்ணி.." என அவன் கூற, "பாய்மா.." விடை பெற்றாள் ஸ்ருதி.

பயணத்தின் இடையே அவன், "இன்னும் டைம் இருக்கே, ஏன் இப்படி அவசரமா என்னை இழுத்துட்டுப் போற?"

"அய்யோ அப்புறம் உன்னை நிக்க வச்சு வரிசையா எங்கம்மா ஆர்டர் போடுவாங்க. உனக்கென்ன அதையெல்லாம் கேட்கணுமா அவசியமா? அதான். ஆனாலும் ஏன் தான் இப்படி இருக்கியோ..?"

"என்ன இருந்தாலும் அவங்க என் அக்காவோட நாத்தனார்.."

"ஆமா ஆமா தேங்கா நாரு.." என அவள் கேலி பேச, "அது இருக்கட்டும், ஒழுங்கா உன் ஃப்ரண்ட் அந்த வர்ஷாக்கிட்டச் சொல்லி வை. அவ பார்வையே சரியில்ல.."

"ஏன் எப்படிப் பார்க்கிறா?"

"அது.." எனத் திணறியவன், "உன்கிட்டச் சொன்னேன் பாரு!" என்றான்.

"ப்ரோ இங்க பாரேன். நீ என்னைக் காலேஜ்க்கு டிராப் பண்ண வர்றப்பவே ஒளிஞ்சு நின்னு உன்னைச் சைட் அடிப்பா. உன்னைப் பார்க்கிறதுக்காகவே மாமாவோட ஆஃபிஸ்ல வேலைக்குச் சேர்ந்திருக்கா.

நல்ல பொண்ணு, பார்த்து ஏதாவது செஞ்சு விடு பாவம்.." என அவள் தன் தோழிக்காகப் பரிந்துரை செய்ய, வாகனத்தை நிறுத்தியவன் திரும்பி அவளின் தலையில் கொட்ட, "அம்மா.." எனத் தலையில் தேய்த்துக் கொண்டாள் ஸ்ருதி.

சாகி, "வயசுக்கேத்தப் பேச்சுப் பேசு!"

"ஏது நீ இன்னும் வயசுக்கு வரலையா?"

"அச்சோ கடவுளே என்ன பேச்சு இது? எங்கிருந்து தான் கத்துக்கிறியோ குண்டு பேரிக்கா.."

"அடப் போடா, என்னோட வயசுல சாரா அக்கா செகண்ட் டைம் கல்யாணம் செஞ்சிட்டாங்க.." என்றவள், வாகனத்தில் இருந்து இறங்கினாள்.

சாகி வாகனத்தை அதற்குரிய இடத்தில் நிறுத்த, இருவரும் இணைந்து இரயில் நிலையத்திற்குள் சென்றனர். தனது கபடிக் குழுவினரைக் கண்டதும் ஸ்ருதி, அவர்களுடன் சென்று இணைந்து கொண்டாள்.

"நல்லபடியா மேட்ச் முடிச்சிட்டு வின் பண்ணீட்டு வரணும், ஆல் தி பெஸ்ட்.." எனச் சாகி அவளுக்குக் கை கொடுக்க, "நீயும் என் ஃப்ரண்டுக்குப் பார்த்துப் பண்ணு. நீ பார்க்காம, அவ உன்னைச் சைட் அடிக்கிற விஷயம் எப்படித் தெரியும்..?" எனக் கண்சிமிட்டிச் சிரித்தாள்.

"நீ போயிட்டு வா, அப்புறம் பேசிக்கிறேன் உன்னை!" என்ற சாகி, அவளை வழியனுப்பி வைத்துவிட்டு மொழியனிடம் செய்தியைப் பகிர்ந்தான்.

அவன் ஸ்ரீனுவிடம், ஸ்ருதி கிளம்பிவிட்டதைத் தெரிவிக்க.. அவளுக்குத் தேவையானதைத் தான் பார்த்துக் கொள்வதாக வாக்களித்தான்.

ஸ்ரீனுவின் சென்னைப் பயணத்திற்குப் பின் இடைப்பட்ட மூன்றாண்டுகளில்.. வருணும் மொழியனும் அவ்வப்போது தொழில் விஷயமாக விசாகப்பட்டினத்திற்குச் சென்றுவர, அவர்களின் நட்பு மேலும் நெருக்கம் அடைந்திருந்தது.

பகுதி நேர பணியாளனாக அத்தானின் நிறுவனத்தில் வேலை செய்து வந்த சாகித்யனும், தன் படிப்பை முடித்துவிட்டு, தன்னை முழுமையாக அதில் இணைத்துக் கொண்டான்.

'தான் சாராவை விரும்பியது மொழியனுக்குத் தெரியாது' என ஸ்ரீனு நினைத்திருக்க.. அவனை வருந்த

வைக்க விரும்பாது, சாரா, ஸ்ருதி, சாகி என மூவருமே அந்த ரகசியத்தை இன்றளவும் காப்பாற்றி வருகின்றனர்.

அந்த ஆண்டிற்கான தேசிய கடற்கரை கபடிப்போட்டி விசாகப்பட்டினத்தின் ராமகிருஷ்ணா கடற்கரையில் நிகழவிருக்க.. அதில் கலந்து கொள்வதற்காகத் தமிழகத்தின் சார்பாகத் தேர்ந்தெடுக்கப்பட்ட குழுவில் ஸ்ருதியும் இருந்தாள். தற்போது அதற்காகத் தான் அவளின் ஆந்திரப் பயணம்.

மறுநாளின் விடியலில் விசாகப்பட்டினத்தை அடைந்த ஸ்ருதி, தன் குழுவினருடன் இணைந்து போட்டிக்குத் தயாராக.. பெண்களுக்கான போட்டித் துவங்கும் நேரத்தில் கடற்கரைக்கு வந்து சேர்ந்தான் ஸ்ரீனு.

அங்கிருந்தவர்களிடம் விசாரித்து அவளைக் காண்பதற்காகச் செல்ல, "ஹலோ மிஸ்டர் லவ் ஃபெயிலர்.." எனத் தன் முன் வந்து நின்றவளைச் சற்றே திகைப்புடன் பார்த்தான்.

மூன்று வருடங்களுக்கு முன் தான் அறிந்த குண்டு பேரிக்காயாய் அப்படியே இருப்பாள் என அவன் நினைத்திருக்க.. அவளோ அடர்ந்த நிறத்தில் செங்கனியாக (செர்ரி) இருந்தாள்.

இடையில் ஒன்றிரண்டு முறை சில வார்த்தைகள் ஸ்ரீனுவும் ஸ்ருதியும் அவசியத்தின் காரணமாய் உறவுகளின் முன்னிலையில் கைப்பேசியின் வாயிலாகப் பேசியிருந்தாலும், இருவரும் இந்த மூன்றாண்டுகளில் ஒருமுறை கூடச் சந்தித்ததில்லை.

அவளைச் சந்தேகமாய்ப் பார்த்தவன், "குண்டு பேரிக்கா.." என இம்முறை சரியாக உச்சரித்துவிட, "என்ன நக்கலா, போன தடவை நீங்க என்னை டேமேஜ் பண்ணீட்டு வந்ததுக்கே இன்னும் நான் பைசல் பண்ணல. அதுக்குள்ள இன்னோரு தடவையா?

உங்க க்ரைம் ரேட் கூடிக்கிட்டே போகுது லவ் ஃபெயிலர், இது நல்லதுக்கு இல்ல.." என இடையில் இரு கைகளையும் ஊன்றி அவனை மிரட்டிக் கொண்டிருந்தாள்

அந்தப் பழுப்பு நிறக்காரி.

ஸ்ரீனு சிரித்துவிட்டு, "அதெல்லாம் இருக்கட்டும் நீ என்ன இப்படி மாறீட்ட..?"

"அட நல்லா தமிழ் பேசுறீங்களே.." என வியந்தவள், "ஆமா எப்படி மாறீட்டேன்..?"

"பேரிக்கா செர்ரி ஆகிடுச்சு, குண்டு கொஞ்சம் சைஸ் குறைஞ்சிடுச்சு. ஆனா வாய் மட்டும் அப்படியே இருக்கு!"

"ஆஹான் ரொம்பத்தான், நான் அப்படியேதான் இருக்கேன். நீங்கதான் மாறீட்டீங்க. என்னைப் பார்த்தாலே பயப்படுற அந்தச் சின்னப் பையன் ஸ்ரீனுவைக் காணோம்! பெரிய ஆளா வளர்ந்திட்டீங்க, மீசை எல்லாம் வச்சு..!" என அவள் கூற, கால் சாராயில் கை நுழைத்தபடி சிரித்தான்.

'என்ன ஒரு இருபது இருபத்தோரு வயசு இருக்குமா? மூஞ்சியில மீசையைக் காணோம்!' என்று அவள் கேலி செய்ததற்காவே, தன்னை அடையாளப்படுத்திக் கொள்ள.. கடந்த இரண்டு ஆண்டுகளாய் மீசையை வளர்க்கத் துவங்கியிருந்தான் ஸ்ரீனு.

அத்தோடு சாராவின் நினைவை முழுவதும் மனதில் இருந்து எடுப்பதற்காக, முதலில் தன் தோற்றத்தில் மாற்றத்தைக் கொண்டுவந்து, மனதளவிலும் தன்னை மீட்டுக் கொண்டான்.

"சரி உன்னோட மேட்ச் எப்ப?"

"இன்னும் ஒன் ஹவர்ல, என்னோட டீம் கூட ஜாய்ன் பண்ணுறேன். அப்புறம் பேசலாம்.." என அவனுக்குக் கையசைத்துவிட்டு நகர்ந்தாள் ஸ்ருதி.

அடுத்த இரண்டு நாட்களும் போட்டித் தொடர, தினமும் தவறாமல் அவளை வந்து பார்த்துச் சென்றான் ஸ்ரீனு. நடந்து முடிந்த போட்டியில் ஆண்கள் பிரிவில் தமிழக அணி வெற்றிபெற, பெண்கள் அணி இரண்டு புள்ளிகளில் தோல்வியைத் தழுவியது.

சற்றே வருத்தத்துடன் இருந்த ஸ்ருதிக்கு, ஸ்ரீனுதான் சமாதானம் உரைத்து அவளை மீட்டான். அவளது

இயல்பான குணத்தால், சில மணி நேரங்களிலேயே பழைய வாயாடியாக மாறிவிட்டாள் பார்கவியின் மகள்.

சென்னைக்கு இரயில் ஏற இருப்பவளை வழியனுப்புவதற்காக வந்திருந்தான் ஸ்ரீனு.

எப்போதும் போல் அவனிடம் வம்பு பேசி, "என்ன லவ் ஃபெயிலர் ஏதாவது அட்டன் பண்ணீங்களா?"

"என்ன அட்டன் பண்ணனும்?"

"அதான் பாஸ்.. மலையாளப் பொண்ணு, கன்னடப் பொண்ணு, ஹிந்தி பொண்ணு..?"

அவன் மறுத்துத் தலையசைக்க, "ஏன் பாஸ்..?"

சின்னதாய் சிரித்தவன், "தமிழ் பொண்ணு அளவுக்கு எந்தப் பொண்ணும் என்னை இம்ப்ரஸ் பண்ணல.."

"அப்ப ஒரு பத்து பன்னெண்டு தமிழ் பொண்ணைப் பிடிச்சு அப்ளிகேஷன் போட்டு வைங்க.."

"ஏன் எல்லாரும் என்னை அடிக்க வரவா?"

"என்ன பாஸ் நீங்க, இதுக்கெல்லாம் பயப்படலாமா? நீங்கக்கூட இப்ப ஆளு பார்க்க ஸ்மார்ட்டா இருக்கீங்க, சும்மா டிரை பண்ணுங்க. யாராவது அடிக்க வந்தா என்கிட்டச் சொல்லுங்க. நான் பார்த்துக்கிறேன்!"

"ஏன் எனக்கு நீ பார்டிகார்டா வரப் போறியா?"

"ஆஹான்.. இந்த ஊசிவெடி பாடிக்கு, நான் கார்டா வர வேண்டியது தான்!" எனச் சிரிக்க, அவள் செல்ல வேண்டிய இரயிலிற்கான அறிவிப்பு வாசிக்கப்பட்டது.

"சரி ஸ்ரீனு, நான் கிளம்புறேன்.." என எழுந்து நின்று அவள் கை நீட்ட அவனும் கைக்குலுக்கி, "ஹேப்பி ஜர்னி.." என்றான்.

"சென்னைப் பக்கம் அப்பப்ப வாங்க, அப்பதான் தமிழ் பொண்ணு கிடைக்கும்.." என ஸ்ருதி கேலியாய் உரைக்க, "ம்ம்.." எனத் தலையசைத்தவன், ஒரு காகிதத்தை நீட்டினான்.

அதன் இருபுறமும் வெறுமையாய் இருப்பதைப் பார்த்தவள், "என்னது இது?"

"தமிழ் பொண்ணுங்களுக்கு எப்படி அப்ளிகேஷன் போடுறதுன்னு தெரியல. நீ கொஞ்சம் சொல்லிக் கொடேன்.." எனச் சிரிப்புடன் வினவ, ஆடவனின் சட்டைப் பையில் இருந்த எழுதுகோலை எடுத்தாள்.

அவன் புரியாமல் பாக்க, எதையோ எழுதி அடுத்த நிமிடம் காகித்தைத் திருப்பிக் கொடுத்தாள். அதனைப் பார்த்தவன் குழப்பத்துடன் அவளை ஏறிட, புறப்படத் தயாராக இருந்த இரயில் பெட்டியில் ஏறிக் கொண்டிருந்தாள் ஸ்ருதி.

"ஸ்ருதி.." என்று அவன் அழைக்க.. அவனைப் பார்த்துக் கண் சிமிட்டிச் சிரித்தவள், "அது என்னோட நம்பர். என்கிட்ட வேக்கென்சி இருக்கு, ஃபர்ஸ்ட் அப்ளிகேஷனை நீங்க என்கிட்டயே கொடுக்கலாம். நான் ஹண்ரட் பர்சண்ட் நிச்சயமா அப்ரூவ் பண்ணுவேன். பாய் ஸ்ரீனு.." எனப் புறப்பட்ட இரயிலில் இருந்து கையசைத்தாள்.

பார்வையிலிருந்து அவள் மறையும் மட்டும் குழப்பத்துடனே நின்றிருந்தவனின் கையில் இருந்த காகிதம் காற்றிற்குச் சடசடக்க, அதில் கைப்பேசி எண்ணோடு 'குண்டு பேரிக்கா' என ஆங்கிலத்தில் எழுதியிருந்ததைக் கண்டு ஆடவனின் இதழ்களில் புன்னகை மலர்ந்தது.

* * *

"அப்பா ப்பா ம்மா.." என மொழியன் சாராவின் திருமணப் புகைப்படத்தைக் காட்டி, மழலை மொழியில் தாயை வினவிய குழந்தையிடம், "அம்மாவா? அம்மா சீக்கிரம் வந்திடுவாங்க செல்லம். அடுத்தத் தடவை அம்மாவோட நாமளும் சேர்ந்து ஊர் சுத்த போகலாம். இப்ப சமத்தா சாப்பிட்டுட்டுப் பாப்பா தூங்குங்க.." என மகளுக்குச் சமாதானம் உரைத்து இரவு உணவை ஊட்டி விட்டான் மொழியன்.

அதுவும் தகப்பனின் சொல்லைத் தட்டாது கேட்டு உணவருந்திவிட்டு விளையாடத் துவங்க, மகளிடம் ஒரு கண்ணையும் மடிக்கணினியில் மற்றொரு கண்ணையும் பதித்தபடி வேலையில் மூழ்கியிருந்தான் மொழியன்.

பொம்மைகளை வைத்து விளையாடிக் கொண்டிருந்த குழந்தை, பொம்மைகளுக்கு நடுவில் தானும் ஒன்றாய் மாறி உறக்கத்தைத் தழுவிவிட.. அதனைப் பாதுகாப்பாய் படுக்க வைத்துவிட்டு, தானும் உறங்குவதற்கு ஆயத்தமானான் ஆடவன்.

முன்னிரவில் மெல்லிய சாரலாய் துவங்கிய மழை, தன் நவம்பர் மாத தன் இயல்பின் வீரியத்தைக் காட்டிட.. சற்றே திறந்திருந்த சாளரத்தின் வழியே ஒன்றிரண்டு நீர்த்துளிகள் அறைக்குள் பட்டுத் தெறித்தன. அதன் ஒரு சிதறல் மொழியனின் கன்னத்தைத் தீண்டிட, துயில் கலைந்தான்.

இமைகளைப் பிரிக்க மின்சாரம் தடைபட்டு அறையில் இருள் சூழ்ந்திருந்தது. குழந்தை கண்விழித்தால் பயந்துவிடும் என்றெண்ணியவன், பழக்கத்தினால் கைப்பேசியின் விளக்கை ஒளிரவிட்டு.. மெழுதுவர்த்தியை ஏற்றினான்.

திறந்திருந்த சாரளத்தை மூடியவனின் கன்னத்தில் மீண்டும் சாரல் தீண்டினாள். இம்முறை தீண்டியவள் மழைச்சாரல் அல்ல, இனியனின் சாரல்.

மனைவியின் இதழ் ஒற்றலில் புன்னகைத்தவன், "எப்ப வந்த?"

"இப்பதான் டூ மினிட்ஸ் முன்னாடி.."

"அப்ப முகத்துல தண்ணி பட்டது..?"

"அது நான் கிஸ் பண்ணது!" எனக் கணவனது தோளில் கைகளை மாலையாய் கோர்த்தாள்.

"என் இனியனுக்குக் கோபம் போயிடுச்சா?"

"இல்ல.."

"என்ன பண்ணா சரியாகும்? பாவாடைச் சட்டைப் போட்டுக்கவா..?"

"வேணாம்.."

"ஏன்..?"

"அப்புறம் இந்தச் சாராவோட சேட்டை அதிகமாயிடும். சமாளிக்க முடியாது!" என்றவன் மனைவியின் இடையில் கையிட்டுத் தூக்கினான்.

"இப்படிதான் அன்டைம்ல வர்றதா?" என அவன் கண்டிப்புடன் வினவ, "சாகிதான் கூட்டிட்டு வந்தான், கீழ மாமா ரூம்ல படுத்திருக்கான்.."

"சரி சாப்பிட்டியா?"

"ம்ம்.." என்றவள் அவனை ஆசையுடன் பார்த்தபடி, "இனியா.."

"என்னடா..?"

"மழையில நனைவோமா?"

"இப்பவா..?"

"ம்ம், இப்பதான் யாரும் பார்க்க மாட்டாங்க. ப்ளீஸ்டா புருஷா.."

"வேண்டாம்னு சொன்னா கேட்கவா போற, சரி வா.." என்றவன் குழந்தை உறங்குவதை உறுதி செய்து கொண்டு, மனைவியோடு வெளியேறினான்.

முதலில் வலக்கையின் விரல்களை மட்டும் நீட்டி மழைநீரின் சில்லிப்பை ரசித்த சாரா, பின் இடது கை, முகம், கால்கள் எனத் தேகத்தின் ஒவ்வொரு பாகமாய் மழையில் நனைத்து மெல்ல தன்னை முழுமையாக அதில் ஒப்படைத்தாள்.

தனது செயல்களைப் பார்த்துச் சிரித்துக் கொண்டிருந்த கணவனின் கைப்பற்றி இழுத்துத் தன்னோடு இணைத்துக் கொண்டவள்.. முதலில் ஆடவனிடம் தன்னைத் தூக்கிச் சுற்றச் சொல்லிக் கட்டளையிட்டு, அதற்குப் பரிசாய் இதழ்களின் வழியே உயிர் தீண்டினாள்.

மனைவியின் நெருக்கத்தில் தன்னிலை மறந்த மொழியன், அவளை உரிமையுடன் ஆட்கொள்ள.. இருவரது தேகங்களும் அடைமழையிலும், மனங்கள் காதல் மழையிலும் திளைத்துக் கொண்டிருந்தது.

இவர்களது வாழ்வும், ஒருவரிடம் மற்றவர் கொண்டிருக்கும் அன்பு மழையில் நனைந்து, தெவிட்டாத தேனாய் சுவையளித்து, எதிர்காலமானது.. ஆயுளை நீட்டி மகிழ்ச்சிச் சாரல்களைப் பரிசளிக்கட்டும்.

தேன் மொழியனது சாரல்.. தேன் மழைச் சாரலாய் என்றும் அவனோடு..!

முற்றும்